AF759431

ഗ്രീക്ക് പുരാണകഥകൾ
കുട്ടികൾക്ക്

Greek puranakadhakal kuttikalku
Childrens Literature

Retold
Rajesh Chirappad

CHINTHA PUBLISHERS
Thiruvananthapuram

First Edition
January 2016

Second Edition
July 2022

Published & Typesetting
Chintha Publishers, Thiruvananthapuram

Printed at
Time offset printers, Thiruvananthapuram

Cover Design
Ambeesh

Illustration
Sreekumar S S

ISBN : 978-93-85045-29-5

CR - 3189 / 6043

Email: chinthapublishers@gmail.com
Website: www.chinthapublishers.com

A version is available at National Libraries
Kolkata, Mumbai, Chennai and Delhi

Distribution
DESHABHIMANI BOOKHOUSE
H O Thiruvananthapuram 695035

Branch
Head Office Kunnukuzhi • Statue Thiruvananthapuram
KSRTC Bus Terminal Thampanoor • Saphalyam Complex Thiruvananthapuram
KSRTC Bus Station Alappuzha • KSRTC Bus Station Ernakulam
Machingal Lane Thrissur • IG Road Kozhikode
Mavoor Road Kozhikode • NGO Union Building Kannur
Central Bus Terminal Complex Thavakkara Kannur

ഗ്രീക്ക് പുരാണകഥകൾ
കുട്ടികൾക്ക്

പുനരാഖ്യാനം
രാജേഷ് ചിറപ്പാട്

ചിന്ത പബ്ലിഷേഴ്സ്
തിരുവനന്തപുരം-695 035

രാജേഷ് ചിറപ്പാട്

കണ്ണൂർ ജില്ലയിലെ ഇരിട്ടിയിൽ ജനനം. അമ്മ: പരേതയായ മേരി സി പി, അച്ഛൻ: ചാക്കോ. ആശാൻ മെമ്മോറിയൽ എൽ പി സ്കൂൾ മട്ടിണി, പെരിങ്കരി ഗവൺമെന്റ് യു പി എസ്, വെളിമാനം സെന്റ് സെബാസ്റ്റ്യൻ ഹൈസ്കൂൾ, മട്ടന്നൂർ പഴശ്ശിരാജ എൻ എസ് എസ് കോളേജ് എന്നിവിടങ്ങളിൽ വിദ്യാഭ്യാസം. തലശ്ശേരി കേരള സ്കൂൾ ഓഫ് ആർട്സിൽനിന്ന് ചിത്രകല അഭ്യസിച്ചു. *പകൽ, തിരുത്ത്* തുടങ്ങിയ സമാന്തരമാസികകൾ നടത്തി. കവിതാരചനയ്ക്ക് വിദ്യാഭ്യാസകാലത്ത് നിരവധി സമ്മാനങ്ങൾ നേടിയിട്ടുണ്ട്. കേരള ഭാഷാ ഇൻസ്റ്റിറ്റ്യൂട്ടിന്റെ യുവപരിഭാഷകർക്ക് നൽകുന്ന എം പി കുമാരൻ അവാർഡ് ലഭിച്ചു. ആനുകാലികങ്ങളിൽ നിരൂപണങ്ങൾ, ലേഖനങ്ങൾ എഴുതുന്നു. മുൻ ചിന്ത പബ്ലിഷേഴ്സ് സബ് എഡിറ്റർ.

പ്രസിദ്ധീകരിച്ച കൃതികൾ: *മാംസനിബദ്ധം* (കവിതകൾ), *ദലിത് വർത്തമാനം* (എഡിറ്റർ), *അംബേദ്കർ: ജീവിതം കൃതി ദർശനം, കുമാരനാശാൻ കവിതയും ജീവിതവും, അയ്യൻകാളി ജീവിതവും പോരാട്ടവും, പൊയ്കയിൽ അപ്പച്ചൻ, കുട്ടികളുടെ നെൽസൺ മണ്ടേല, പുതുകാലം പുതുകവിതകൾ* (എഡിറ്റർ), *തകഴി വായനയും പുനർവായനയും* (എഡിറ്റർ) *സ്വത്വം വർഗം മൃദുഹിന്ദുത്വം, യേശു: വിമോചകനും രക്തസാക്ഷിയും, മഹാനടൻ, മാറുന്ന കാലം മാറുന്ന കവിത* (എഡിറ്റർ, രാജേഷ് കെ എരുമേലിക്കൊപ്പം) *കെ ഇ എൻ സംഭാഷണങ്ങൾ* (സമാഹരണം പി എസ് പൂഴനാടിനൊപ്പം), *എം എഫ് ഹുസൈൻ എന്ന ഇതിഹാസം* (സമാഹരണം പി പി സത്യനോടൊപ്പം), *പാട്ടും മൂളി വന്നു വൈക്കം വിജയലക്ഷ്മി ജീവിതം സംഗീതം* (എഴുത്ത്: രാജേഷ് കെ എരുമേലിക്കൊപ്പം) *മതമൗലികവാദവും ഇന്ത്യൻ മതേതരത്വവും* (പരിഭാഷ).

ഫോൺ : 9605077791
email : rajeshchirappadu@gmail.com

ഉള്ളടക്കം

പ്രസാധകക്കുറിപ്പ്

കഥകളുടെ മഹാസാഗരമാണ് ഗ്രീക്ക് പുരാണം. ജീവിത ഉൾക്കാഴ്ച പകരുന്ന കഥകളും ഗുണപാഠ കഥകളും ഇതിലുണ്ട്. കുട്ടികളെ ലക്ഷ്യമാക്കി രാജേഷ് ചിറപ്പാട് പുനരാഖ്യാനം നിർവഹിച്ച ഗ്രീക്ക് പുരാണകഥകളാണ് ഈ പുസ്തകത്തിൽ.

ഗ്രീക്കുപുരാണത്തിലെ ദേവന്മാരും ദേവികളും അവരുടെ അത്ഭുതജീവിതങ്ങളും ആരിലും കൗതുകമുയർത്തും. ഭാരതീയ പുരാണേതിഹാസങ്ങളോട് കിടപിടിക്കാവുന്ന മിത്തുകൾ കൊണ്ടു സമ്പന്നമായ ഗ്രീക്ക് പുരാണത്തിൽനിന്നും രാകിയെടുത്ത കഥാരത്നങ്ങൾ കുട്ടികൾക്കും കഥകളിഷ്ടപ്പെടുന്ന എല്ലാവർക്കും സമർപ്പിക്കുന്നു.

ചിന്ത പബ്ലിഷേഴ്സ്

സംഗീത മത്സരവും മാർസ്യാസും

പകുതി മനുഷ്യന്റെ രൂപമുള്ള ഒരാളായിരുന്നു മാർസ്യാസ്. അപ്പോളോ ദേവന്റെ കോപത്തിനിരയായി കാലപുരി പൂകേണ്ടി വന്ന ഹതഭാഗ്യൻ.

അഥീനി ദേവി മാനിന്റെ അസ്ഥികൊണ്ട് വിശേഷപ്പെട്ട ഒരു സംഗീതോപകരണം ഉണ്ടാക്കി. നമ്മുടെ ഓടക്കുഴൽപോലെ ഒന്നായിരുന്നു അത്. ഒരിക്കൽ ദേവന്മാരുടെ വിരുന്നു സൽക്കാരത്തിനിടയിൽ അഥീനി ദേവി ഈ ഉപകരണം വായിച്ചു. മനോഹരമായ സംഗീതം. എല്ലാവരും ആ സംഗീതത്തിൽ മതിമറന്നിരിക്കുമ്പോൾ അതാ ഒരു പരിഹാസച്ചിരി ഉയരുന്നു. അഥീനി ദേവി ചുറ്റുപാടും നോക്കി. ഹീരാദേവിയും അഫ്രേഡിറ്റി ദേവിയുമാണ് തന്നെ പരിഹസിച്ച് ചിരിച്ചതെന്ന് അഥീനി മനസിലാക്കി. ഈ അപമാനം അവർക്ക് സഹിക്കാനാവാത്തതായിരുന്നു.

"നിങ്ങൾ എന്തുകണ്ടിട്ടാണ് ഇങ്ങനെ ചിരിക്കുന്നത്?" അഥീനി പൊട്ടിത്തെറിച്ചു. പക്ഷേ ദേവിമാർ മറുപടിയൊന്നും പറയാതെ വീണ്ടും പരിഹസിച്ച് ചിരിക്കുകമാത്രമാണ് ചെയ്തത്. കോപമടക്കാനാവാതെ അഥീനി ദേവി ആ വിരുന്ന് സൽക്കാരത്തിൽനിന്ന് ഇറങ്ങിപ്പോയി.

എത്ര ചിന്തിച്ചിട്ടും ആ പരിഹാസച്ചിരിയുടെ അർഥം കണ്ടെ

ത്താൻ അഥീനി ദേവിക്ക് കഴിഞ്ഞില്ല. തന്റെ സംഗീതം എല്ലാവരും ആസ്വദിച്ചതാണ്. വിശേഷപ്പെട്ട ഈ സംഗീതോപകരണത്തെയും അത് വായിച്ച തന്നെയും എല്ലാവരും പുകഴ്ത്തിയതുമാണ്. പക്ഷേ, ഹീരാദേവിയും അഫ്രേഡിറ്റിദേവിയും തന്നെ പരിഹസിച്ചു. കേവലമായ അസൂയ അല്ലാതെന്ത്? ഇങ്ങനെ ചിന്തിച്ചുകൊണ്ട് അഥീനി ദേവി ഒരു കാട്ടരുവിയുടെ തീരത്ത് ഇരിക്കുകയായിരുന്നു. മനസിന് വല്ലാത്ത അസ്വസ്ഥതതോന്നിയ ദേവി തന്റെ സംഗീതോപകരണം വായിക്കുവാൻ തുടങ്ങി. മനോഹരമായ ആ ഗാനത്തിൽ അവിടെയുള്ള പക്ഷികളും ചിത്രശലഭങ്ങളും അവർക്കുചുറ്റും നൃത്തം ചെയ്തുകൊണ്ടിരുന്നു.

ഇടയ്ക്ക് അഥീനിദേവി അരുവിയിലേക്ക് നോക്കി. കണ്ണാടിയിലെപ്പോലെ അവരുടെ രൂപം ജലത്തിൽ തെളിഞ്ഞുകണ്ടു. അപ്പോഴാണ് അവർക്ക് ദേവിമാരുടെ പരിഹാസത്തിന്റെ കാര്യം മനസിലായത്. ഈ സംഗീതോപകരണം ശ്വാസംപിടിച്ച് വായിക്കുമ്പോൾ തന്റെ മുഖം വല്ലാതെ വലിഞ്ഞുമുറുകി വിരൂപമാകുന്നുണ്ട്. അഥീനിദേവിക്ക് കോപവും നിരാശയും തോന്നി. തന്റെ സൗന്ദര്യത്തെ നശിപ്പിക്കുന്ന ആ സംഗീതോപകരണത്തെ അവർ ശപിച്ചു. അഥീനി ആ ഉപകരണം വലിച്ചെറിഞ്ഞു. എന്നിട്ട് ഇങ്ങനെ പറഞ്ഞു: "എന്നെ അപമാനിച്ച ഈ സംഗീതോപകരണം ആരെങ്കിലും എടുത്താൽ അവന് നാശം സംഭവിക്കട്ടെ." മനോഹരമായ സംഗീതം പൊഴിക്കുന്ന ആ ഉപകരണം അനാഥമായി അങ്ങനെ കിടന്നു. അഥീനിദേവി കുറച്ചുനേരം അങ്ങനെ ഇരുന്നതിനുശേഷം എവിടേക്കോ മറഞ്ഞു.

അപ്പോഴാണ് നമ്മുടെ നിർഭാഗ്യവാനായ മാർസ്യാസ് അതുവഴി വരുന്നത്. അയാൾ ആ സംഗീതോപകരണം കയ്യിലെടുത്തു. ഉടൻതന്നെ അഥീനിദേവി പാടിയ പാട്ടുകൾ അത് സ്വയം പാടാൻ തുടങ്ങി. ആരെയും വശീകരിക്കുന്ന ആ ഗാനത്തിൽ മതിമറന്ന് മാർസ്യാസ് കുറെ നേരമിരുന്നു. പിന്നീട് വിശേഷപ്പെട്ട ആ സംഗീതോപകരണവുമായി അയാൾ തന്റെ ഗ്രാമത്തിലേക്ക് പോയി.

കാതിന് ഇമ്പമേറിയ ഗാനങ്ങൾ മീട്ടുന്ന ഉപകരണം മാർസ്യാസിന് കിട്ടിയെന്ന വാർത്ത ഗ്രാമമെങ്ങും പരന്നു. കേട്ടവർ കേട്ടവർ സംഗീതം കേൾക്കുവാൻ മാർസ്യാസിനു ചുറ്റും

Sreekumar·S·J.

കൂടി. അവർ മാർസ്യാസിനെ പുകഴ്ത്തി സംസാരിക്കുവാൻ തുടങ്ങി: "ഈ മനോഹരമായ സംഗീതം സൃഷ്ടിക്കാൻ സാക്ഷാൽ അപ്പോളോ ദേവനു പോലും കഴിയില്ല. മാർസ്യാസിന്റെ സംഗീതത്തെ വെല്ലാൻ ഭൂമിയിലോ ദേവലോകത്തോ ഇനി ആരുമുണ്ടാകില്ല." ഇങ്ങനെയൊക്കെയായിരുന്നു ജനം മാർസ്യാസിനെ പുകഴ്ത്തിയത്. അതാണ് അയാൾക്ക് വിനയായി മാറിയതും. മാർസ്യാസാകട്ടെ ഈ പുകഴ്ത്തലിൽ മതിമറക്കുകയും ചെയ്തു.

ഓരോ ദിവസം കഴിയുന്തോറും മാർസ്യാസിന്റെ അഹങ്കാരം വർധിച്ചുവന്നു. അപ്പോളോ ദേവൻ ഇതൊക്കെ അറിയുന്നുണ്ടായിരുന്നു. ഇത് എവിടെ വരെ പോകുമെന്നറിയാൻ കാത്തിരിക്കുകയായിരുന്നു ദേവൻ. ഇനി നോക്കിയിരുന്നിട്ട് കാര്യമില്ല. നേരിട്ട് ചെല്ലുക തന്നെ. അപ്പോളോ ദേവൻ തീരുമാനിച്ചു.

അങ്ങനെ മാർസ്യാസിനുമുമ്പിൽ അപ്പോളോ ദേവൻ പ്രത്യക്ഷപ്പെട്ടു. മാർസ്യാസ് ഞെട്ടിപ്പോയി. അപ്പോളോ ദേവൻ പറഞ്ഞു: "മാർസ്യാസ് നീ എന്തിന് അമ്പരക്കുന്നു. നീ എന്നേക്കാൾ വലിയ സംഗീതജ്ഞനാണെന്നല്ലേ ജനങ്ങൾ പറയുന്നത്. അതുകൊണ്ട് നമുക്കൊരു സംഗീതമത്സരം നടത്താം. ജയിക്കുന്നയാൾക്ക് തോൽക്കുന്നയാളെ എന്തുവേണമെങ്കിലും ചെയ്യാം." മാർസ്യാസിന് മത്സരത്തിനു തയാറാകാതിരിക്കാനാവില്ലായിരുന്നു. കാരണം, സമ്മതിച്ചില്ലെങ്കിൽ താൻ ഒരു കപട സംഗീതജ്ഞനാണെന്നു പറഞ്ഞു ജനങ്ങൾ തന്നെ കല്ലെറിഞ്ഞോടിക്കും.

"ശരി ഞാൻ സമ്മതിച്ചിരിക്കുന്നു." മാർസ്യാസ് പറഞ്ഞു. അങ്ങനെ മത്സരം തുടങ്ങി. മലദേവതകളായിരുന്നു വിധികർത്താക്കൾ. പൊരിഞ്ഞ മത്സരമായിരുന്നു.അവിടെ നടന്നത്. ഒരുപക്ഷേ ആദ്യത്തെ സംഗീത റിയാലിറ്റി ഷോ ഇതായിരുന്നോ. എന്തായാലും അപ്പോളോയും മാർസ്യാസും ഒപ്പത്തിനൊപ്പം മുന്നേറുകയാണ്. ജനങ്ങൾ ഇരുവരെയും കൈയടിച്ച് പ്രോത്സാഹിപ്പിക്കുന്നുമുണ്ട്.

അവസാനം മത്സരം കഴിഞ്ഞു. വിധി പ്രസ്താവിച്ചിട്ടില്ല. ഒരു മനുഷ്യൻ ദേവനോട് ആദ്യമായി മത്സരിച്ച സംഭവമാണിത്. രണ്ടുപേരും മനോഹരമായി പാടി. ആരായിരിക്കും വിജയിക്കുക? എല്ലാവരും ആകാംക്ഷയോടെ കാത്തിരിക്കു

മ്പോൾ അപ്പോളോ പറഞ്ഞു: "ഈ മത്സരത്തിൽ താങ്കൾ ഒപ്പത്തിനൊപ്പമായിരുന്നു. അതുകൊണ്ട് ഒരു മത്സരം കൂടിയാവാം. ഞാൻ എന്റെ വീണ തലതിരിച്ചു പിടിച്ചു വായിക്കും. നിങ്ങളും അങ്ങനെതന്നെ ചെയ്യുക. മലദൈവങ്ങൾ ഇതിന് വിധി പറയട്ടെ."

അപ്പോളോ ദേവൻ തന്റെ വീണ തലതിരിച്ചുപിടിച്ച് മനോഹരമായ സംഗീതം സൃഷ്ടിച്ചു. എല്ലാവരും ആവേശത്തോടെ കൈയടിച്ചു. ഇനി മാർസ്യാസിന്റെ ഊഴമാണ്. പാവം ഓടക്കുഴൽപോലുള്ള ആ ഉപകരണം തല തിരിച്ച് പിടിച്ചാൽ ശബ്ദം കേൾക്കില്ലല്ലോ. ചതിപറ്റിയെന്ന് മാർസ്യാസിന് മനസിലായി. എങ്കിലും അയാൾ വെറുതെ ശ്രമിച്ചുനോക്കി. ഒരു ശബ്ദവും പുറത്തുവന്നില്ല. ജനങ്ങൾ കൂവിയാർത്തു. പരിഹാസത്തിന്റെ വാക്കുകൾ അയാൾക്കുമേൽ കല്ലുകൾപോലെ വീണുകൊണ്ടിരുന്നു. ഈ ആരവങ്ങൾക്കിടയിൽ മലദൈവങ്ങൾ വിധി പ്രസ്താവിച്ചു. ഈ സംഗീതമത്സരത്തിൽ അപ്പോളോ ദേവൻ ജയിച്ചിരിക്കുന്നു.

പരാജിതനായി തളർന്നിരുന്ന മാർസ്യാസിനോട് അപ്പോളോ പറഞ്ഞു. "മത്സരത്തിന്റെ നിയമം നീ ഓർക്കുന്നുണ്ടോ, ജയിച്ച ആൾക്ക് പരാജിതനെ എന്തുവേണമെങ്കിലും ചെയ്യാം." മാർസ്യാസിനെ അപ്പോളോ ക്രൂരമായാണ് വധിച്ചത്. മത്സരം നടന്ന അരുവിയുടെ കരയിൽനിന്ന ഒരു പൈൻമരത്തിൽ അപ്പോളോ മാർസ്യാസിനെ ബന്ധിച്ചു. എന്നിട്ട് ജീവനോടെ തൊലി ഉരിച്ചു കൊന്നു.

ഇപ്പോഴും ആ അരുവിക്ക് മാർസ്യാസിന്റെ പേരാണ്. ചതിയിലൂടെ അല്ലേ അപ്പോളോ ദേവൻ മനുഷ്യനായ മാർസ്യാസിനെ തോൽപ്പിച്ചത്? ആ ചോദ്യം ഇന്നും ആവർത്തിച്ചുകൊണ്ടിരിക്കുന്നു.

ആർട്ടിമസ് ദേവി

ഇനി അപ്പോളോ ദേവന്റെ സഹോദരിയായ ആർട്ടിമസ് ദേവിയെക്കുറിച്ചാവട്ടെ അടുത്തകഥ.

ആർട്ടിമസ് ദേവി അതിസുന്ദരിയായിരുന്നു. ആരെയും കൂസാത്ത സ്വഭാവമായിരുന്നു ആർട്ടിമസിന്. അവളുടെ കൈയിൽ ഒരു വില്ല് എപ്പോഴും ഉണ്ടാകും. ആവനാഴിയിൽ ധാരാളം ശരങ്ങളും കരുതിയിട്ടുണ്ടാവും. കൊച്ചുകുട്ടികളെ ആർട്ടിമസിന് വലിയ ഇഷ്ടമായിരുന്നു. കുട്ടികളുടെ ദേവതയാണവൾ. ആർട്ടിമസിന് ഈ അമ്പുകളും വില്ലും ലഭിച്ചതിനു പിന്നിൽ ഒരു കഥയുണ്ട്. അവൾക്ക് മൂന്നു വയസുള്ളപ്പോൾ പിതാവായ സ്യൂസ് ദേവന്റെ മടിയിൽ കയറി ഇരുന്നു. സ്യൂസ് ദേവൻ അവളെ വാത്സല്യത്തോടെ ചേർത്തുപിടിച്ചു. അപ്പോൾ കുട്ടിയായ ആർട്ടിമസ് പറയുകയാണ്: “അച്ഛാ എനിക്ക് ഒരു കാര്യം വേണം.” “എന്താണ് മോളേ പറയൂ...” അച്ഛൻ അവളുടെ മുഖത്തേക്ക് നോക്കി. ആർട്ടിമസ് പറഞ്ഞു: “എനിക്ക് ഒരു വില്ലും ഒരിക്കലും അമ്പൊഴിയാത്ത ഒരു ആവനാഴിയും വേണം.” കുട്ടിയുടെ ആഗ്രഹം കേട്ട് സ്യൂസ് ദേവൻ അമ്പരന്നു. “മോളേ നീ എന്താണ് പറയുന്നത്? ഇതൊക്കെ വലിയവർക്കുവേണ്ടിയുള്ളതല്ലേ?” പക്ഷേ അവൾ വിട്ടുകൊടുക്കാൻ തയാറായില്ല. അവ

സാനം ആർട്ടിമസിന്റെ വാശി തന്നെ ജയിച്ചു. അങ്ങനെ സ്യൂസ് ദേവന്റെ പ്രത്യേക വരത്താലാണ് ആർട്ടിമസിന് ഈ വില്ലും അമ്പുകളും ലഭിച്ചത്. അവളുടെ ആവശ്യം അവിടെയും നിന്നില്ല. എന്തൊക്കെയാണ് ആർട്ടിമസ് ദേവി പിതാവിനോട് വരമായി ചോദിച്ച് മേടിച്ചതെന്ന് കേൾക്കണ്ടേ. എപ്പോഴും പ്രകാശിക്കുന്ന ഒരു മുറി, ചുവപ്പു ഞൊറികളുള്ള ഒരു കുപ്പായം, നായാട്ടിന് പോകുമ്പോൾ ജലയാത്രയുടെ കാര്യങ്ങൾ നടത്തുവാനും വേട്ട നായ്ക്കൾക്ക് ഭക്ഷണം തയാറാക്കാനുമായി അറുപത് സാഗര കന്യകമാരും ക്രീറ്റിൽ നിന്ന് ഇരുപത് നദീദേവതമാരും. തീർന്നില്ല ആർട്ടിമസിന്റെ ഡിമാന്റുകൾ. ഗർഭിണികളുടെയും കൊച്ചുകുട്ടികളുടെയും ദേവതയായി തന്നെ നിയമിക്കണം. സ്യൂസ് ദേവൻ വലിയ കൗതുകത്തോടെയാണ് ആർട്ടിമസിന്റെ ഈ ആവശ്യങ്ങളെല്ലാം കേട്ടിരുന്നത്. എന്നിട്ട് പറഞ്ഞു: "മകളേ നീ പറഞ്ഞ എല്ലാ ആവശ്യങ്ങളും ഞാൻ നിറവേറ്റുന്നതാണ്. ഇന്നുമുതൽ നീ വെറും ആർട്ടിമസല്ല, ആർട്ടിമസ് ദേവിയാണ്. ഗർഭവതികളും കൊച്ചുകുട്ടികളും നിന്നോട് പ്രാർഥിക്കും. അവരുടെ ഐശ്വര്യത്തിനും ആരോഗ്യത്തിനും നീ കാവൽ നിൽക്കുക. സാഗര കന്യകമാരും നദീദേവതകളും നിന്നെ പരിചരിക്കും. മാത്രമല്ല രാജവീഥികളുടെയും തുറമുഖങ്ങളുടെയും രക്ഷകയായിരിക്കും നീ. മുപ്പതു നഗരങ്ങളുടെ അധികാരം ഞാൻ നിനക്ക് നൽകുന്നു."

പിതാവിന്റെ ഈ വാക്കുകൾ ആർട്ടിമസിനെ ഒരുപാട് സന്തോഷിപ്പിച്ചു. ദേവന്മാരുടെ ദേവനായ സ്യൂസ് ദേവന്റെ മകളായി ജനിച്ചതിൽ അവൾക്ക് ഏറെ അഭിമാനം തോന്നി.

ആർട്ടിമസ് നേരെ പോയത് ക്രീറ്റിലേക്കാണ്. അവിടെനിന്ന് അവൾ ധാരാളം ദേവതമാരെ തന്റെ പരിചാരികമാരായി തെരഞ്ഞെടുത്തു. കൊച്ചുകുട്ടിയാണ് ആർട്ടിമസ് എന്നോർക്കണം. അവൾ തെരഞ്ഞടുത്ത ദേവതമാരും കൊച്ചുകുട്ടികളായിരുന്നു. ആർട്ടിമസ് ദേവിയുടെ പരിചാരകമാരായി തങ്ങളുടെ കുട്ടികൾ തെരഞ്ഞെടുക്കപ്പെട്ടതിൽ അവരുടെ മാതാപിതാക്കൾ ഏറെ

സന്തോഷിച്ചു. അവർ സന്തോഷാശ്രുക്കൾ പൊഴിച്ചുകൊണ്ട് തങ്ങളുടെ കുട്ടികളെ ആർട്ടിമസ് ദേവതയോടൊപ്പം പോകാൻ അനുവദിച്ചു.

ഹെഫേസ്റ്റസ് ദേവൻ ആർട്ടിമസിനെ ലിപ്പാറാ ദ്വീപിലേക്ക് ക്ഷണിച്ചു. ഉടൻതന്നെ ആർട്ടിമസ് ദേവിയും പരിവാരങ്ങളും അങ്ങോട്ട് യാത്ര തിരിച്ചു. അവിടെ പോസിഡോൺ ദേവന്റെ കുതിരകളെ പരിചരിക്കുന്ന ദുഷ്ടനായ ഒരാളുണ്ടായിരുന്നു. ബ്രോണ്ടസ് എന്നായിരുന്നു അയാളുടെ പേര്. ബ്രോണ്ടസിന് കൊച്ചുകുട്ടികളെ ഉപദ്രവിക്കുന്ന സ്വഭാവം ഉണ്ടായിരുന്നു. അയാളുടെ ആ സ്വഭാവം ആർട്ടിമസ് ദേവിയോടും കാണിച്ചു. അവൾ അയാളുടെ നെഞ്ചിലെ രോമം പിഴുതെടുത്തുകളഞ്ഞു. വേദന കൊണ്ട് നിലവിളിച്ച് ബ്രോണ്ടസ് അങ്ങോട്ടുമിങ്ങോട്ടും ഓടി. ഇതുകണ്ട് ആ ദ്വീപിലുള്ള കൊച്ചുകൂട്ടുകാർ കൈകൊട്ടിച്ചിരിച്ചു. ആ ദുഷ്ടന് അങ്ങനെതന്നെ വരണമെന്ന് അവർ സന്തോഷത്തോടെ പറയുന്നുണ്ടായിരുന്നു. ബ്രോണ്ടസിന് ഇത് നാണക്കേടായിത്തീർന്നു. അയാളുടെ മരണം വരെ നെഞ്ചിൽ രോമം വളർന്നില്ല. പിന്നീടൊരിക്കലും ബ്രോണ്ടസ് കൊച്ചുകുട്ടികളെ ഉപദ്രവിച്ചിട്ടില്ല. അതുവരെ കുട്ടികൾ കരയുമ്പോൾ കരച്ചിൽ നിർത്താനായി അവരുടെ അമ്മമാർ ഇങ്ങനെ പറയുമായിരുന്നു: “കരച്ചിൽ നിർത്തിക്കോ, അല്ലെങ്കിൽ നിന്നെ ബ്രോണ്ടസിന് കൊടുക്കും.” അപ്പോൾ കുട്ടികൾ പേടിച്ച് കരച്ചിൽ നിർത്തുമായിരുന്നു. പക്ഷേ ആർട്ടിമസ് ദേവി ബ്രോണ്ടസിനെ കൈകാര്യം ചെയ്തതു മുതൽ കുട്ടികളെ ആ പേരു പറഞ്ഞ് പേടിപ്പിക്കാൻ കഴിയാതെയായി. ഏതെങ്കിലും അമ്മ അറിയാതെ ബ്രോണ്ടസിന്റെ പേരു പറഞ്ഞു പേടിപ്പിക്കാൻ നോക്കിയാൽ കുട്ടികൾ കരച്ചിൽ നിർത്തി ചിരിക്കാൻ തുടങ്ങും. ഏതായാലും കരച്ചിൽ മാറിക്കിട്ടുമല്ലോ. നല്ലതു തന്നെ. അങ്ങനെ ആർട്ടിമസ് ദേവി കുട്ടികൾക്ക് എന്നും പ്രിയപ്പെട്ടവളായി.

ആർട്ടിമസ് ദേവി നല്ലൊരു നായാട്ടുകാരിയാണെന്ന് പ്രത്യേകം പറയേണ്ടതില്ലല്ലോ. വില്ലും ആവനാഴിയൊഴിയാത്ത

അമ്പുകളും അവളുടെ പക്കൽ എപ്പോഴും ഉണ്ടാകും. പാൻ ദേവന്റെ അടുത്തേക്കാണ് ആർട്ടിമസ് ദേവിയും പരിവാരങ്ങളും പിന്നീട് പോയത്. അദ്ദേഹം നല്ല ചില വേട്ടപ്പട്ടികളെ ആർട്ടിമസ് ദേവിക്ക് സമ്മാനിച്ചു. സിംഹത്തെപ്പോലും അതിന്റെ ഗുഹയിൽക്കയറി പിടിച്ചുകൊണ്ടുവരാൻ കഴിയുന്ന പട്ടികളായിരുന്നു അത്.

ഇതിനിടയിലാണ് തേറ്റിസ് ദേവിയുടെ മകൻ അൽഫേവൂസിന് ആർട്ടിമസ് ദേവിയോട് ഇഷ്ടം തോന്നുന്നത്. അവൻ ഒരു നദീദേവനായിരുന്നു. അയാൾ ആർട്ടിമസിന്റെ തോഴിമാരോട് തന്റെ ഇഷ്ടം പറഞ്ഞു. അവർ പറഞ്ഞു: "മോനെ നിന്റെ ആഗ്രഹങ്ങ് മനസിൽ വച്ചാൽ മതി. കാരണം അവിവാഹിതയായി കഴിയാനുള്ള വരം സ്യൂസ് ദേവനോട് സ്വമനസാലെ വാങ്ങിച്ചവളാണ് ആർട്ടിമസ് ദേവി. അവളുടെ അടുത്ത് നിങ്ങളുടെ ആഗ്രഹം നടക്കാൻ പോകുന്നില്ല."

പക്ഷേ നദീദേവനുണ്ടോ അതു കേൾക്കുന്നു. അയാൾ അവർ പറഞ്ഞതൊന്നും ചെവിക്കൊണ്ടില്ല. എന്നാൽ ഇവനിട്ട് ഒരു പണികൊടുക്കാമെന്ന് തോഴിമാരും തീരുമാനിച്ചു. അവർ ആർട്ടിമസിനോട് ഈ വിവരങ്ങളെല്ലാം പറഞ്ഞുകൊടുത്തു. ആർട്ടിമസിന്റെ നിർദേശ പ്രകാരം അവർ ഒരു സൂത്രമൊപ്പിച്ചു.

ആർട്ടിമസ് കുറെ കളിമണ്ണെടുത്ത് തന്റെയും തോഴിമാരുടെയും മുഖത്തു പൂശി. എന്നിട്ട് അൽഫേവൂസ് വരുന്നതും കാത്തുനിന്നു. അതാ അയാൾ ആർട്ടിമസിനെ അന്വേഷിച്ച് വരുന്നുണ്ട്. "ഇതോടെ അവൻ ഓടണം." അവർ പറഞ്ഞു. ആൽഫേവൂസ് അടുത്തെത്തിയപ്പോൾ തോഴിമാരും ആർട്ടിമസും ഉൾപ്പെടെയുള്ളവർ ഇങ്ങനെ പറഞ്ഞു: "നീ അന്വേഷിക്കുന്ന ആർട്ടിമസ് ദേവി ഇക്കൂട്ടത്തിലുണ്ട്. നിനക്ക് മിടുക്കുണ്ടെങ്കിൽ കണ്ടുപിടിച്ചുകൊള്ളുക. അതിന് കഴിയില്ലെങ്കിൽ ഈ പ്രദേശത്തുപോലും നിന്നെ കാണരുത്."

ആൽഫേവൂസ് എല്ലാവരുടെ മുഖത്തും സൂക്ഷിച്ചുനോക്കി. പക്ഷേ കളിമണ്ണ് പുതച്ചിരിക്കുന്നതുകാരണം അവന് ദേവിയെ തിരിച്ചറിയാൻ കഴിഞ്ഞില്ല. കുറെ നേരം കളിമൺമുഖങ്ങളുടെ

വായ നോക്കിനിന്നിട്ട് അവൻ അവിടെനിന്ന് സ്ഥലം വിട്ടു. തോഴിമാർക്കും ആർട്ടിമസ് ദേവിക്കും ചിരിക്കാനുള്ള വകയായി എന്നു പറഞ്ഞാൽ മതിയല്ലോ.

കുട്ടികളുടെ നിഷ്കളങ്കതയും പോരാട്ടത്തിന്റെ വീര്യവും ഒരു പോലെ സമന്വയിച്ച ആർട്ടിമസ് ദേവി എല്ലാവരുടെയും വാത്സല്യനിധിയായിരുന്നു. സ്യൂസ്ദേവൻ തന്റെ പുത്രയുടെ സാമർത്ഥ്യത്തിൽ ഏറെ അഭിമാനംകൊണ്ടു.

സ്വർഗത്തിലെ ശിൽപ്പി

സ്വർഗത്തിലെ ശിൽപ്പിയായ ഹെഫേസ്റ്റസ് ദേവനെ ഇനി പരിചയപ്പെടാം. ഹീരാദേവിയുടെ പുത്രനാണ് ഈ അനുഗൃഹീത കലാകരൻ. പാവം, വളരെ മെലിഞ്ഞ ശരീരമായിരുന്നു ഹെഫേസ്റ്റസിന്. അതുകൊണ്ട് തന്നെ അമ്മയായ ഹീരാദേവിക്ക് ഈ മകനെ കണ്ണെടുത്താൽ കണ്ടുകൂടായിരുന്നു. ഒരു മകൻ മെലിഞ്ഞിരിക്കുന്നതുകൊണ്ട് അത് തന്റെ മകനല്ലാതാവുമോ. പക്ഷേ ഹീരാദേവി അങ്ങനെയല്ല ചിന്തിച്ചത്. ദേവന്മാരുടെ ദേവനായ സ്യൂസ് ദേവന്റെ ഭാര്യയായ തന്റെ വയറ്റിൽ; നരുന്തുപോലത്തെ കുഞ്ഞ് എങ്ങനെ പിറന്നു. ഇവൻ നമുക്ക് അപമാനമാണ്. അതുകൊണ്ട് ഈ കുട്ടിയെ ആരുമറിയാതെ അങ്ങ് കൊന്നു കളഞ്ഞേക്കാം എന്ന് ഹീരാദേവി തീരുമാനിച്ചു.

സ്യൂസ് ദേവനെങ്ങാനും ഇതറിഞ്ഞാൽ തലപോകുന്ന കാര്യമാണ്. പക്ഷേ ഈ കുട്ടി തനിക്ക് അപമാനം മാത്രമേ വരുത്തിവയ്ക്കൂ എന്നുറപ്പാണ്. പൊങ്ങച്ചക്കാരിയായ ഹീരാദേവിയുടെ ഈ ചിന്തകൾ ഒരമ്മയ്ക്കും ഉണ്ടാകാൻ പാടില്ലാത്തതാണ്.

ആ പാവം കുട്ടിയെ ഹീരാദേവി ഒളിമ്പസ് മലയുടെ മുകളിൽനിന്ന് താഴേക്ക് വലിച്ചെറിഞ്ഞു. ഇതോടെ തന്നെ അപമാനിക്കുവാൻ ജനിച്ച ആ കുട്ടിയുടെ ശല്യം തീർന്നെന്നു കരുതി ഹീരാദേവി മലയിറങ്ങി.

എന്നാൽ ഭാഗ്യമെന്നേ പറയേണ്ടൂ. ആ കുട്ടി കടലിലാണ്

ചെന്നുവീണത്. സമുദ്രദേവതകളായ തേറ്റിസും യൂറിനോമും അവരുടെ കൈകളിൽ ആ പിഞ്ചുപൈതലിനെ താങ്ങിയെടുത്തു. സമുദ്രദേവതമാർ കൊച്ചു ഹെഫേസ്റ്റസിനെയും കൊണ്ട് സമുദ്രത്തിലെ കൊട്ടാരത്തിലേക്കു പോയി. ഒരു രാജകുമാരനെപ്പോലെ അവർ അവനെ വളർത്തി.

ദേവന്മാരിലെ ആദ്യത്തെ ശിൽപ്പിയാണ് ഹെഫേസ്റ്റസ്. തേറ്റിസിനും യൂറിനോമയ്ക്കും വേണ്ടി ശിൽപ്പഭംഗിയുള്ള ആഭരണങ്ങൾ അവൻ നിർമ്മിച്ചുനൽകി. ശിൽപ്പികളുടെ രാജാവായി അവൻ അവിടെ സസന്തോഷം കഴിഞ്ഞു. ഒരിക്കൽ സവിശേഷമായ രത്നം പതിച്ച ഒരു ആഭരണം ഹെഫേസ്റ്റസ് തേറ്റിസ് ദേവിക്ക് നിർമിച്ചുനൽകി. അവർ അതണിഞ്ഞുകൊണ്ട് ഒളിമ്പസിലെത്തി.

ഒളിമ്പസിലെത്തിയ ഹീരാദേവി ഈ വിശേഷപ്പെട്ട ആഭരണം കണ്ടു. എന്തൊരു ഭംഗിയാണിതിന്! ഇതുവരെ അത്തരമൊന്ന് അവർ കണ്ടിട്ടില്ലായിരുന്നു. അവർ തേറ്റിസ് ദേവിയോട് ചോദിച്ചു: "ദേവന്മാരുടെ ദേവനായ സ്യൂസ് ദേവന്റെ പത്നിയാണ് ഞാൻ. ഞാൻ പോലും ഇത്രയ്ക്ക് മനോഹരമായ ആഭരണം കണ്ടിട്ടില്ല. തേറ്റിസ് ഇതാരാണ് നിർമിച്ചത്? ആരായാലും ഇതു നിർമിച്ചവൻ വലിയ കലാകാരൻ തന്നെ." തേറ്റിസ് ഒന്നും മിണ്ടിയില്ല. അപ്പോൾ ഹീരാദേവി ആരാണ് ഇത് പണികഴിപ്പിച്ചതെന്ന് ചോദിച്ച് നിരന്തരം ശല്യപ്പെടുത്താൻ തുടങ്ങി. അവസാനം തേറ്റിസ് ദേവി ഹീരാദേവിയോട് പറഞ്ഞു. "ഞാൻ നിങ്ങളെ ഒരു സ്ഥലം വരെ കൊണ്ടുപോകാം. എന്റെ കൂടെ വരൂ." അങ്ങനെ ഹീരാദേവിയെയും കൊണ്ട് തേറ്റിസ് ദേവി ഒളിമ്പസ് മലയുടെ മുകളിലേക്ക് പോയി. ഹീരാദേവിയുടെ മനസിൽ അസ്വസ്ഥകൾ മുളപൊട്ടാൻ തുടങ്ങി. ഇവിടെ നിന്നാണ് താൻ ആരുമറിയാതെ തന്റെ വയറ്റിൽ പിറന്ന കുഞ്ഞിനെ നിഷ്കരുണം താഴേക്ക് വലിച്ചെറിഞ്ഞത്. അവർ വല്ലാതെ വിയർക്കുവാൻ തുടങ്ങി. "എന്തുപറ്റി? നിങ്ങൾ വല്ലാതെ വിയർക്കുന്നുണ്ടല്ലോ?" തേറ്റിസ് ദേവി ചോദിച്ചു. "ഏയ് ഒന്നുമല്ല." ഹീരാദേവി പറഞ്ഞു. "ശരി ഒന്നുമില്ലെങ്കിൽ വേണ്ട. ഈ ആഭരണങ്ങൾ പണിതത് ആരാണെന്നല്ലേ നിങ്ങൾ ചോദിച്ചത്. അതിനുള്ള ഉത്തരം ഈ ഒളിമ്പസ് മലയുടെ മുകളിൽനിന്ന് തരണമെന്നെനിക്കു തോന്നി. ശരി

ഞാൻ പറയാം. ശിൽപ്പികളുടെ ചക്രവർത്തിയായ ഹെഫേസ്റ്റസാണ് ഈ വിശേഷപ്പെട്ട ആഭരണം നിർമിച്ചത്. അവൻ സ്വർഗത്തിലെ ശിൽപ്പികൂടിയാണ്. അവനു വേണ്ടി ഞാൻ ഇവിടെ ഒരു പണിശാല തുറക്കുകയാണ്." ഹീരാദേവി ഇതു കേട്ടതും ബോധരഹിതയായില്ല എന്നേ ഉള്ളൂ.

തേറ്റിസ് ദേവി പറഞ്ഞതുപോലെ ഒളിമ്പസ് മലമുകളിൽ ഹെഫേസ്റ്റസിനായി ഒരു പണിശാല തുറക്കപ്പെട്ടു. ദേവലോകം അവന്റെ കരവിരുതിൽ വിസ്മയംകൊണ്ടു. അവർ അവനെ സ്നേഹിക്കുകയും ബഹുമാനിക്കുകയും ചെയ്തു. ദേവീദേവന്മാരുടെ ആഭരണക്കൊതി ഇതോടെ തീർന്നു കിട്ടിയെന്നു പറഞ്ഞാൽ മതിയല്ലോ. ഇതുവരെ ആരും കാണാത്ത ഡിസൈനുകളുള്ള ആഭരണങ്ങൾ ഹെഫേസ്റ്റസ് അവർക്കുവേണ്ടി നിർമിച്ചുകൊണ്ടിരുന്നു.

ഒരുദിവസം അവന്റെ പോറ്റമ്മയായ തേറ്റിസ് ദേവി ദേവലോകത്തെത്തി. ഹീരാദേവിയടക്കം എല്ലാവരും രാജസദസിലുണ്ടായിരുന്നു. തേറ്റിസ് ദേവി പറഞ്ഞു: "നിങ്ങൾ സ്നേഹിക്കുകയും ആദരിക്കുകയും ചെയ്യുന്ന ഹെഫേസ്റ്റസ് എന്റെ മകനാണെന്നാണ് നിങ്ങൾ കരുതുന്നത്. എന്നാൽ അത് തെറ്റാണ്. ഞാനാണ് അവനെ വളർത്തിയെന്നത് ശരിയാണ്. പക്ഷേ അവനെ പ്രസവിച്ച അവന്റെ യഥാർഥ അമ്മ ഈ ദേവസദസിലുണ്ടെന്നതാണ് സത്യം. എല്ലാവരും അമ്പരന്നു. "ഈ സദസിലോ? അതാരാണ്? പറയൂ തേറ്റിസ് ദേവി."

ഹീരാദേവി ഇതുകേട്ട് നടുങ്ങി. തേറ്റിസ് ദേവിക്ക് എല്ലാം അറിയാം. തന്നെ ഒളിമ്പസ് മലയിലേക്ക് കൊണ്ടുപോയപ്പോഴേ തനിക്കത് മനസിലായതാണ്. ഇതോടെ എല്ലാം തീർന്നു. ദേവീദേവന്മാരുടെ ബഹളങ്ങൾക്കിടയിൽ തേറ്റിസ് ദേവി ആ പേരു പറഞ്ഞു. എല്ലാവരും അതിശയത്തോടെ ഹീരാദേവിയുടെ മുഖത്തേക്ക് നോക്കി. അവർ ലജ്ജിച്ച് താലതാഴ്ത്തി നിൽക്കുകയായിരുന്നു. ഉണ്ടായ സംഭവങ്ങൾ മുഴുവൻ ഹീരാദേവിക്ക് ദേവസദസിൽ പറയേണ്ടിവന്നു.

ഏതായാലും നടന്നതു നടന്നു. ഇനിയെങ്കിലും ഹീരാദേവി തന്റെ പുത്രനെ അംഗീകരിക്കുകയും സ്നേഹിക്കുകയും വേണ

മെന്ന അഭിപ്രായമായിരുന്നു ഭൂരിഭാഗം പേർക്കുമുണ്ടായിരുന്നത്.

ഹീരാദേവി നിറകണ്ണുകളോടെ തന്റെ മകനെ ആശ്ലേഷിച്ചു. ഈ കാഴ്ചകണ്ട എല്ലാവരുടെയും കണ്ണുനിറഞ്ഞു. തന്റെ കടമ ഭംഗിയായി നിർവഹിച്ച തേറ്റിസ് ദേവി സമുദ്രത്തിലെ കൊട്ടാരത്തിലേക്ക് യാത്രയായി.

ഹെഫേസ്റ്റസ് ദേവലോകത്ത് അതിവിശിഷ്ടങ്ങളായ നിരവധി സാമഗ്രികൾ ഉണ്ടാക്കി. എല്ലാവരുടെയും പ്രശംസയ്ക്ക് പാത്രമായി. ഒരിക്കൽ അയാൾ പ്രത്യേക തരത്തിലുള്ള മേശകൾ ഉണ്ടാക്കി. മൂന്നു കാലുകളെ മേശയ്ക്കുണ്ടായിരുന്നുള്ളൂ. ഈ മേശയുടെ കാലുകളിൽ സ്വർണം കൊണ്ടുള്ള ചക്രങ്ങൾ ഘടിപ്പിച്ചു. ഓടി നടക്കുന്ന മേശയായിരുന്നു അത്. നമുക്കിഷ്ടമുള്ളിടത്തേക്കെല്ലാം മേശയെ കൊണ്ടുപോകാൻ അതുകൊണ്ട് യാതൊരു പ്രയാസവുമുണ്ടായിരുന്നില്ല.

സ്വർണം കൊണ്ട് അതിസുന്ദരിയായ ഒരു സ്ത്രീയുടെ ശില്പവും അയാൾ നിർമ്മിച്ചു. ജീവനുള്ളവരെപ്പോലെ സംസാരിക്കുവാനും നടക്കുവാനും ജോലികൾ ചെയ്യുവാനും ആ സ്വർണശില്പത്തിന് കഴിയുമായിരുന്നു. ഇത്തരം നിരവധി ശില്പങ്ങൾക്ക് ദേവലോകത്തിൽ ആവശ്യക്കാരേറെയായിരുന്നു. അവരെയൊന്നും ഹെഫേസ്റ്റസ് നിരാശപ്പെടുത്തിയില്ല. അങ്ങനെ മഹാനായ ഈ ദേവശിൽപ്പിയുടെ കരവിരുതിൽ ജീവനുണ്ടെന്നു തോന്നിക്കുന്ന ധാരാളം സ്വർണശില്പങ്ങൾ ദേവലോകത്തുണ്ടായി.

അഥീനിദേവി

ഗ്രീക്കുപുരാണത്തിലെ പ്രശസ്തയായ ദേവിയാണ് അഥീനിദേവി. സൗന്ദര്യത്തിൽ അവരെ വെല്ലാൻ ദേവലോകത്ത് ആരുമില്ല. സദ്ഗുണസമ്പന്നയാണ് അഥീനിദേവി. കലയുടെ ദേവ തയാണവർ. നാം ഇന്നു കാണുന്ന പല സംഗീതോപകരണ ങ്ങളും കാർഷികോപകരണങ്ങളും അഥീനിദേവി നിർമിച്ചതാണു പോലും. ഓടക്കുഴൽ, ചെണ്ട എന്നിവയുടെ ഉപജ്ഞാതാവാണ വർ. കലപ്പയും രഥവും കടിഞ്ഞാണും എന്നുവേണ്ട, കപ്പൽവരെ അവരുടെ സൃഷ്ടിയാണത്രേ.

തയ്യൽ വിദ്യയിലും അഥീനിദേവി തന്റെ പാടവം തെളിയി ച്ചിട്ടുണ്ട്. യുദ്ധത്തിന്റെ ദേവതയായും അഥീനിദേവി അറിയപ്പെ ടുന്നു. പക്ഷേ സമാധാനത്തിനുവേണ്ടിയാണ് അവർ നിലകൊ ള്ളുന്നത്. കരുണാമയയായ അഥീനിദേവിയെ പ്രാർഥിച്ചുകൊ ണ്ടാണ് സമാധാനപ്രേമികളും യുദ്ധവീരന്മാരും കപ്പിത്താന്മാരും തങ്ങളുടെ കർത്തവ്യങ്ങൾ ഏറ്റെടുക്കുന്നത്. നീതിയുടെ ഒപ്പം മാത്രമേ അഥീനിദേവിയെ നമുക്ക് കാണാൻ കഴിയൂ.

പലരും അഥീനിദേവിയെ വിവാഹം കഴിക്കാൻ ആഗ്രഹി ച്ചിരുന്നു. എന്നാൽ അവരെയെല്ലാം നിരാശരാക്കി മടക്കി അയക്കു കയാണ് ദേവി ചെയ്തത്. ട്രോജൻ യുദ്ധം നടക്കുന്ന വേളയിൽ

അഥീനിക്ക് വിശേഷപ്പെട്ട അമ്പുകളും വില്ലുകളും ആവശ്യമായി വന്നു. സ്വർഗത്തിലെ നമ്മുടെ ശിൽപ്പിയുണ്ടല്ലോ, ഹെഫേസ്റ്റസ്. അഥീനി നേരെ അയാളുടെ അടുത്തു ചെന്ന് ആവശ്യമറിയിച്ചു. "അതിനെന്താ എപ്പോഴാണ് വേണ്ടതെന്ന് അറിയിച്ചാലും", ശിൽപ്പി സന്തോഷത്തോടെ സമ്മതം അറിയിച്ചു. "അങ്ങേയ്ക്ക് എന്തുപ്രതിഫലം വേണമെങ്കിലും തരാം. ഉടൻതന്നെ എനിക്കത് തന്നാൽ ഉപകാരമായി." അഥീനിദേവിയുടെ വാക്കുകൾ കേട്ട ഹെഫേസ്റ്റസ് പറഞ്ഞു: "അയ്യോ അഥീനിദേവിയോട് ഞാൻ പ്രതിഫലം ചോദിക്കുകയോ, എനിക്ക് ദേവിയുടെ സ്നേഹം മാത്രം മതി." അഥീനി ദേവി അത് കേട്ട് പുഞ്ചിരിച്ചു.

രണ്ടുമൂന്നു ദിവസത്തിനുശേഷം അഥീനിദേവി ഹെഫേസ്റ്റസിന്റെ പണിശാലയിലെത്തി. അയാൾ ഉലയിൽ തനിക്കാവശ്യമായ വില്ലും ശരങ്ങളും ഉണ്ടാക്കുന്നത് കണ്ടുകൊണ്ടിരിക്കുകയായിരുന്നു അഥീനിദേവി. പെട്ടെന്ന് യാതൊരു പ്രകോപനവുമില്ലാതെ ഹെഫേസ്റ്റസ് ദേവിയെ കടന്നു പിടിച്ചു. അഥീനിദേവി ഒട്ടും പ്രതീക്ഷിച്ചതായിരുന്നില്ല ഇത്. അവർ അയാളെ ശപിച്ചു. അയാളുടെ പാപത്തിന്റെ ഫലം ഏൽക്കേണ്ടിവന്നത് ഭൂമീദേവിക്കാണ്. ഹെഫേസ്റ്റസിന്റെ വിചിത്രമായ ഒരു കുട്ടിയെ ഭൂമിദേവിക്ക് പ്രസവിക്കേണ്ടി വന്നു. പകുതി സർപ്പവും പകുതി മനുഷ്യരൂപവുമുള്ള ഒരു കുട്ടി. അവന്റെ പേര് എറിക്ത്തോണിയോസ് എന്നായിരുന്നു.

പിന്നീട് എറിക്ത്തോണിയോസിന്റെ രക്ഷകർതൃത്വം അഥീനിദേവി ഏറ്റെടുത്തു. എന്നാൽ ഇതുവരെ വിവാഹം കഴിക്കാത്ത തനിക്ക് ഒരു കുട്ടിയെ പരസ്യമായി പോറ്റിയാൽ ഉണ്ടാകുന്ന അപമാന ഭയം നിമിത്തം അവർ കുട്ടിയെ ഒരു പേടകത്തിനകത്താക്കി ഭൂമിദേവിയുടെ മകൻ സിറോപ്സ് ഭരിക്കുന്ന ആറ്റിക്കാ രാജ്യത്തേക്ക് ചെന്നു. അഥീനിയുടെ വലിയൊരു ആരാധകനായിരുന്നു സിറോപ്സ്. താൻ എന്നും പ്രാർഥിക്കുന്ന സാക്ഷാൽ അഥീനിദേവിയെ കൺമുമ്പിൽ കണ്ടപ്പോൾ രാജാവ് അത്ഭുതത്തിലും സന്തോഷത്തിലും മതിമറന്നു പോയി.

"ദേവീ ഞാൻ അവിടുത്തേക്കായി എന്താണ് ചെയ്യേണ്ടത്,

കൽപ്പിച്ചാലും" എന്നു പറഞ്ഞുകൊണ്ട് ദേവിയുടെ മുമ്പിൽ മുട്ടു കുത്തി രാജാവ് നമസ്കരിച്ചു.

അഥീനി പറഞ്ഞു. "ഒന്നും വേണ്ട നിന്റെ പുത്രി അഗ്ലാവു റോസയെ എനിക്കൊന്നു കാണണം." "എന്റെ മകളുടെ ഭാഗ്യം." രാജാവ് പറഞ്ഞു. അഗ്ലാവുറോസയും അഥീനിദേവിയുടെ വലി യൊരു ആരാധികയായിരുന്നു. തന്റെ മുമ്പിൽ പ്രത്യക്ഷയായ ദേവിയെക്കണ്ട് അവൾക്ക് അത് സ്വപ്നമാണെന്നാണ് ആദ്യം തോന്നിയത്. "റോസാ നീ എനിക്കുവേണ്ടി ഒരു സഹായം ചെയ്യ ണം." ദേവി പറഞ്ഞു. "ഞാൻ എന്തിനും തയാറാണ് ദേവി." അവൾ ദേവിക്കുമുമ്പിൽ മുട്ടുകുത്തി കൂപ്പുകൈകളുമായി നിന്നു. തന്റെ കൈവശമുണ്ടായിരുന്ന പെട്ടി അഥീനിദേവി അഗ്ലാവുറോ സയെ ഏൽപ്പിച്ചു, എന്നിട്ട് പറഞ്ഞു: "നീ എനിക്കുവേണ്ടി ഈ പെട്ടി ഇവിടെ സൂക്ഷിക്കണം. ഒരിക്കലും ഇതെന്താണെന്ന് എന്നോട് ചോദിക്കുകയോ തുറക്കുകയോ ചെയ്യരുത്. ആരെങ്കിലും ചോദിച്ചാൽ നീ ഒന്നും പറയാൻ പോകണ്ട. നീ എവിടെ പോയാലും ഈ പെട്ടി നിന്റെ കൈയിൽ തന്നെ ഇരി ക്കണം. താഴെവച്ചാൽ ആരെങ്കിലും അത് കൈവശപ്പെടുത്തു കയോ തുറന്നു നോക്കുകയോ ചെയ്യാം. ഞാൻ പറഞ്ഞതെല്ലാം നീ ശ്രദ്ധിച്ചുകേട്ടല്ലോ?"

അഥീനിദേവിയുടെ ഈ പെട്ടി സൂക്ഷിക്കാൻ തന്നെ തെര ഞ്ഞടുത്തിൽ താൻ ഭാഗ്യവതിയും അനുഗൃഹീതയുമാണെന്ന് അഗ്ലാവുറോസ ദേവിയെ അറിയിച്ചു.

എവിടെ പോകുമ്പോഴും അവൾ അഥീനിദേവി തന്ന ആ പെട്ടിയും കൂടെ കൊണ്ടുപോകും. ഒരിക്കൽ അഗ്ലാവുറോസയും സഹോദരിമാരും ഒരു ഉത്സവത്തിൽ പങ്കെടുത്ത് മടങ്ങിപ്പോവു കയായിരുന്നു. അപ്പോഴാണ് ഹെർമസ് ദേവൻ ആ വഴിവന്നത്. ദേവൻ അഗ്ലാവുറോസയെ രഹസ്യമായി വിളിച്ച് അവളുടെ സഹോദരി ഹെർസിയയെ ഇഷ്ടമാണെന്ന് പറഞ്ഞു. തന്റെ സഹോദരിയെ ഇഷ്ടപ്പെടുന്നതിൽ റോസയ്ക്ക് ഹെർമസി നോടും ഹെർസിയയോടും അസൂയതോന്നി. ഹെർമസ് ദേവന്റെ ഇഷ്ടം അവൾ സഹോദരിയിൽനിന്ന് മറച്ചു വച്ചു.

അഗ്ലാവുറോസ ഹെർസിയയോട് തന്റെ ഇഷ്ടം പറഞ്ഞിരിക്കുമെന്നാണ് ഹെർമസ് ദേവൻ വിചാരിച്ചത്. പക്ഷേ, അവൾ അസൂയകൊണ്ട് അക്കാര്യം പറഞ്ഞില്ല എന്നു മനസിലാക്കിയ ഹെർമസ് ദേവൻ അഗ്ലാവുറോസയെ ശപിച്ചു ശിലയാക്കിക്കളഞ്ഞു.

അവളുടെ കൈയിൽ അപ്പോഴും അഥീനിദേവിയുടെ പെട്ടിയുണ്ടായിരുന്നു. റോസയുടെ അമ്മയും സഹോദരനും അവൾ ശിലയായി നിൽക്കുന്നതുകണ്ട് ഉറക്കെ കരഞ്ഞു. സഹോദരനാണ് അവളുടെ കൈയിലുള്ള പെട്ടി കണ്ടത്. അമ്മയും അയാളും ആ പെട്ടിയുടെ താക്കോൽ സുഷിരത്തിലൂടെ നോക്കി. അവർ കണ്ട കാഴ്ച ഭയപ്പെടുത്തുന്നതായിരുന്നു. സർപ്പത്തിന്റെ ഉടലും മനുഷ്യന്റെ തലയുമുള്ള ഒരു വിചിത്രജീവി അതിനുള്ളിൽ കിടക്കുന്നു. അവർ ഭയന്നു നിലവിളിച്ചു എങ്ങോട്ടെന്നില്ലാതെ ഓടിപ്പോയി. പിന്നീടൊരിക്കലും അവർ ആ നാട്ടിൽ കാലുകുത്തിയിട്ടില്ല.

ഒരു കാക്കയാണ് ഈ വിവരങ്ങളെല്ലാം അഥീനിദേവിയെ അറിയിച്ചത്. അന്നുവരെ കാക്കകളുടെ നിറം വെള്ളയായിരുന്നത്രേ. ഈ ദുരന്ത വാർത്തകൾ തന്നെ അറിയിച്ച കാക്കയെ നോക്കി ദേവി ശപിച്ചു. "തൂവെള്ള നിറവുമായി വന്ന് എന്നെ ഈ ദുരന്ത വാർത്തകൾ അറിയിച്ച നിന്റെ നിറം കറുത്തുപോകട്ടെ" അന്നുമുതലാണ് കാക്കയ്ക്ക് കറുത്ത നിറം കിട്ടിയതെന്ന് ഗ്രീക്കു പുരാണം പറയുന്നു.

അഥീനിദേവി നേരെ പോയത് ശിലയായിത്തീർന്ന അഗ്ലാവുറോസയുടെ അടുത്തേക്കാണ്. അവളുടെ കൈയിൽ താൻ ഏൽപ്പിച്ച പെട്ടി ഭദ്രമാണെന്നറിഞ്ഞപ്പോൾ ദേവി സന്തോഷിച്ചു. അവർ ആ പെട്ടി ആ ശിലാപ്രതിമയിൽനിന്ന് പതുക്കെ വേർപെടുത്തി എടുത്തു. എന്നിട്ട് മെല്ലെ ആ പെട്ടി തുറന്നു. ഭൂമീദേവിയുടെ മകനായ പാതി സർപ്പവും പാതി മനുഷ്യനുമായ എറിക്ത്തോണിയോസ് മെല്ലെ പുറത്തുവന്നു. പിന്നീട് അവനെ വളർത്തിയത് അഥീനിദേവിതന്നെയാണ്.

പിന്നീട് എറിക്ത്തോണിയോസ് ഏതൻസിലെ രാജാവായി.

അദ്ദേഹമാണ് ഏതൻസിൽ അഥീനിദേവിയുടെ ആരാധനാലയങ്ങൾ പണികഴിപ്പിച്ചത്. വെള്ളി എന്ന ലോഹത്തിന്റെ ഉപയോഗം മനുഷ്യരെ പഠിപ്പിച്ചതും എറിക്ത്തോണിയോസാണെന്ന് വിശ്വസിക്കപ്പെടുന്നു.

ഗ്രീക്കു പുരാണത്തിലെ തിളക്കമാർന്ന കഥാപാത്രമാണ് അഥീനിദേവി. ഇനിയുള്ള പല കഥകളിലും അവരുടെ സാന്നിധ്യം നമുക്കു കാണാനാവും.

ഡൈനീഷ്യസ് ദേവനും ടൈറ്റാന്മാരും

ഡൈനീഷ്യസ് ദേവന്റെ കഥയാവാം ഇനി. ദേവന്മാരുടെ അധിപനായ സ്യൂസ് ദേവന്റെ പുത്രനാണ് ഡൈനീഷ്യസ്. സ്യൂസ് ദേവന്റെ തുടയിൽ നിന്നാണത്രേ ഡൈനീഷ്യസ് ജനിച്ചത്. ഇത് സ്യൂസിന്റെ പത്നിയായ ഹീരാദേവിക്ക് ഇഷ്ടപ്പെട്ടില്ല. ഈ കുട്ടിയെ എങ്ങനെയെങ്കിലും നശിപ്പിക്കണമെന്ന് അവർ വിചാരിച്ചു. സ്യൂസ് ദേവനറിയാതെ വേണം ഇതു ചെയ്യാൻ. അതിനായി രാക്ഷസന്മാരായ ടൈറ്റാന്മാരെ ഹീരാദേവി നിയോഗിച്ചു.

തന്നെ വധിക്കാൻ പാഞ്ഞടുക്കുന്ന ടൈറ്റാന്മാരെ കണ്ട് ഡൈനീഷ്യസ് രൂപം മാറി രക്ഷപ്പെടാൻ ശ്രമിച്ചു. തലയിൽ കൊമ്പുകളും വിഷം ചീറ്റുന്ന സർപ്പങ്ങളുമൊക്കെയുള്ള ഒരു സത്വമായി അവൻ വേഷം മാറിയെങ്കിലും ടൈറ്റാന്മാരുടെ ചീറി വരുന്ന അമ്പുകൾ ആ കുട്ടിയുടെ ജീവനെടുത്തുകളഞ്ഞു. ടൈറ്റാന്മാർ കുട്ടിയുടെ ജഡത്തെ തുണ്ടംതുണ്ടമാക്കി ഒരു ഇരുമ്പു കുട്ടയിലിട്ട് വേവിച്ചു. ഒരു കാരണവശാലും വീണ്ടും ജീവൻ വയ്ക്കാതിരിക്കാനാണ് അവർ അങ്ങനെ ചെയ്തത്. സ്യൂസ് ദേവനിൽ പിറന്ന അത്ഭുതശിശുവാണല്ലോ. എന്തും സംഭവിക്കാം.

ഡൈനീഷ്യസിന്റെ ശരീരത്തിലെ അമ്പേറ്റമുറിവുകളിൽനിന്ന് ധാരാളം രക്തത്തുള്ളികൾ ഭൂമിയിലേക്ക് തെറിച്ചുവീ

ണിരുന്നു. ഈ രക്തത്തുള്ളികളിൽനിന്ന് ധാരാളം മാതളനാരകത്തൈകൾ കിളിർത്തുവരാൻ തുടങ്ങി. അങ്ങനെയാണത്രേ ഭൂമിയിൽ മാതളനാരങ്ങ ഉണ്ടായത്.

റിയാദേവി ഈ സംഭവങ്ങളെല്ലാം അറിഞ്ഞ് അവിടെ എത്തി. അവരുടെ ദിവ്യശക്തികൊണ്ട് ഡൈനീഷ്യസിന് വീണ്ടും ജീവൻ തിരിച്ചുകിട്ടി. അപ്പോഴേക്കും സ്യൂസ് ദേവൻ അവിടെയെത്തി. കുട്ടിയുടെ ജീവൻ ആപത്തിലാണെന്ന് മനസിലാക്കിയ ദേവൻ ഡൈനീഷ്യസിനെ പെർസോഫോണിയയെ ഏൽപ്പിച്ചു.

ആത്തമാസ് രാജാവിന്റെയും അദ്ദേഹത്തിന്റെ പത്നി ഈനോയുടെയും സംരക്ഷണയിൽ വളരുന്നതാണ് കുട്ടിയുടെ സുരക്ഷിതത്വത്തിന് കൂടുതൽ നല്ലതെന്ന് പെർസോഫോണിയ മനസിലാക്കി. അവൾ ഉടൻതന്നെ കുട്ടിയുമായി രാജസന്നിധിയിലെത്തി. ഒരു കുട്ടിയുമായി കയറിവരുന്ന അവളെ കണ്ട് രാജാവും പത്നിയും അതിശയിച്ചു. "പെർസോഫോണിയ എവിടുന്ന് കിട്ടി ഈ കുട്ടിയെ?" രാജാവ് ചോദിച്ചു? അവൾ മറുപടി പറഞ്ഞു: "ഇത് സ്യൂസ് ദേവന്റെ കുട്ടിയാണ്. അദ്ദേഹം ഇവനെ എന്നെ ഏൽപ്പിച്ചതാണ്. പക്ഷേ, ഈ കുട്ടി എന്റെ കൈയിലും സുരക്ഷിതനല്ല. "അപ്പോൾ ഈനോ രാജ്ഞി പറഞ്ഞു: "ഹീരാദേവി ഇവനെയും കൊല്ലാൻ നടക്കുകയാവും അല്ലേ? ആ പെമ്പ്രന്നോർക്ക് വേറൊരു പണിയുമില്ലേ?" ആത്തമാസ് രാജാവിന് അത് കേട്ട് ദേഷ്യമടക്കാനായില്ല.

പെർസോഫോണിയ പറഞ്ഞു: "നിങ്ങൾക്ക് കാര്യങ്ങളെല്ലാം മനസിലായല്ലോ. അതുകൊണ്ട് ഈ കുട്ടിയെ നിങ്ങൾ ഇവിടെ വളർത്തണം. ഹീരാദേവിക്ക് ഒരു കാരണവശാലും ഇവനെ വിട്ടുകൊടുക്കരുത്." "അതു ഞങ്ങളേറ്റു. ഇവനെ ഞങ്ങളുടെ മകനായി ഇവിടെ വളർത്തും. നീ ധൈര്യമായി പൊയ്ക്കോളൂ."

അങ്ങനെ ഡൈനീഷ്യസിനെ ആത്തമാസ് രാജാവിനെയും ഈനോ രാജ്ഞിയെയും ഏൽപ്പിച്ച് പെർസോഫോണിയ യാത്രതിരിച്ചു. ഡൈനീഷ്യസ് ഇവിടെയുണ്ടെന്നറിഞ്ഞാൽ ഹീരാദേവി കുട്ടിയെ കൊല്ലാൻ ഇവിടെയെത്തുമെന്നുറപ്പാണ്. അതുകൊണ്ട് രാജാവ് ഒരു സൂത്രം പ്രയോഗിച്ചു. ഡൈനീഷ്യസിനെ പെൺകുട്ടികളുടെ വസ്ത്രങ്ങൾ ധരിപ്പിച്ചു. ഇപ്പോൾ ആരു കണ്ടാലും അവൻ ഒരു പെൺകുട്ടിയാണെന്നേ പറയൂ.

ഹീരാദേവിയുടെ അടുത്ത് ഈ സൂത്രമൊന്നും ഫലിച്ചില്ല. അവർ എങ്ങനെയോ ഈ രഹസ്യം മനസിലാക്കി. താൻ കൊന്നുകളഞ്ഞ കുട്ടി പുനർജന്മമെടുത്ത് ആത്തമാസിന്റെ കൊട്ടാരത്തിൽ പെൺവേഷത്തിൽ ജീവിക്കുന്നുണ്ടെന്നത് തന്നോടുള്ള ഒരു വെല്ലുവിളിയായി ഹീരാദേവിക്ക് തോന്നി. ഇതങ്ങനെ വിട്ടാൽ പറ്റില്ല. അവർ വിചാരിച്ചു.

രാജാവിനും പത്നിക്കും കടുത്ത ശിക്ഷകൊടുക്കുകതന്നെ. പ്രതികാരത്തിന് ഹീരാദേവി ഒട്ടും പിന്നിലല്ല. അവർ ആത്തമാസ് രാജാവിനും പത്നി ഈനോയ്ക്കും കടുത്ത ഭ്രാന്തുവരട്ടെ എന്നു ശപിച്ചു. അതുപോലെ തന്നെ സംഭവിച്ചു. രാജ്യത്തിന്റെ ഭരണം അനാഥമായി. ഭ്രാന്തുപിടിച്ച് കണ്ണിൽക്കണ്ടതെല്ലാം നശിപ്പിക്കുകയും ആയുധധാരിയായി നടക്കുകയുമാണ് രാജാവ്. ആരു പറഞ്ഞാലും രാജാവ് കേൾക്കില്ല. ഒരു ദിവസം സ്വന്തം പുത്രനെ തന്നെ രാജാവ് അമ്പെയ്തുകൊന്നു. അതു കണ്ടുനിന്നവരെല്ലാം പൊട്ടിക്കരഞ്ഞുപോയി. പ്രജാക്ഷേമതൽപ്പരനായിരുന്ന രാജാവിന് ഇങ്ങനെയൊരവസ്ഥ വന്നതിന്റെ കാരണം ആർക്കും മനസിലായില്ല. ജനങ്ങൾ സഹികെട്ട് രാജാവിനോട് ചോദിച്ചു: "രാജാവേ സ്വന്തം പുത്രനെയാണ് അങ്ങ് വധിച്ചത്? അങ്ങേയ്ക്കെന്തു പറ്റി?"

ഇതു കേട്ട രാജാവ് പറഞ്ഞു: "സ്വന്തം പുത്രനോ? നിങ്ങൾക്കെന്താ ഭ്രാന്തുണ്ടോ, ഞാൻ അമ്പെയ്തു വീഴ്ത്തിയിരിക്കുന്നത് ഒരു കലമാനിനെയല്ലേ. അതും എന്തു പാടുപെട്ടിട്ടാണെന്നോ." രാജാവിന്റെ ഈ വാക്കുകളിൽനിന്ന് അദ്ദേഹം ഭ്രാന്തനായിത്തീർന്നിരിക്കുന്നു എന്ന് ജനത്തിന് ബോധ്യമായി.

സ്യൂസ് ദേവൻ ഇതറിഞ്ഞ് വല്ലാതെ ദുഃഖിച്ചു. അദ്ദേഹം ഹീരാദേവിയോട് പറഞ്ഞു: "ഒരു പാവം കുട്ടിയെ രക്ഷിച്ചതിനാണോ നീ ആത്തമാസിനെ ഇങ്ങനെ ശിക്ഷിച്ചത്?"

ഹീരാദേവി കലിതുള്ളിക്കൊണ്ടുപറഞ്ഞു: "ഹും എനിക്ക് നിങ്ങളെ ശിക്ഷിക്കാൻ കഴിയില്ലല്ലോ. ഇതൊക്കെ നിങ്ങളോടുള്ള എന്റെ പ്രതികാരമാണ്."

സ്യൂസ് ദേവൻ മറുപടിയെന്നും പറഞ്ഞില്ല. അദ്ദേഹം നിസ്സഹായനായിരുന്നു. ഹീരാദേവിയുടെ കോപത്തിനുമുമ്പിൽ മൗനംപാലിക്കുന്നതാണ് നല്ലതെന്ന് ആർക്കാണറിയാത്തത്.

ഡൈനീഷ്യസിന്റെ ജീവൻ അപകടത്തിലാണെന്ന് മനസിലാക്കിയ സ്യൂസ് ദേവൻ അവന്റെ രൂപംമാറ്റാൻ ഹെർമസ് ദേവനോട് ആവശ്യപ്പെട്ടു. അങ്ങനെ ഹെർമസിന്റെ സഹായത്താൽ ഡൈനീഷ്യസ് ഒരു ആട്ടിൻകുട്ടിയായി മാറി.

സ്യൂസ് ദേവൻ ഡൈനീഷ്യസിനെയും കൊണ്ട് നേരേ പോയത് നീസ്സാമലയിലേക്കാണ്. അവിടെയുള്ള മലദൈവങ്ങളോട് അവനെ സംരക്ഷിക്കുവാൻ ആവശ്യപ്പെട്ടു. അവർ സസന്തോഷം ആ കടമ ഏറ്റെടുത്തു. ഒരു ഗുഹയിൽ രാജകുമാരനെപ്പോലെ ഡൈനീഷ്യസ് വളർന്നു. ഇവിടെ താമസിക്കുമ്പോഴാണ് മുന്തിരിപ്പഴങ്ങളിൽനിന്ന് വീഞ്ഞുണ്ടാക്കാനുള്ള വിദ്യ അവൻ കണ്ടുപിടിക്കുന്നത്. അന്നുമുതൽ വീഞ്ഞിന്റെ ദേവനായി ഡൈനീഷ്യസ് അറിയപ്പെടാൻ തുടങ്ങി.

ഹീരാദേവിയുടെ പ്രതികാരത്തിന്റെ കണ്ണുകൾ ഡൈനീഷ്യസിന്റെ പിറകേ ഉണ്ടായിരുന്നു. അവൻ സുഖത്തിലും സമൃദ്ധിയിലും വളരുന്നത് അവർക്ക് സഹിക്കാനായില്ല. ഹീരാദേവി ഡൈനീഷ്യസിനും ഭ്രാന്തുവരട്ടെ എന്നു ശപിച്ചു. സ്യൂസ് ദേവൻ ഇതറിയുന്നുണ്ടായിരുന്നു. അദ്ദേഹം ഡൈനീഷ്യസിനെ നിയന്ത്രിക്കാനും സംരക്ഷിക്കാനും സിലേനൂസിനെ നിയമിച്ചു. സിലേനൂസ് എപ്പോഴും അവനെ സംരക്ഷിച്ചു. ഡൈനീഷ്യസ് നേരെ പോയത് ഈജിപ്റ്റിലേക്കാണ്. കുറെ മുന്തിരിച്ചെടികളും അവൻ കൂടെ കൊണ്ടുപോയി.

ഈജിപ്റ്റിലെ രാജാവ് ഡൈനീഷ്യസിന് നല്ല സ്വീകരണം നൽകി. അവിടെനിന്ന് അവൻ നേരെ പോയത് നൈൽ നദീതീരത്തെ രാജ്യമായ ലിബിയയിലേക്കാണ്. അവിടത്തെ രാജ്ഞി ഡൈനീഷ്യസിനെ നന്നായി സ്വീകരിച്ചു. രാജ്ഞി അവന് വിഭവസമൃദ്ധമായ ഒരു വിരുന്നൊരുക്കി. രാജ്യകാര്യങ്ങളെക്കുറിച്ച് ഡൈനീഷ്യസ് രാജ്ഞിയോട് ചോദിച്ചറിഞ്ഞു. അവരെ ഏതോ ഒരു വിഷാദം അലട്ടിയിരുന്നതായി നേരത്തെതന്നെ അവൻ മനസിലാക്കിയിരുന്നു.

രാജ്ഞി പറഞ്ഞു: "ഡൈനീഷ്യസ്, ഈ രാജ്യത്തിന്റെ സ്ഥിതി വളരെ കഷ്ടത്തിലാണ്. എന്റെ ഭർത്താവ് ആമോൻ രാജാവ് ഇവിടെയില്ല. അദ്ദേഹത്തെ രാക്ഷസന്മാരായ ടൈറ്റാന്മാർ തട്ടിക്കൊണ്ടുപോയിരിക്കുകയാണ്. അവർ എപ്പോഴും ഈ രാജ്യം

ആക്രമിക്കും. ഈ കൊട്ടാരം അവർ ഏതു നിമിഷവും കീഴടക്കാം. ഞാൻ നാടുവിടാൻ തീരുമാനിച്ചിരിക്കുകയാണ്. ടൈറ്റാന്മാരുടെ അടിമയായി കഴിയുന്നതിനേക്കാൾ അതാണ് നല്ലത്."

ഡൈനീഷ്യസ് ഇതുകേട്ട് കുറച്ചുനേരം ആലോചിച്ചിരുന്നു. എന്നിട്ട് ഇങ്ങനെ പറഞ്ഞു: "രാജ്ഞി വിഷമിക്കേണ്ട, ആക്രമിക്കാൻ വരുന്ന ടൈറ്റാന്മാരെ നമുക്ക് നേരിടാം. പേടിച്ചിരുന്നാൽ അവർ കൂടുതൽ അക്രമാസക്തരാവുകയേ ഉള്ളൂ. പണ്ട് ശിശുവായിരുന്നപ്പോൾ എന്നെ തുണ്ടംതുണ്ടമാക്കിയവരാണ് ഈ ടൈറ്റാന്മാർ. അന്ന് ദേവന്മാരുടെ രക്ഷകൊണ്ടാണ് ഞാൻ വീണ്ടും ജീവിച്ചത്. ഇതിന് പ്രതികാരം ചെയ്യാനുള്ള അവസരമായി ഞാനിതിനെ കണക്കാക്കുന്നു."

ഡൈനീഷ്യസിന്റെ വാക്കുകൾ രാജ്ഞിക്ക് ആത്മവിശ്വാസം നൽകി. പിറ്റേ പ്രഭാതത്തിൽ വലിയൊരു യുദ്ധഭേരികേട്ടാണ് ഡൈനീഷ്യസ് ഉണർന്നത്. ടൈറ്റാന്മാർ അക്രമത്തിന് തയാറായി കൊട്ടാരം വളഞ്ഞിരിക്കുകയാണ്. ഡൈനീഷ്യസ് എന്തിനും തയാറായി പോർമുഖത്ത് തലയുയർത്തി നിന്നു. ടൈറ്റാന്മാർ ഡൈനീഷ്യസിനെക്കണ്ട് അമ്പരന്നു. ഡൈനീഷ്യസിനെ അവർ ഇവിടെ ഒരിക്കലും പ്രതീക്ഷിച്ചിരുന്നില്ല.

പിന്നീട് നടന്നത് വലിയൊരു യുദ്ധമാണ്. ഡൈനീഷ്യസിന്റെ ശരവർഷത്തിൽ പിടിച്ചുനിൽക്കാൻ രാക്ഷസന്മാർക്ക് കഴിഞ്ഞില്ല. ലിബിയൻ സൈന്യവും നന്നായി പോരാടി. ഡൈനീഷ്യസിന്റെ നേതൃത്വം അവർക്ക് ആത്മവിശ്വാസം നൽകി.

ടൈറ്റാന്മാർ തട്ടിക്കൊണ്ടുപോയി തടവിൽ പാർപ്പിച്ച ആമോൻ രാജാവിനെ ഡൈനീഷ്യസ് മോചിപ്പിച്ചു. രാജാവും രാജ്ഞിയും ഡൈനീഷ്യസിന് നന്ദിപറഞ്ഞു.

അവൻ പിന്നീട് ഇന്ത്യയിലേക്ക് യാത്രതിരിച്ചു. യൂഫ്രട്ടീസ് നദീതീരത്തെത്തിയപ്പോൾ നേരം വൈകിയതിനാൽ അവിടെ തങ്ങി പിറ്റേന്നാവാം യാത്രയെന്നു തീരുമാനിച്ചു. പക്ഷേ, അവിടത്തെ രാജാവ് സൈനികരുമായി വന്ന് അവനെ തടഞ്ഞു. "ഈ മണ്ണിൽ കാലുകുത്താൻ ഞാൻ നിന്നെ അനുവദിക്കയില്ലെന്ന് രാജാവ് തീർത്തുപറഞ്ഞു. ഡൈനീഷ്യസ് മര്യാദയുടെ ഭാഷയിൽ രാജാവിനോട് അപേക്ഷിച്ചു. ഇവിടെ സ്ഥിരതാമസത്തിന് വന്നതല്ല ഞാൻ. ഇന്ത്യയിലേക്കുള്ള യാത്രയിലാണ് ഞാൻ.

നേരം വൈകിയതിനാൽ ഇവിടെ വിശ്രമിച്ചുവെന്നേയുള്ളൂ. അങ്ങ് ദയവായി ഞങ്ങളെ ഉപദ്രവിക്കരുത്." രാജാവുണ്ടോ ഇതു വല്ലതും ചെവിക്കൊള്ളുന്നു. "ഒരു രാത്രിയല്ല ഒരുനിമിഷം പോലും നിന്നെയും നിന്റെ കൂട്ടുകാരെയും ഇവിടെ താമസിക്കാൻ ഞാൻ അനുവദിക്കില്ല. ഇതു കേട്ടതും ഡൈനീഷ്യസിന്റെ ക്ഷമ നശിച്ചു. അവൻ യുദ്ധത്തിനു തയാറാകാൻ തന്റെ അനുയായികളോട് കൽപ്പിച്ചു. യുദ്ധത്തിൽ രാജാവിനെ ഡൈനീഷ്യസ് വധിച്ചു.

ഇന്ത്യയിലേക്കുള്ള ഡൈനീഷ്യസിന്റെ യാത്രയിൽ ഇതു പോലെ നിരവധി രാജാക്കന്മാരെ ഡൈനീഷ്യസ് കീഴ്പ്പെടുത്തി. ചെല്ലുന്നിടത്തെല്ലാം താൻ കൈയിൽ കരുതിയ മുന്തിരിച്ചെടി നടാൻ അവൻ മറന്നില്ല. അങ്ങനെ ഇന്നു കാണുന്ന മുന്തിരിച്ചെടികളെല്ലാം ഡൈനീഷ്യസ് നട്ടതാണെന്ന് വിശ്വസിക്കപ്പെടുന്നു.

സൂര്യപുത്രനായ ഫേറ്റോൺ

ഫേറ്റോണിന്റെ കഥയാണ് അടുത്തത്. ഫേറ്റോൺ ആരു കണ്ടാലും ഓമനത്തം തോന്നുന്ന ഒരു ബാലനാണ്. ഗ്രീസിന്റെ തീരദേശത്തെ ഒരു ഗ്രാമത്തിലാണ് അവൻ ജനിച്ചത്. ക്ലമേന എന്നായിരുന്നു ഫേറ്റോണിന്റെ അമ്മയുടെ പേര്.

ഒരുദിവസം പ്രഭാതത്തിൽ കൊച്ചുഫേറ്റോണും അമ്മ ക്ലമേനയും വീടിനു ഭൂമുഖത്ത് നിൽക്കുകയായിരുന്നു. സൂര്യന്റെ ഇളംചൂടുള്ള കിരണങ്ങൾ അവനെ തഴുകിക്കൊണ്ടിരുന്നു. ഇതു കണ്ട് അവന്റ അമ്മ പറഞ്ഞു: "നോക്കൂ ഫേറ്റോൺ, നിന്റെ അച്ഛൻ നിന്നെ സ്നേഹത്തോടെ തഴുകുന്നു." അവൻ അതുകേട്ട് അതിശയിച്ചു. "അമ്മ എന്താണീ പറയുന്നത്? സൂര്യദേവനായ അപ്പോളോ ആണോ എന്റെ പിതാവ്? എന്നിട്ട് അമ്മ എന്നോടിതുവരെ ഇത് പറഞ്ഞിട്ടില്ലല്ലോ?" "അതെ സൂര്യദേവനായ അപ്പോളോയാണ് നിന്റെ അച്ഛൻ. പക്ഷേ ഈ വിവരം നിന്നോട് മറച്ചുവച്ചത് നിന്റെ നന്മയ്ക്കുവേണ്ടിയാണ്." "എന്തു നന്മ, അതു പറയൂ" അവൻ ശാഠ്യം പിടിച്ചു. "ഈ വിവരം അറിഞ്ഞാൽ നീ ഒരഹങ്കാരിയായിത്തീരും. അതുകൊണ്ടാണ് നിന്നോട് ഞാനിത് മറച്ചുവച്ചത്."

"അഹങ്കാരമോ എനിക്ക് ഒരിക്കലും അഹങ്കാരമുണ്ടാകില്ല അമ്മേ." ഫേറ്റോൺ പറഞ്ഞു. പക്ഷേ, സൂര്യദേവനായ അപ്പോളോ ദേവനാണ് തന്റെ പിതാവെന്നറിഞ്ഞപ്പോൾ തന്നെ

അവനിൽ അഹങ്കാരത്തിന്റെയും അമിതമായ ആഹ്ലാദത്തിന്റെയും വിത്തുകൾ മുളപൊട്ടിയിരുന്നു.

അവൻ കൂട്ടുകാരോട് ഈ കാര്യം പറയുന്നതിന് കളിസ്ഥലത്തേക്കോടി. പൊടിപ്പും തൊങ്ങലും വച്ച് ഫേറ്റോൺ തന്റെ പിതാവിന്റെ കാര്യം കൂട്ടുകാർക്ക് മുമ്പിൽ അവതരിപ്പിച്ചു. കുട്ടികൾ അത്ഭുതത്തോടെ ഈ കഥകളെല്ലാം കേട്ടിരുന്നു.

ഓരോ ദിവസം ചെല്ലുന്തോറും ഫേറ്റോണിന്റെ അഹങ്കാരം വർധിച്ചുവന്നു. എപ്പോഴും തന്റെ പിതാവിന്റെ കാര്യം പറയാനേ അവന് നേരമുള്ളൂ. ഒരുദിവസം ഈ വീരവാദങ്ങളെല്ലാം കേട്ടുമടുത്ത കുട്ടികൾ ഫേറ്റോണിനോട് ചോദിച്ചു: "നീ കുറെക്കാലമായി ഇക്കാര്യം തന്നെ ഞങ്ങളോട് പറഞ്ഞുകൊണ്ടിരിക്കുന്നു. ഇനി ഞങ്ങളിത് വിശ്വസിക്കില്ല. സൂര്യദേവനാണ് നിന്റെ പിതാവാണെന്നുള്ളതിന് എന്ത് തെളിവാണ് നിനക്കുള്ളത്?"

"തെളിവോ? അതിനെന്തിനാ തെളിവ്? എന്റെ അമ്മ പറഞ്ഞിട്ടുണ്ടല്ലോ." ഫേറ്റോൺ കൂസലില്ലാതെ പറഞ്ഞു. കുട്ടികൾ ഉറക്കെ ചിരിച്ചു. "നിന്റെ അമ്മ നുണപറയുന്നതാണ്. നിന്നെ പറ്റിക്കാൻ." ഇതുകേട്ട ഫേറ്റോണിന്റെ മുഖം വാടി. കരച്ചിലിന്റെ വക്കോളമെത്തിയ അവൻ ഉടൻതന്നെ അമ്മയുടെ അടുത്തേക്ക് ഓടിപ്പോയി.

"അമ്മേ ഞാൻ അപ്പോളോ ദേവന്റെ മകനല്ലെന്നാണ് എന്റെ കൂട്ടുകാർ പറയുന്നത്." മകന്റെ വാക്കുകൾ കേട്ട ക്ലമേന അവനെ ശാസിക്കുകയാണുണ്ടായത്.

"നീ എന്തിന് അവരോട് ഇതൊക്കെ പറയാൻ പോയി?" അമ്മ ചോദിച്ചു. "അവരെ വിശ്വസിപ്പിക്കേണ്ട കടമ നിനക്കില്ലല്ലോ." അമ്മയുടെ ഈ വാക്കുകളൊന്നും ഫേറ്റോണെ ആശ്വസിപ്പിച്ചില്ല. അവൻ കരയാൻ തുടങ്ങി. തന്നെ കളിയാക്കിയ കൂട്ടുകാരെ ഒരു പാഠം പഠിപ്പിക്കണമെന്നുമാത്രമായിരുന്നു അവന്റെ ചിന്ത.

തനിക്ക് ഉടനെ അപ്പോളോ ദേവന്റെ അടുത്തുപോകണമെന്ന് അവൻ ശാഠ്യം പിടിച്ചു. നിർബന്ധം സഹിക്കാനാവാതെ വന്നപ്പോൾ ക്ലമേന പറഞ്ഞു. "നാളെ നേരം വെളുക്കട്ടെ, നിനക്ക് സൂര്യദേവന്റെ അടുത്തേക്ക് പോകാനുള്ള വഴി ഞാൻ പറഞ്ഞുതരാം."

ഇതു പറഞ്ഞപ്പോഴാണ് ഫേറ്റോൺ തന്റെ വാശിയും കരച്ചിലും അവസാനിപ്പിച്ചത്. അന്ന് രാത്രി അപ്പോളോ ദേവനെ കാണുന്ന വിചാരത്തിൽ അവന് ഉറങ്ങാൻ കഴിഞ്ഞില്ല.

പിറ്റേന്ന് അതിരാവിലെ തന്നെ അവൻ ഉണർന്നു. അമ്മയോട് തന്റെ പിതാവിനെ തേടിപ്പോകാനുള്ള വഴി വിശദമായി ചോദിച്ചറിഞ്ഞു. അങ്ങനെ അമ്മയുടെ അനുവാദത്തോടെ ഫേറ്റോൺ അപ്പോളോ ദേവന്റെ കൊട്ടാരത്തിലേക്കുള്ള യാത്ര ആരംഭിച്ചു.

ക്ഷീണവും വിശപ്പുമൊന്നും അവനെ തളർത്തിയില്ല. അവസാനം നടന്നുനടന്ന് ഫേറ്റോൺ അപ്പോളോ ദേവന്റെ കൊട്ടാരത്തിലെത്തി. താൻ ഏതോ സ്വപ്നലോകത്തിലെത്തിയതുപോലെയാണ് അവന് തോന്നിയത്. അത്രയ്ക്കും മനോഹരമായ ഇടം അവൻ കണ്ടിട്ടില്ലായിരുന്നു. സ്വർണവും രത്നവും കൊണ്ടലങ്കരിച്ച മനോഹരമായ കൊട്ടാരം.

ഫേറ്റോൺ കടന്നുവരുന്നതും നോക്കി അപ്പോളോ ദേവൻ തന്റെ സ്വർണസിംഹാസനത്തിൽ ഇരിക്കുകയായിരുന്നു. ഒരു കുട്ടി തന്റെ സന്നിധിയിലേക്ക് സധൈര്യം കയറിവരുന്നതു കണ്ടപ്പോൾ അപ്പോളോ ദേവന് അത്ഭുതം തോന്നി. ഫേറ്റോൺ തന്റെ പിതാവിന്റെ തേജോമയമായ രൂപം ഒരുനിമിഷം നോക്കിനിന്നു. എന്നിട്ട് ഇങ്ങനെ പറഞ്ഞു: "ഞാൻ അങ്ങയുടെ പുത്രനാണ്. ക്ലമേനയാണ് എന്റെ അമ്മ. എന്റെ പേര് ഫേറ്റോൺ എന്നാണ്." ഇതു കേട്ടതും അപ്പോളോ ദേവൻ അവനെ വാരിപ്പുണർന്നു. തന്റെ പുത്രൻ തന്നെ ഒറ്റയ്ക്ക് കാണാനെത്തിയതിൽ ദേവന് അതിയായ സന്തോഷം തോന്നി.

"ഫേറ്റോൺ നീ എന്റെ പ്രിയപ്പെട്ട മകനാണ്. നിന്നെ ഞാൻ ഒരു നോക്കു കാണാൻ പോലും വന്നില്ല. എന്നിട്ടും നീ എന്നെ അന്വേഷിച്ചുവന്നിരിക്കുന്നു. എനിക്ക് വലിയ സന്തോഷമായി. നിനക്ക് എന്ത് വരമാണ് വേണ്ടത്? മടിക്കാതെ ചോദിച്ചുകൊള്ളൂ." അപ്പോളോ ദേവന്റെ വാക്കുകൾ ഫേറ്റോണിന്റെ കുഞ്ഞുമനസിൽ കുളിർമഴ പെയ്യിച്ചു. അവൻ പറഞ്ഞു: "ഞാൻ അങ്ങയുടെ പുത്രനാണെന്ന് എന്റെ കൂട്ടുകാരോട് പറഞ്ഞിട്ട് അവർ വിശ്വസിച്ചില്ല. ഞാനും എന്റെ അമ്മയും കള്ളംപറയുകയാണെന്നു പറഞ്ഞ് അവർ എന്നെ കളിയാക്കി. എനിക്ക് അത് സഹിക്കാനായില്ല."

"ശരി നമുക്കതിന് പരിഹാരമുണ്ടാക്കാം. നിനക്ക് എന്തു വരമാണ് വേണ്ടത്." ഉടൻ തന്നെ ഫേറ്റോൺ പറഞ്ഞു: "അങ്ങയുടെ സൂര്യരഥം ഒരുദിവസം തെളിച്ചുകൊണ്ടുപോകുവാൻ എന്നെ അനുവദിക്കണം. ഭൂമിയിലുള്ള എന്റെ കൂട്ടുകാർ അത് കണ്ട് വിശ്വസിക്കട്ടെ." ഇതുകേട്ടതും അപ്പോളോ ദേവന്റെ മുഖം വാടി. "മകനേ, അതൊഴികെ മറ്റെന്തും ചോദിച്ചുകൊള്ളൂ. ഇത് അസാധ്യമായ കാര്യമാണ്." ഫേറ്റോൺ വാശിപിടിച്ചുകൊണ്ട് പറഞ്ഞു: "എന്റെയും എന്റെ അമ്മയുടെയും അഭിമാനം രക്ഷിക്കാൻ അങ്ങ് ഇത് അനുവദിക്കണം."

"ഫേറ്റോൺ ഞാനതിന് സമ്മതിക്കാത്തത് മറ്റൊന്നും കൊണ്ടല്ല. സൂര്യരഥത്തിൽ പൂട്ടിയിരിക്കുന്ന കുതിരകളെ നിയന്ത്രിക്കാൻ നിനക്ക് കഴിയില്ല. സാക്ഷാൽ സ്യൂസ് ദേവന് പോലും അതിന് കഴിയില്ല. അത് എനിക്കുമാത്രമേ കഴിയൂ."

പക്ഷേ ഫേറ്റോൺ വിട്ടുകൊടുക്കാൻ തയാറായില്ല. അവൻ പറഞ്ഞു: "അങ്ങ് എന്തു വരം വേണമെങ്കിലും ചോദിച്ചോളൂ എന്നു പറഞ്ഞിട്ടിപ്പോൾ വാക്കുമാറ്റി പറയരുത്. അത് അങ്ങേയ്ക്ക് അപമാനമാണ്. സ്വന്തം പുത്രന്റെ ആഗ്രഹംപോലും സാധിച്ചുകൊടുക്കാൻ കഴിയാത്ത ദേവനാണ് അപ്പോളോ എന്ന് നാളെ വല്ലവരും പറഞ്ഞാൽ അതിൽപ്പരം അപമാനം എന്തുണ്ട്?"

"നീ നന്നായി സംസാരിക്കുന്നു. പക്ഷേ എന്തുപറഞ്ഞാലും സൂര്യരഥം തെളിക്കാനുള്ള അനുവാദം ഞാൻ തരില്ല. തർക്കിച്ചുനിൽക്കാൻ സമയമില്ല. എനിക്ക് സൂര്യരഥം തെളിക്കാൻ സമയമായി." ഫേറ്റോൺ എന്തുപറഞ്ഞിട്ടും അടുക്കുന്ന ലക്ഷണമില്ല. സൂര്യരഥത്തിന്റെ സാരഥിയാവുന്നതിൽ കുറഞ്ഞ് യാതൊരു വിട്ടുവീഴ്ചയ്ക്കും അവൻ തയാറാവുന്നില്ല.

അവസാനം ഗത്യന്തരമില്ലാതെ ഫേറ്റോണിന്റെ നിർബന്ധത്തിന് അപ്പോളോ ദേവന് വഴങ്ങേണ്ടിവന്നു. അതിശക്തന്മാരായ നാലു കുതിരകളെ കെട്ടിയ രഥമാണ് സൂര്യരഥം. അതിലേക്ക് ഫേറ്റോൺ കയറി. അപ്പോളോ ദേവനും പരിവാരങ്ങളും ഉൽക്കണ്ഠാകുലരായി നോക്കിനിൽക്കുകയാണ്.

"ഫേറ്റോൺ സൂക്ഷിക്കണം. ആകാശത്തിന്റെ നേർമധ്യത്തിലൂടെ വേണം നീ കുതിരകളെ പായിക്കാൻ. സൂര്യരഥം ഒരുപാട് താഴാതെയും ഒരുപാട് ഉയരാതെയും വേണം രഥം ഓടിക്കാൻ.

താഴ്ന്നുകഴിഞ്ഞാൽ ഭൂമിയിലെ പർവതങ്ങൾ കരിഞ്ഞുപോകും. കുതിരകളെ അടിക്കുകയോ അവരെ ശാസിക്കുകയോ ചെയ്യരുത്." അപ്പോളോ ദേവൻ വിളിച്ചുപറഞ്ഞതൊന്നും ഫേറ്റോൺ കേൾക്കുന്നുണ്ടായിരുന്നില്ല. അവന് തന്റെ കൂട്ടുകാരന് മുമ്പിൽ ആളാവണം. ആ ഒരൊറ്റ ലക്ഷ്യം മാത്രമേയുള്ളൂ.

ഒളിമ്പസ് പർവതത്തിൽനിന്ന് സൂര്യരഥം അതിന്റെ പ്രയാണത്തിനായി ഉയർന്നു. ഫേറ്റോൺ കുതിരകളെ പേരു ചൊല്ലി വിളിച്ചു. തങ്ങളെ നയിക്കുന്നത് പുതിയ ഒരാളാണെന്ന് കുതിരകൾക്ക് മനസിലായി. അവ പരിഭ്രാന്തരായി നാലുപാടും പായാൻ ശ്രമിച്ചു. അവയെ നിയന്ത്രിക്കാനുള്ള ശക്തിയൊന്നും ഫേറ്റോണിന്റെ കൈകൾക്കില്ലായിരുന്നു എന്ന് പ്രത്യേകം പറയേണ്ടതില്ലല്ലോ.

സൂര്യരഥം അതിന്റെ ഭ്രമണപഥത്തിൽനിന്ന് ദൂരേക്ക് ദൂരേക്ക് പൊയ്ക്കൊണ്ടിരുന്നു. ഒരിക്കലും പിടിച്ചാൽ കിട്ടാനാവാത്ത വിധം അത് നക്ഷത്രമണ്ഡലത്തിലേക്ക് കടന്നു. ഫേറ്റോൺ എന്തു ചെയ്യണമെന്നറിയാതെ ഭയത്തോടെ രഥത്തിനുള്ളിൽ ഇരുന്നു.

സൂര്യന്റെ ഭ്രമണപഥം മാറിയത് ഭൂമിയെ സാരമായി ബാധിച്ചു. പർവതങ്ങൾ കരിഞ്ഞുപോയി. നദികൾ വറ്റിവരണ്ടു. കടൽജലം വറ്റി അവിടം മരുഭൂമിയായി. മനുഷ്യർ ദേവാധിദേവനായ സ്യൂസിനെ വിളിച്ച് പ്രാർഥിച്ചു. സ്യൂസ് ദേവൻ അവരുടെ പ്രാർഥനകളും നിലവിളികളും ദേവലോകത്തിരുന്നു കണ്ടു. കാര്യമായി എന്തോ സംഭവിച്ചിരിക്കുന്നു എന്ന് അദ്ദേഹത്തിന് മനസിലായി.

സൂര്യരഥം തെളിക്കുന്നത് അപ്പോളോ ദേവനല്ല എന്ന് സ്യൂസ് ദേവൻ കണ്ടു. സാരഥിയായി മറ്റാരോ കയറിപ്പറ്റിയിരിക്കുന്നു. അദ്ദേഹത്തിന് കോപം അടക്കാനായില്ല. അദ്ദേഹം ആകാശത്തുനിന്ന് ഒരിടിവാൾ ഫേറ്റോണിനു നേരെ പായിച്ചു.

നിമിഷനേരം കൊണ്ട് ഫേറ്റോണിന്റെ മേൽ ഇടിവാൾ പതിച്ചു. കത്തിക്കരിഞ്ഞൊരു ശവശരീരമായി അവൻ ഭൂമിയിലേക്ക് വീണു. അഹങ്കാരത്തിന്റെ ഫലമാണ് ഫേറ്റോൺ അനുഭവിച്ചത്. ജീവജാലങ്ങളുടെ നാശത്തിനുതന്നെ കാരണമായ അഹങ്കാരം. പിതാവിന്റെ വാക്കുകൾ ധിക്കരിച്ചതിനുള്ള പ്രതിഫലം. കൂട്ടു

കാരുടെ വാക്കുകേട്ട് വെറുതെ എടുത്തുചാടി ഫേറ്റോൺ വരുത്തിവച്ച വിന.

കുതിരകൾ നാലുപാടും ചിതറിയോടിയതിനാൽ അന്ന് ഉച്ചസമയത്തുതന്നെ നേരം ഇരുട്ടി. അതുകൊണ്ട് സംഭവിച്ചതിനെക്കുറിച്ചൊന്നും ആർക്കും വ്യക്തമായി മനസിലായില്ല. അപ്പോളോ ദേവനും അവന്റെ അമ്മ ക്ലമേനയും തങ്ങളുടെ മകനു സംഭവിച്ച ദുരന്തത്തിൽ ഏറെ ദുഃഖിച്ചു.

ഹെർമസ് ദേവന്റെ പെട്ടി

പൻഡോറയും ഭർത്താവ് എപ്പിമെത്യൂസും സന്തോഷത്തിൽ കഴിഞ്ഞുവരികയാണ്. പൻഡോറ നല്ല പാട്ടുകാരിയാണ്. തന്റെ ഭർത്താവ് എപ്പിമെത്യൂസിന് വേണ്ടി മനോഹരമായ ഗാനങ്ങൾ അവൾ പാടിക്കൊടുക്കും. അദ്ദേഹം ആ ഗാനത്തിൽ ലയിച്ച് അങ്ങനെ ഇരിക്കും. ഒരുദിവസം പൻഡോറയുടെ പാട്ടിൽ എപ്പിമെത്യൂസ് മുഴുകി ഇരിക്കുമ്പോഴാണ് ഹെർമസ് ദേവന്റെ വരവ്. അദ്ദേഹത്തിന്റെ കൈയിൽ വലിയൊരു പെട്ടിയുമുണ്ടായിരുന്നു.

ഹെർമസ് ദേവനെ ആ ദമ്പതികൾ സന്തോഷത്തോടെ സ്വീകരിച്ചു. അദ്ദേഹം വല്ലാതെ ക്ഷീണിതനായിരുന്നു. “ഹെർമസ് ദേവാ അങ്ങ് ഞങ്ങളുടെ വീട്ടിലെത്തിയതിൽ വലിയ സന്തോഷമുണ്ട്. അങ്ങ് വല്ലാതെ ക്ഷീണിച്ചിരിക്കുന്നതായി കാണുന്നു.” ഹെർമസ് ദേവൻ ഒന്നും പറയാതെ പെട്ടി താഴെവച്ചു. പൻഡോറയുടെയും എപ്പിമെത്യൂസിന്റെയും കണ്ണുകൾ ആ പെട്ടിയിലായിരുന്നു. പൻഡോറ ചോദിച്ചു: “അല്ലയോ ദേവാ എന്താണീ പെട്ടിയിലുള്ളത്?” “എന്റെ പെൺകുട്ടീ, നീ അത് അറിയേണ്ട കാര്യമില്ല.” ഇതു കേട്ടതും പൻഡോറയുടെ മുഖം വാടി. ഹെർമസ് ദേവൻ എപ്പിമെത്യൂസിനോടായി പറഞ്ഞു: “എനിക്ക് നീയൊരു സഹായം ചെയ്യണം.” “എന്താണ് ദേവാ കൽപ്പിച്ചാലും. എന്നാൽ

കഴിയുന്ന എന്തു സഹായവും ചെയ്യുന്നതിൽ ഞങ്ങൾക്ക് സന്തോഷമേ ഉള്ളൂ."

"ഞാൻ ഒരു ദീർഘയാത്രയിലാണ്. ഈ പെട്ടി ചുമന്നു കൊണ്ട് യാത്രചെയ്യാൻ ഇനി വയ്യ. അതുകൊണ്ട് ഇത് നീ ഇവിടെ സൂക്ഷിക്കണം." "അത്രയേ ഉള്ളോ. തീർച്ചയായും ഈ വീട്ടിൽ അങ്ങയുടെ പെട്ടി സുരക്ഷിതമായിരിക്കും." "ശരി ഞാൻ മടങ്ങി വരുമ്പോൾ ഈ പെട്ടി തിരിച്ചെടുത്തുകൊള്ളാം." എപ്പിമെത്യൂസ് സന്തോഷത്തോടെ പറഞ്ഞു. "പക്ഷേ ഈ പെട്ടി നിങ്ങൾ ഒരു കാരണവശാലും തുറക്കരുത്. അഥവാ തുറന്നാൽ നിങ്ങൾക്കത് വലിയ ബുദ്ധിമുട്ടുകളുണ്ടാക്കും."

"ഒരിക്കലും ഞങ്ങളുടെ ഭാഗത്തുനിന്ന് അങ്ങനെയൊന്നു മുണ്ടാവില്ല. അങ്ങ് ധൈര്യമായി പൊയ്ക്കോളൂ." എപ്പിമെത്യൂസ് മറുപടി പറഞ്ഞു.

"ശരി അങ്ങനെയാവട്ടെ" എന്നു പറഞ്ഞുകൊണ്ട് ഹെർമസ് ദേവൻ സ്ഥലം വിട്ടു.

ഹെർമസ് ദേവൻ പോയതിനുശേഷം പെട്ടി എവിടെ വയ്ക്കു മെന്ന് അവർ ആലോചിച്ചു. പൻഡോറ പറഞ്ഞു. "പെട്ടി എന്റെ മുറിയിൽ വച്ചോളൂ. അവിടെ ധാരാളം സ്ഥലം ഒഴിഞ്ഞു കിടപ്പു ണ്ടല്ലോ." അങ്ങനെ അവർ ഇരുവരും കൂടി പെട്ടി പൻഡോറ യുടെ മുറിയിലെത്തിച്ചു.

രണ്ടുമൂന്നു ദിവസം കഴിഞ്ഞപ്പോൾ മുതൽ പൻഡോറയുടെ മട്ടുമാറി. പെട്ടിയിലെന്താവും എന്ന ചിന്ത അവളിൽ ശക്തമാ വാൻ തുടങ്ങി. ഭക്ഷണംപോലും കഴിക്കാതെ ആ പെട്ടിയെക്കു റിച്ചുമാത്രം ചിന്തിച്ചുകൊണ്ട് അവൾ ദിനരാത്രങ്ങൾ തള്ളിനീ ക്കി. പൻഡോറയുടെ പെട്ടെന്നുണ്ടായ ഈ മാറ്റം എപ്പിമെത്യൂസ് ശ്രദ്ധിക്കുന്നുണ്ടായിരുന്നു. പക്ഷേ അതിന്റെ കാരണമെന്താ ണെന്ന് അയാൾക്ക് മനസിലായില്ല.

ഒരുദിവസം യാദൃച്ഛികമായി പൻഡോറയുടെ മുറിയിലേക്ക് അയാൾ കടന്നുചെല്ലുമ്പോൾ അവൾ ആ പെട്ടിതുറക്കാൻ ശ്രമി ക്കുകയായിരുന്നു. "പൻഡോറ നീ എന്താണീ കാണിക്കുന്നത്? ഇത് സാക്ഷാൽ ഹെർമസ് ദേവൻ നമ്മളെ ഏൽപ്പിച്ചുപോയ പെട്ടിയാണ്. അത് തുറക്കരുതെന്ന് അദ്ദേഹം നിർദേശിച്ചത് നീ കേട്ടതല്ലേ."

"പിന്നേ ഒരു പെട്ടി തുറന്നാൽ എന്തു സംഭവിക്കാനാണ്. എനിക്കാണെങ്കിൽ ആകാംക്ഷ അടക്കാനാവുന്നില്ല. അന്ന് ഞാൻ പെട്ടിയിലെന്താണ് എന്ന് ദേവനോട് ചോദിച്ചപ്പോൾ അദ്ദേഹം എന്താ പറഞ്ഞതെന്ന് നിങ്ങളും കേട്ടതല്ലേ? ഞാൻ അതൊന്നും അറിഞ്ഞിട്ട് കാര്യമില്ലപോലും."

"നീ എന്തു പറഞ്ഞാലും ഞാൻ ഇത് സമ്മതിക്കില്ല. ഇതു തുറക്കില്ലെന്ന് ഞാൻ ഹെർമസ് ദേവന് വാക്കുകൊടുത്തതാണ്." എപ്പിമെത്യൂസ് പറഞ്ഞു. "ഞാനിപ്പോൾ പുറത്തേക്ക് പോവുകയാണ്. ഞാനില്ലാത്ത തക്കം നോക്കി ഇതു തുറക്കാനെങ്ങും ശ്രമിക്കരുത് കേട്ടോ" എന്നും പറഞ്ഞ് എപ്പിമെത്യൂസ് പുറത്തേക്ക് പോയി.

അയാൾ പോയിക്കഴിഞ്ഞതും പെട്ടിയിലെന്താണെന്ന ആകാംക്ഷയിലേക്ക് പെട്ടെന്നവൾ വഴുതി വീണു. മനസിൽ വലിയൊരു വടംവലി നടക്കുകയാണ്. അവസാനം എന്തുവന്നാലും തുറക്കുക തന്നെ എന്ന ചിന്ത വിജയിച്ചു.

അവൾ മെല്ലെ പെട്ടിയെ സമീപിച്ചു. ഹൃദയമിടിപ്പിന്റെ വേഗം വർധിച്ചു. വിറയ്ക്കുന്ന കൈകൾ പെട്ടിയെ മെല്ലെ സ്പർശിച്ചു. അപ്പോളതാ ഒരു ശബ്ദം. അവൾ ഞെട്ടിവിറച്ചു ചുറ്റും നോക്കി. ആരുമില്ല. അപ്പോൾ വീണ്ടും ശബ്ദമുയർന്നു. "സുന്ദരീ ഞങ്ങളെ വേഗം തുറന്നുവിടൂ... അത്ഭുതംകൊണ്ട് പൻഡോറയുടെ കണ്ണുകൾ വിടർന്നു. അതെ ആ ശബ്ദം പെട്ടിക്കുള്ളിൽനിന്നായിരുന്നു. സുന്ദരീ എന്ന സംബോധന അവൾക്ക് നന്നായി ഇഷ്ടപ്പെട്ടു. പെട്ടിക്കുള്ളിൽനിന്ന് വീണ്ടുംവീണ്ടും അവളെ പുകഴ്ത്തിക്കൊണ്ടുള്ള അഭ്യർഥനകൾ തുടർന്നു. ഇനി ആലോചിക്കാനൊന്നുമില്ല, തുറക്കുകതന്നെ എന്ന് വിചാരിച്ച് അവൾ പെട്ടി തുറന്നു.

എന്താണ് ആ പെട്ടിയിൽ? പെട്ടിയിൽനിന്നും കടന്നൽപോലുള്ള ജീവികൾ മൂളിക്കൊണ്ട് പറന്നുയർന്നു. അത് കൂട്ടമായി പൻഡോറയെ ആഞ്ഞുകുത്തി. അവൾ വേദനകൊണ്ട് പുളഞ്ഞു. "അയ്യോ രക്ഷിക്കണേ...." അവൾ ഉറക്കെ നിലവിളിച്ചു.

പൻഡോറയുടെ നിലവിളികേട്ടുകൊണ്ടാണ് എപ്പിമെത്യൂസ് എത്തിയത്. "എന്താ... എന്തുപറ്റി." പൻഡോറയുടെ നിലവിളിയിൽ പെട്ടെന്ന് അയാൾക്കൊന്നും മനസിലായില്ല. കടന്നൽക്കൂട്ടം

എപ്പിമെത്യൂസിനെയും വെറുതെ വിട്ടില്ല. അയാൾക്കും കിട്ടി നല്ല കുത്തുകൾ. അവർ രണ്ടുപേരും നിലവിളിച്ചുകൊണ്ട് പുറത്തേക്ക് പാഞ്ഞു. കടന്നൽക്കൂട്ടം മൂളിക്കൊണ്ട് പുറകേ. അവരുടെ നിലവിളി കേട്ടുകൊണ്ട് ഓടിയെത്തിയവർക്കും കിട്ടി നല്ല കുത്തുകൾ. എല്ലാവരും നാലുപാടും ചിതറിയോടി. പുറകേ കടന്നൽക്കൂട്ടവും.

കടന്നൽക്കൂട്ടം കുറേനേരം പിന്തുടർന്നതിനുശേഷം മൂളിപ്പറന്ന് എങ്ങോട്ടോ പോയി. പൻഡോറയും എപ്പിമെത്യൂസിനെയും കണ്ടാൽ ഇപ്പോൾ തിരിച്ചറിയാൻ കഴിയാതായി. കടന്നലിന്റെ കുത്തുകിട്ടി ഇരുവരുടെയും മുഖവും കൈകാലുകളും നീരുവച്ച് വീർത്തിരിക്കുകയാണ്. അവർ തിരിച്ചു വീട്ടിലെത്തിയതും വഴക്കു തുടങ്ങി.

"നിന്നോട് ഞാൻ ആ പെട്ടി തുറക്കരുതെന്ന് പല പ്രാവശ്യം പറഞ്ഞതാണ്. നീ കേട്ടില്ല. വഞ്ചകിയാണ് നീ." എപ്പിമെത്യൂസിന് ദേഷ്യം സഹിക്കാൻ കഴിഞ്ഞില്ല. പൻഡോറ വിട്ടുകൊടുക്കാൻ തയാറായില്ല. "എന്തു പറഞ്ഞു. നിങ്ങളല്ലേ പെട്ടി സൂക്ഷിക്കാമെന്നേറ്റത്. എന്നിട്ട് എന്നെ കുറ്റം പറയുന്നോ?" അവളുടെ ഈ വാക്കുകൾ എപ്പിമെത്യൂസിന്റെ ദേഷ്യം ഇരട്ടിപ്പിച്ചു. "ങ്ഹാ.. അതു ശരി. ചെയ്യാനുള്ളത് ചെയ്തിട്ട് നിന്നു ന്യായം പറയുന്നോ" എന്നുപറഞ്ഞുകൊണ്ട് അയാൾ പൻഡോറയുടെ കഴുത്തുപിടിച്ച് ഞെരിക്കുവാൻ തുടങ്ങി. "നിന്നെ ഞാനിന്ന് കൊല്ലും." അയാൾ അലറി. പൻഡോറ ശ്വാസം കിട്ടാതെ പിടഞ്ഞു. അപ്പോഴതാ പെട്ടിക്കുള്ളിൽനിന്ന് വീണ്ടും സ്വരം!

എപ്പിമെത്യൂസ് പിടിവിട്ട് പെട്ടി ഇരുന്ന പൻഡോറയുടെ മുറിയിലേക്കോടി. പിന്നാലെ പൻഡോറയും. പെട്ടിയിൽനിന്ന് ശബ്ദമുർന്നുകൊണ്ടിരുന്നു. "തുറന്നു വിടൂ.....തുറന്നു വിടൂ...." "അയ്യോ തുറക്കരുതേ ഇനിയും കുത്തുകൊണ്ടാൽ നമ്മൾ ചത്തുപോകും." പൻഡോറ നിലവിളിച്ചു. പക്ഷേ പെട്ടിയിലെ സ്വരം വളരെ ആകർഷകമായിരുന്നു. "നിങ്ങളെ ഉപദ്രവിക്കാനല്ല, രക്ഷിക്കാനാണ്. ദയവായി പെട്ടിതുറക്കൂ....."

"തുറക്കരുതേ...." പൻഡോറ കരഞ്ഞുപറഞ്ഞു. പക്ഷേ അവളുടെ വാക്കുകൾ എപ്പിമെത്യൂസ് കണക്കിലെടുത്തില്ല. അയാൾ രണ്ടും കൽപ്പിച്ച് പെട്ടി വലിച്ചുതുറന്നു. പെട്ടിയിലെന്താണ്?

അയാൾ ആകാംക്ഷയോടെ നോക്കി. അപ്പോളതാ പെട്ടിക്കുള്ളിൽനിന്ന് മനോഹരമായ ചിത്രശലഭത്തെപ്പോലെ ഒരു ജീവി പറന്നുയരുന്നു. അതിന്റെ സ്വരം മധുരതരമായിരുന്നു. ആ ശലഭം കടന്നൽക്കുത്തേറ്റ അവരുടെ ശരീരഭാഗങ്ങളിൽ പറന്നുവന്നിരുന്നു. അത്ഭുതമെന്നേ പറയേണ്ടൂ.. വേദനകൊണ്ട് ചുട്ടുനീറിയ അവർക്ക് ഒരു കുളിർമഴ നനയുന്ന അനുഭവമുണ്ടായി. കുത്തേറ്റ പാടുകളെല്ലാം അപ്രത്യക്ഷമായി. പൻഡോറയും എപ്പിമെത്യൂസും അത്ഭുതലോകത്തെത്തിയതുപോലെ കുറേ നേരം അങ്ങനെ നിന്നു.

"എന്താണിവിടെ സംഭവിച്ചത്?" എപ്പിമെത്യൂസ് ചിത്രശലഭത്തോട് ചോദിച്ചു. മനോഹരമായ ശബ്ദത്തിൽ ശലഭം പറഞ്ഞു: "പൻഡോറ ആദ്യം തുറന്നുവിട്ടത് തിന്മകളുടെ കടന്നലുകളെയാണ്. അതുകൊണ്ട് ലോകത്ത് ഇന്നുവരെ ഇല്ലാതിരുന്ന കോപം, അസൂയ, അഹങ്കാരം, ഭയം തുടങ്ങിയ ചീത്ത വികാരങ്ങൾ ഇനി മുതൽ എങ്ങുമുണ്ടാകും. അവർ ഇത്രകാലം ബന്ധനത്തിലായിരുന്നു."

"അപ്പോൾ നിങ്ങൾ ആരാണ്?" എപ്പിമെത്യൂസ് ചോദിച്ചു:

"ഞാൻ പ്രതീക്ഷയാണ്. ദുഃഖങ്ങളും ദുരിതങ്ങളുംകൊണ്ട് ലോകം കഷ്ടപ്പെടുമ്പോൾ ഞാനവർക്ക് സ്നേഹവും പ്രതീക്ഷയും ആശ്വാസവും നൽകും. എന്നെ തുറന്നു വിട്ടില്ലായിരുന്നെങ്കിൽ എന്താകുമായിരുന്നു ലോകത്തിന്റെ ഗതി."

പ്രതീക്ഷയുടെ ഈ വാക്കുകൾ അവരിൽ ആശ്വാസം വിതച്ചു. "നിങ്ങൾ തുറന്നുവിട്ട തിന്മയുടെ കടന്നൽക്കുത്തേറ്റവരെ ആശ്വസിപ്പിക്കുവാൻ ഇപ്പോൾ എനിക്ക് കഴിയും. അതുകൊണ്ട് ഞാൻ പോവുകയാണ്. തിന്മകൾ ഇപ്പോൾ ലോകമെങ്ങും പടർന്നു കഴിഞ്ഞിരിക്കും. അവർ ഒരുപാടുപേരുണ്ടല്ലോ. ഞാൻ ഒറ്റയ്ക്കല്ലേ. തിന്മതീണ്ടിയവരെ മുഴുവൻ പറന്നു ചെന്ന് ഞാൻ ആശ്വസിപ്പിക്കട്ടെ," ഇങ്ങനെ പറഞ്ഞുകൊണ്ട് പ്രതീക്ഷയുടെ ആ കുഞ്ഞു ശലഭം പറന്നകന്നു. സന്തോഷത്തിന്റെയും സമാധാനത്തിന്റെയും കണ്ണുനീരണിഞ്ഞുകൊണ്ട് ആ ദമ്പതികൾ ആ കുഞ്ഞുശലഭം പറന്നകലുന്നതും നോക്കിനിന്നു.

ഈറോസ് ദേവന്റെ കുസൃതികൾ

ഈറോസ് ദേവന്റെ ചില കുസൃതിത്തരങ്ങളെ കുറിച്ചുള്ള ഒരു കഥയാണിത്.

കൊച്ചുകുട്ടിയുടെ രൂപഭാവങ്ങളാണ് ഈറോസിന്. നല്ല ഓമനത്തമുള്ള മുഖം. കുസൃതിത്തരങ്ങൾക്കും കുറവില്ല. ഒരിക്കൽ ഈറോസ് ദേവൻ കാട്ടിനുള്ളിൽ വച്ച് തന്റെ വില്ലുഴിച്ച് നന്നാക്കിക്കൊണ്ടിരിക്കുകയാണ്. തൊട്ടടുത്ത് സ്വർണംകൊണ്ടും ഈയംകൊണ്ടുമുള്ള അമ്പുകളും. അപ്പോഴാണ് അപ്പോളോ ദേവൻ അതുവഴി വന്നത്. ഈറോസിന്റെ ജോലികൾ അദ്ദേഹം കൗതുകപൂർവം കുറെ നേരം നോക്കിനിന്നു. ഈറോസ് ദേവനാകട്ടെ അതൊന്നും ശ്രദ്ധിക്കാതെ വലിയ ജോലിത്തിരക്കിലാണ്.

"ഈറോസ് നീയൊരു കുഞ്ഞു ദേവനല്ലേ? നിനക്കെന്തിനാണ് ഈ അമ്പും വില്ലുമൊക്കെ?" അപ്പോളോ ചോദിച്ചു. ചോദ്യത്തിലെ പരിഹാസം ഈറോസിന് മനസിലായി. അവൻ ഒന്നും മിണ്ടാതെ ജോലി തുടർന്നു. അപ്പോളോ ദേവൻ വിടാൻ കൂട്ടാക്കിയില്ല. അദ്ദേഹം അവനെ ചൊടിപ്പിക്കാൻ വീണ്ടും ചോദിച്ചു: "ഇത്തിരിയില്ലാത്ത നിനക്ക് എന്തിനാണ് ഈ ആയുധങ്ങൾ? ഓ ഈ ആയുധങ്ങൾ താങ്കൾ നന്നാക്കുകയാണല്ലോ? ഉടനെയെങ്ങാനും വല്ല യുദ്ധവുമുണ്ടോ ആവോ?"

അപ്പോളോ ദേവന്റെ ഈ പരിഹാസം ഈറോസിന് സഹി

ക്കാനായില്ല. "നിങ്ങളൊക്കെ വല്യ ശക്തന്മാരും യുദ്ധവീരന്മാരുമൊക്കെയാണെന്നു കരുതി പാവങ്ങളെ ഇങ്ങനെ കളിയാക്കുന്നത് കഷ്ടമാണ്. ഞാൻ വിചാരിച്ചാലും ചിലതെല്ലാം നടക്കും." ഈറോസ് ദേവൻ പറഞ്ഞു. "ഓഹോ അങ്ങനെയാണോ. എന്നാൽ അതൊന്നു കാണണമല്ലോ." അപ്പോളോ ദേവൻ വീണ്ടും അവനെ പരിഹസിച്ചു.

പെട്ടെന്ന് അപ്രതീക്ഷിതമായി ഈറോസ് ദേവൻ തന്റെ സ്വർണശരമെടുത്ത് വില്ലുകുലച്ചു. കൃത്യം അപ്പോളോ ദേവന് അമ്പുകൊണ്ടു. അത് സ്നേഹത്തിന്റെ അമ്പുകളായിരുന്നു. അദ്ദേഹം സ്നേഹവായ്പിൽ തളർന്നു. അപ്പോഴാണ് നദീദേവന്റെ പുത്രി സുന്ദരിയായ ഡെഫ്ന അതുവഴിവന്നത്. അപ്പോളോ ദേവന് അവളോട് അതിയായ സ്നേഹം തോന്നി. പെട്ടെന്ന് തന്നെ തന്റെ ഈയംകൊണ്ടുള്ള അമ്പ് ഈറോസ് ദേവൻ ഡെഫ്നയ്ക്കുനേരെ എയ്തു. ദേഷ്യത്തിന്റെയും ക്രൂരതയുടെയും അമ്പായിരുന്നു അത്. അമ്പു തറച്ചതും ഡെഫ്ന ഒരു ദുഷ്ടസ്ത്രീയായി മാറി. സ്നേഹത്തോടെ തന്റെ സമീപം നിൽക്കുന്ന അപ്പോളോ ദേവനോട് അവൾക്ക് വല്ലാത്ത വെറുപ്പ് തോന്നി. നോക്കണേ ഈറോസ് ദേവന്റെ തമാശ. ഒരാൾക്ക് സ്നേഹം, മറ്റൊരാൾക്ക് വെറുപ്പ്.

സ്നേഹത്തോടെ തന്റെ പിന്നാലെ വരുന്ന അപ്പോളോ ദേവനെ ഡെഫ്ന ഭയന്നു. അവൾ ഓടാൻ തുടങ്ങി. ഓടുന്നതിനിടയിൽ അവൾ നിലവിളിച്ചുകൊണ്ടിരുന്നു. "അയ്യോ... ഒരു വൃത്തികെട്ട ജീവി എന്നെ പിടിക്കാൻ വരുന്നേ.... അച്ഛാ രക്ഷിക്കണേ...."

അപ്പോളോ ദേവനാകട്ടെ അതൊന്നും കേൾക്കുന്നില്ല. അദ്ദേഹത്തിന് സ്നേഹംകൊണ്ട് ഇരിക്കപ്പൊറുതിയില്ല. അവളുടെ പിന്നാലെ അദ്ദേഹം ഓടുകയാണ്.

നദീദേവൻ തന്റെ മകളുടെ നിലവിളികേട്ടു. അദ്ദേഹം വിളിച്ചുപറഞ്ഞു: "ഡെഫ്നാ മകളേ നീ പേടിക്കണ്ട.. നിന്നെ ഞാൻ രക്ഷിക്കാം. ഇങ്ങോട്ടു വേഗംവരൂ..."

അച്ഛന്റെ വാക്കുകൾ കേട്ട ഡെഫ്ന നദിയിലേക്ക് ഊളിയിട്ടു മറഞ്ഞു. അപ്പോളോ ദേവൻ അവൾ പൊങ്ങിവരുന്നതും കാത്ത് കരയ്ക്കിരിപ്പായി. അവസാനം അവൾ നദിയിൽനിന്ന് അപ്പോളോ

അറിയാതെ പൊങ്ങിവന്ന് നദീതീരത്തുകൂടെ ഓടുവാൻ തുടങ്ങി. പക്ഷേ അദ്ദേഹം അതു കണ്ടു, പിന്നാലെ പാഞ്ഞു. അവസാനം അപ്പോളോ ദേവൻ അവളെ പിടിച്ച് ആലിംഗനം ചെയ്തു.

പെട്ടെന്ന് ഡെഫ്നയ്ക്ക് രൂപപരിണാമം സംഭവിക്കാൻ തുടങ്ങി. അവളുടെ പാദങ്ങൾ വേരുകളായി മണ്ണിലേക്കാഴ്ന്നുപോയി. കൈകൾ ശിഖരങ്ങളായി മാറി. ശിഖരങ്ങളിൽ ഇലകളും പൂക്കളുമുണ്ടായി. ഡെഫ്ന ഒരു മരമായി മാറിക്കഴിഞ്ഞിരുന്നു. അപ്പോളോ ദേവൻ ഇപ്പോൾ ഒരു മരത്തെയാണ് കെട്ടിപ്പിടിച്ചു നിൽക്കുന്നത്. “ഡെഫ്നാ നിന്നെ എനിക്ക് നഷ്ടപ്പെട്ടു, എന്നാലും നിന്നോടുള്ള സ്നേഹം തീരുന്നില്ല. ഇനി മുതൽ എന്റെ മരമാണ് നീ. അപ്പോളോ ദേവന്റെ മരമായി നീ അറിയപ്പെടും. ഇനിമുതൽ നിന്റെ ഇലകൾകൊണ്ടുള്ള കിരീടമാണ് ഞാൻ ധരിക്കുക.

ലോകത്തിൽ നടക്കുന്ന ഏതു മത്സരങ്ങളിലും വിജയികളെ അണിയിക്കുവാനുള്ള കിരീടം നിന്റെ ഇലകൾ കൊണ്ടുള്ളതായിരിക്കും. എല്ലാക്കാലത്തും പച്ചനിറമാർന്ന ഇലകൾ നിനക്കുണ്ടാകും.”

അപ്പോളോ ദേവന്റെ സ്നേഹത്തിന് പാത്രമായ ഈ മരമാണ് ലോറൽ മരം. ഡെഫ്നയാണ് മരമായി ഇങ്ങനെ നിൽക്കുന്നതെന്ന് ഗ്രീക്കുകാർ വിശ്വസിക്കുന്നു.

പിന്നീട് ഗ്രീസിലെ മത്സരത്തിലെ വിജയികൾക്കുള്ള കിരീടം ലോറൽമരത്തിന്റെ ഇലകൾകൊണ്ടാണ് നിർമിക്കുന്നത്.

ഈറോസിന്റെ ഒരു കുസൃതി എന്തൊക്കെ സംഭവങ്ങൾ ഉണ്ടാക്കിയെന്ന് നോക്കണേ.

സൂര്യകാന്തിപ്പൂവായി മാറിയ ദേവത

സൂര്യദേവനാണല്ലോ അപ്പോളോ. അദ്ദേഹത്തെ സ്നേഹിക്കുകയും ആരാധിക്കുകയും ചെയ്ത ക്ലൈറ്റിയെക്കുറിച്ചുള്ള കഥകേൾക്കൂ. ക്ലൈറ്റിയെ ഇന്ന് നമ്മൾക്കറിയാം. മനുഷ്യരൂപത്തിലല്ലെന്നുമാത്രം.

ക്ലൈറ്റി ഒരു ജലദേവതയായിരുന്നു. സ്വർണത്തലമുടിയായിരുന്നു അവൾക്ക്. നദിയുടെ കൊച്ചോളങ്ങളിൽ അവളുടെ സ്വർണത്തലമുടി അങ്ങനെ പൊങ്ങിക്കിടക്കും. സൂര്യന്റെ രശ്മികൾ ഈ തലമുടിയിൽ വീഴുമ്പോൾ അത് കൂടുതൽ സുന്ദരമായിത്തീരും.

എല്ലാ ദിവസവും പ്രഭാതത്തിൽ അവൾ കരയ്ക്കുകയറി അപ്പോളോ ദേവൻ സൂര്യരഥം തെളിക്കുന്നത് നോക്കിനിൽക്കും. അവൾ അപ്പോളോ ദേവനെ ആരാധിച്ചു. സൂര്യദേവൻ പോകുന്നതിന്റെ ദിശയ്ക്കനുസരിച്ച് അവളുടെ നോട്ടം സഞ്ചരിച്ചുകൊണ്ടേയിരിക്കും.

രാത്രിയായാൽ ക്ലൈറ്റിക്ക് വളരെ ദുഃഖമാണ്. കാരണം, അപ്പോളോ ദേവനെ കാണാൻ കഴിയില്ലല്ലോ. പ്രഭാതം വരെ അവൾ സൂര്യരഥത്തിൽ എഴുന്നള്ളുന്ന അപ്പോളോ ദേവനെ ഓർത്തിരിക്കും.

പ്രഭാതമായാൽ പിന്നെ അവൾക്ക് നല്ല ഉത്സാഹമാണ്. അപ്പോളോ ദേവന്റെ ഒരു ദൃഷ്ടിക്കുവേണ്ടിയാണ് അവൾ എന്നും പ്രഭാതം മുതൽ പ്രദോഷം വരെ അദ്ദേഹത്തെ നോക്കിനിൽക്കു

ന്നത്. എന്നാൽ അപ്പോളോ ദേവൻ ഒരിക്കൽപ്പോലും ക്ലൈറ്റിയെ നോക്കിയതേയില്ല. എന്നെങ്കിലും ഒരിക്കൽ ദേവൻ തന്നെ കാണുമെന്നും തന്നെ ഇഷ്ടപ്പെടുമെന്നും ആ പാവം നദീദേവത വിശ്വസിച്ചു.

പക്ഷേ ദിവസങ്ങൾ കടന്നുപോകുന്നതല്ലാതെ അപ്പോളോ ദേവൻ അവളെ നോക്കുന്നതുപോലുമില്ല.

ദിവസങ്ങളും മാസങ്ങളും കഴിഞ്ഞുപോയി. ഓരോ ദിവസവും നമ്മുടെ പാവം ദേവത ഇന്നെങ്കിലും താൻ പ്രതീക്ഷിക്കുന്ന ആ സുന്ദരനിമിഷം വരുമെന്ന് പ്രതീക്ഷിക്കും. പക്ഷേ അത് ഒരിക്കലും ഉണ്ടായില്ല. വർഷങ്ങൾ കടന്നുപോയി. അപ്പോളോ ദേവനെമാത്രം ഓർത്തിരുന്ന അവൾക്ക് മറ്റൊന്നിലും ശ്രദ്ധിക്കാൻ കഴിഞ്ഞില്ല. കൂട്ടുകാരായ ജലദേവതമാരുടെ ഉപദേശമൊന്നും അവൾ ചെവിക്കൊണ്ടില്ല. സദാസമയവും സൂര്യദേവനെത്തന്നെ ചിന്തിച്ചുനിൽപ്പാണ്.

അങ്ങനെ അവളുടെ സ്വർണത്തലമുടി പതുക്കെ സ്വർണവർണമുള്ള പൂവിതളായിത്തുടങ്ങി. ഭക്ഷണത്തിനോ മറ്റ് കൂട്ടുകാരികളുമായി സംസാരിക്കുവാനോ അവൾ കൂട്ടാക്കിയില്ല. സദാസമയവും സൂര്യരഥത്തെ നോക്കിനിൽക്കുന്ന ക്ലൈറ്റിയുടെ ശരീരം ശോഷിച്ചുവന്നു. ക്രമേണ അവൾ ഒരു സൂര്യകാന്തിച്ചെടിയായി മാറി. സ്വർണത്തലമുടിയുള്ള അവളുടെ മുഖം സൂര്യാകാന്തി പുഷ്പമായി മാറി.

സൂര്യകാന്തിപ്പൂവ് ഇന്നും സൂര്യദേവനെ ധ്യാനിച്ചുകൊണ്ട് നിൽക്കുന്നു. സൂര്യദേവനായ അപ്പോളോ ദേവനെ സ്നേഹിച്ച ക്ലൈറ്റിദേവിയാണ് ഗ്രീക്കുകാരർ വിശ്വസിക്കുന്നു. സൂര്യന്റെ ദിശയനുസരിച്ച് സൂര്യകാന്തിപ്പൂവ് മുഖം തിരിച്ചുനിൽക്കുന്നതിന്റെ പിന്നിലെ ഈ കഥ വിശുദ്ധമായ സ്നേഹത്തിന്റെയും ആരാധനയുടെയും പ്രതീകമായി ഇന്നും നിലനിൽക്കുന്നു.

മാറ്റൊലിയും നാർസിസും

നാർസിസിന്റെയും മാറ്റൊലിയുടെയും കഥയാവാം ഇനി. മാറ്റൊലി സുന്ദരിയായ ഒരു പെൺകുട്ടിയായിരുന്നു. നിർത്താതെ എന്തെങ്കിലുമൊക്കെ സംസാരിച്ചുകൊണ്ടിരിക്കുക അവളുടെ ശീലമായിരുന്നു. അവളുടെ ഈ സംസാരം മറ്റുള്ളവരെ പലപ്പോഴും അലോസരപ്പെടുത്തുന്നതാണ്. ഹീരാദേവിക്ക് മാറ്റൊലിയുടെ ഈ വാചാലത തീരെ ഇഷ്ടമായില്ല. അവർ പറഞ്ഞു: "നിന്റെ വായ്ക്ക് അൽപ്പം വിശ്രമം കൊടുക്കൂ പെൺകുട്ടി. എപ്പോഴും ഇങ്ങനെ ചിലച്ചുകൊണ്ടിരിക്കുന്നത് അത്ര നല്ലതല്ല." ഇതുകേട്ട മാറ്റൊലി, ദേവിയോട് പറഞ്ഞു: "ഞാൻ സംസാരിക്കുന്നതിന് ദേവിക്കെന്താ.. ഞാൻ എന്റെ നാക്കുകൊണ്ടല്ലേ സംസാരിക്കുന്നത്." അവളുടെ ഈ മറുപടി ഹീരാദേവിക്ക് ഇഷ്ടപ്പെട്ടില്ല. തന്നോട് ധിക്കാരം പറഞ്ഞ ഇവളെ ശിക്ഷിക്കണം ദേവി തീരുമാനിച്ചു.

"നിനക്ക് ഇത്രയ്ക്ക് അഹങ്കാരമോ.. എന്നോട് ഇതുവരെ ആരും ഇങ്ങനെ ധിക്കാരം പറഞ്ഞിട്ടില്ല. ഇനി മുതൽ നിനക്ക് സ്വന്തമായി സംസാരിക്കാൻ കഴിയില്ല. മറ്റുള്ളവർ പറയുന്നത് ഏറ്റുപറയാൻ മാത്രമേ നിനക്ക് കഴിയൂ.."

ദേവിയുടെ ശാപം ഫലിച്ചു. അവൾ പൊട്ടിക്കരഞ്ഞു. വാക്കുകൾ പുറത്തേക്ക് വരുന്നില്ല. ഹീരാദേവിയുടെ കോപം ഇത്രയ്ക്ക് അതിരുകടക്കുമെന്ന് അവൾ വിചാരിച്ചിരുന്നില്ല. ഇനി പറഞ്ഞി

ട്ട് എന്തുഫലം. അവൾ ഒരു മലമുകളിൽ താമസമാക്കി. തന്റെ ഈ അവസ്ഥ ആരുമറിയാതിരിക്കാനാണ് അവൾ അങ്ങനെ ചെയ്തത്.

മാറ്റൊലി മലമുകളിലെ വനത്തിൽ മൂകയായി താമസിക്കുമ്പോഴാണ് ഒരു കോമളനായ യുവാവ് അവിടെയെത്തിയത്. മാറ്റൊലിക്ക് ആ യുവാവിനെ ഇഷ്ടപ്പെട്ടു. പക്ഷേ മിണ്ടാനാവില്ലല്ലോ. തനിക്ക് സംസാരശേഷി ഇല്ലെന്ന് അവൻ അറിഞ്ഞാൽ തന്നെ ഇഷ്ടപ്പെടുമോ എന്ന ആശങ്ക അവൾക്കുണ്ടായിരുന്നു. മാത്രമല്ല ആരെങ്കിലും വിളിച്ചാൽ അടുത്തുചെല്ലാൻ പാടില്ലെന്ന ഹീരാദേവിയുടെ കൽപ്പനയും അവളെ ഭയപ്പെടുത്തി. അതുകൊണ്ട് ആ യുവാവിന്റെ മുമ്പിലേക്ക് ചെല്ലുവാൻ അവൾ ഇഷ്ടപ്പെട്ടില്ല. അവൻ നടന്നുപോയപ്പോൾ അവളും അവനറിയാതെ പിന്നാലെ നടന്നു. യുവാവ് എപ്പോഴെങ്കിലും തിരിഞ്ഞുനോക്കുമെന്നും തന്നെ കാണുമെന്നുമാണ് അവൾ പ്രതീക്ഷിച്ചത്. പക്ഷേ, കാട്ടിലൂടെ വെറുതെ നടക്കുന്നതല്ലാതെ അവൻ തിരിഞ്ഞുനോക്കുന്നതേയില്ല. കുറെ നേരെ അവനെ അനുഗമിച്ച മാറ്റൊലി ചൂളമടിക്കുന്നതുപോലെ ഒരു ശബ്ദം കേൾപ്പിച്ചു. അങ്ങനെയെങ്കിലും അവൻ തിരിഞ്ഞുനോക്കട്ടെയെന്ന് അവൾ വിചാരിച്ചു.

ചൂളമടികേട്ടതും യുവാവ് നിന്നു. ഈ കൊടുംവനത്തിൽ ആരാണ് ഇപ്പോൾ ചൂളമടിച്ചത്? അവൻ മേലോട്ടും ഇരുവശത്തേക്കുമൊക്കെ നോക്കുന്നുണ്ടെങ്കിലും തിരിഞ്ഞുനോക്കിയില്ല. കുറച്ചുനേരം അങ്ങനെ നിന്നതിനുശേഷം അവൻ വീണ്ടും നടക്കാൻ തുടങ്ങി. അവൾ അവനെ അനുഗമിച്ചു.

വീണ്ടും ചൂളമടി ശബ്ദം. ഇത്തവണ അവൻ ചുറ്റും നോക്കി. പക്ഷേ മാറ്റൊലിയെ അവൻ കണ്ടില്ല. അവൾ ഒരു മരത്തിന് പുറകിൽ മറഞ്ഞിരിക്കുകയായിരുന്നു. അവൻ ഇങ്ങനെ വിളിച്ചുപറഞ്ഞു: "ആരാണ് ഈ കൊടും വനത്തിൽ എന്റെ പിന്നാലെ നടന്ന് ഇങ്ങനെ ചൂളമടിക്കുന്നത്? ഞാൻ നാർസിസാണ്. നിങ്ങൾ ആരാണ് പറയൂ.."

മാറ്റൊലിക്ക് മറുപടി പറയണമെന്നുണ്ട്. പക്ഷേ എന്തുകാര്യം. നാർസിസ് പറഞ്ഞതിന്റെ പ്രതിശബ്ദം പറയാനല്ലേ അവൾക്കാവൂ. അവളിൽനിന്ന് നാർസിസ് പറഞ്ഞതിന്റെ മാറ്റൊലി മാത്രമാണ് പുറത്തുവന്നത്. അതുകേട്ടപ്പോൾ നാർസി

സിനൊരു സംശയം. ഇത് മറഞ്ഞിരുന്ന് തന്നെയാരോ പറ്റിക്കുന്നതല്ലേ. അവൻ വിളിച്ചുപറഞ്ഞു: "എന്നെ കളിയാക്കാതെ ധൈര്യമുണ്ടെങ്കിൽ പുറത്തുവരൂ..." അതിനുള്ള മറുപടിയും മാറ്റൊലി മാത്രം. ഒപ്പം അതിസുന്ദരിയായ മാറ്റൊലി അവനു മുമ്പിൽ പ്രത്യക്ഷയായി. അവളുടെ കണ്ണുകളിൽ നാർസിസിനോടുള്ള സ്നേഹമുണ്ടായിരുന്നു. അവൾ പുഞ്ചിരിയോടെ അവനു മുമ്പിൽ നിന്നു.

നാർസിസിന് കോപമാണ് വന്നത്. "ഒളിച്ചുനിന്ന് എന്നെ പരിഹസിച്ചത് നീയാണല്ലേ... ഇപ്പോൾ എന്നെ നോക്കി പരിഹസിച്ചു ചിരിക്കുകയും ചെയ്യുന്നു." നാർസിസ് തന്നെ വല്ലാതെ തെറ്റിദ്ധരിച്ചതായി അവൾ മനസിലാക്കി. അവൾ അവന്റെ കരം കവർന്നു. "ഓഹോ എന്നെ കളിയാക്കിയതും പോരാ..എന്നിട്ട് എന്നോട് സ്നേഹം നടിച്ച് അടുത്തുകൂടുവാൻ ശ്രമിക്കുന്നോ." അവൻ കൈ കുതറിച്ചു. "പോകൂ.. നീ എന്റെ അടുത്ത് വരുന്നത് എനിക്ക് ഇഷ്ടമല്ല." ഇഷ്ടമല്ല എന്ന മാറ്റൊലി ശബ്ദം മാത്രമാണ് അവളിൽനിന്നും പുറത്തുവന്നത്.

തന്റെ മനസിലുള്ളത് പറയാനാവാതെ നിറകണ്ണുകളോടെ നാർസിസ് പോകുന്നതും നോക്കി. അവൾ നിന്നു.

വനത്തിനുള്ളിലൂടെ നാർസിസ് കുറെദൂരം നടന്നു. ദാഹിച്ചപ്പോൾ അവൻ അടുത്തുകണ്ട അരുവിയിലേക്ക് നടന്നു. കണ്ണാടിപോലെ തെളിഞ്ഞൊഴുകുന്ന ജലം. അവൻ അരുവിയുടെ കരയിൽ ഇരുന്നു. എന്നിട്ട് കൈക്കുമ്പിളിൽ വെള്ളം കോരാനായി കുനിഞ്ഞു. അപ്പോഴതാ, വെള്ളത്തിൽ മനോഹരമായ ഒരു രൂപം. ജലത്തിൽ ആരോ ഒളിച്ചിരിക്കുന്നു. അവൻ കണ്ടത് തന്റെ പ്രതിബിംബമാണെന്ന് നാർസിസുണ്ടോ അറിയുന്നു. അവൻ ജലത്തിലെ പ്രതിംബിംബത്തോട് ഇങ്ങനെ പറഞ്ഞു: "ഈ അരുവിയിൽനിന്ന് കരയിലേക്ക് കയറി വരൂ. എന്തൊരു ഭംഗിയാണ് നിനക്ക്." അവൻ വെള്ളത്തിലേക്ക് കൈനീട്ടി. അപ്പോൾ ജലത്തിലെ രൂപവും കൈനീട്ടി. അവന് അത്ഭുതം തോന്നി.

നാർസിസിന് പുതിയൊരു ലോകത്തെത്തിയതുപോലെ തോന്നി. അവന്റെ ദാഹം എങ്ങോ പോയ് മറഞ്ഞു. അവൻ അതുവരെ ഇത്രയ്ക്ക് മനോഹരമായ രൂപം കണ്ടിട്ടില്ലായിരുന്നു. അത് താൻ തന്നെയാണെന്ന് മനസിലാക്കാൻ അവന് കഴിഞ്ഞതുമില്ല.

നാർസിസ് ജലത്തിലെ ആ പ്രതിംബിംബത്തിൽ ആരാധനയോടെ തൊട്ടു. ജലത്തിലെ ഓളങ്ങളിൽ ആ രൂപം കലങ്ങിപ്പോയതായി അവൻ കണ്ടു. തൊട്ടാൽ മറഞ്ഞുപോകുമായിരുന്നെങ്കിൽ ഒരിക്കലും തൊടാതെ താൻ അതുതന്നെ നോക്കിയിരിക്കുമായിരുന്നു. ഇനിയെന്തുചെയ്യും. കുറെനേരം കാത്തിരുന്നുനോക്കാം. അവൻ ജലത്തിലേക്ക് ഉറ്റുനോക്കി കുറെ നേരമിരുന്നു. അപ്പോഴതാ വീണ്ടും രൂപം തെളിഞ്ഞുവരുന്നു. അവന് സന്തോഷമായി.

താൻ ചെയ്യുന്നതൊക്കെ ആ രൂപവും ചെയ്യുന്നത് അവനിൽ വലിയ അത്ഭുതമുണ്ടാക്കി. സ്വന്തം പ്രതിബിംബത്തെയാണ് താൻ ഇങ്ങനെ അഗാധമായി സ്നേഹിക്കുന്നതെന്ന് പാവം നാർസിസിന് മനസിലായിരുന്നില്ല.

നാർസിസിന്റെ ഈ പ്രവൃത്തികളെല്ലാം ഒരാൾ ശ്രദ്ധിക്കുന്നുണ്ടായിരുന്നു. അത് മറ്റാരുമല്ല. അവനെ സ്നേഹിച്ച മാറ്റൊലി. അവൾ അവനെ പിന്തുടരുന്നുണ്ടായിരുന്നു. അങ്ങനെയാണ് ഈ അരുവിയുടെ കരയിൽ നാർസിസ് ഇരിക്കുന്നത് കണ്ടത്. അവൾ നോക്കുമ്പോൾ നാർസിസ് അരുവിയിലേക്ക് കുനിഞ്ഞിരുന്നുകൊണ്ട് ആരോടോ സംസാരിക്കുകയും കൈ നീട്ടി വിളിക്കുകയും ചെയ്യുന്നതാണ് കണ്ടത്. ആരോടാണ് ഇവൻ ഇത്ര സ്നേഹത്തോടെ സംസാരിക്കുന്നത്? അതറിയാൻ അവൾക്ക് ഉൽക്കണ്ഠയായി.

അവൾ അവനറിയാതെ പിന്നിൽ വന്ന് നോക്കി. പാവം നാർസിസ് തന്റെ ജലത്തിലെ പ്രതിച്ഛായയെയാണ് ഇങ്ങനെ സ്നേഹിക്കുന്നതെന്ന് മാറ്റൊലി മനസിലാക്കി. പ്രതിച്ഛായയും സംസാരത്തിന്റെ മാറ്റൊലിയും. തങ്ങൾ തുല്യദുഃഖിതരാണെന്ന് അവൾ മനസിലാക്കി. ഇത് നിന്റെ പ്രതിച്ഛായയാണെന്ന് പറയാൻ കഴിയാത്ത തന്റെ വിധിയിൽ മാറ്റൊലി വേദനിച്ചു.

നാർസിസ് സ്വയം മറന്ന് ജലത്തിലെ പ്രതിബിംബത്തിൽത്തന്നെ നോക്കി നിൽക്കുകയാണ്. ദിനരാത്രങ്ങൾ കൊഴിഞ്ഞുപോകുന്നത് അവനറിഞ്ഞില്ല. ഭക്ഷണം കഴിക്കാതെ അവന്റെ ശരീരം ശോഷിച്ചുവന്നു. അവൻ അതൊന്നും അറിയുന്നുണ്ടായിരുന്നില്ല. അവസാനം സ്വന്തം പ്രതിബിംബത്തിന്റെ സൗന്ദര്യത്തിൽ കുടുങ്ങി ആ പാവം യുവാവ് ആ അരുവിയുടെ

കരയിൽ മരിച്ചുവീണു.

മാറ്റൊലി ഇതൊക്കെ ദൂരെനിന്ന് കാണുന്നുണ്ടായിരുന്നു. പക്ഷേ എന്തുചെയ്യാൻ. നാർസിസിനോടുള്ള അവളുടെ സ്നേഹം വെളിപ്പെടുത്താൻ അവൾക്ക് കഴിഞ്ഞില്ല. ആ യുവാവ് സ്വന്തം പ്രതിബിംബത്തിന്റെ കെണിയിൽ മരിച്ചുവീണു. അവൾ ദുഃഖത്താൽ നീറിപ്പിടഞ്ഞു. അവളുടെ ശരീരം ക്ഷയിച്ചുകൊണ്ടിരുന്നു. അവസാനം അവൾക്ക് തന്റെ ശരീരം തന്നെ നഷ്ടമായി. സ്വരം മാത്രമായി അവൾ അവശേഷിച്ചു.

ഇന്നും വനത്തിനുള്ളിലും ഗുഹകളിലും മലഞ്ചെരുവിലും അവൾ ശരീരമില്ലാതെ കഴിയുന്നു. നമ്മൾ ഉറക്കെ പറയുന്നതിന്റെ മാറ്റൊലി പറയുന്നത് അവളാണ്. അങ്ങനെ അവൾ നമ്മുടെ മാറ്റൊലിയിലൂടെ ഇന്നും ജീവിക്കുന്നു.

ഭൂമിയിലേക്കു വന്ന ദേവന്മാർ

സാക്ഷാൽ ദേവന്മാർ ഇതാ ഭൂമിയിലേക്കിറങ്ങിവരുന്നു. അതും ദേവാധി ദേവനായ സ്യൂസ് ദേവൻ. കൂടെ അദ്ദേഹത്തിന്റെ മകൻ ഹെർമിസും. അവർ സാധാരണക്കാരായ യാത്രക്കാരുടെ വേഷത്തിലാണ് ഭൂമിയിലെത്തിയത്.

അവർ ഭൂമിയിലെ കാഴ്ചകളൊക്കെ കണ്ട് ഒരു ഗ്രാമത്തിലെത്തി. അപരിചിതരായ യാത്രക്കാരെ കണ്ട് അവിടത്തെ കുട്ടികൾ അവരുടെ കൂടെക്കൂടി. കുട്ടികൾ അവരെ കളിയാക്കാനും കൂവിവിളിക്കാനും തുടങ്ങി. ചില ഗ്രാമീണർ പട്ടികളെ കെട്ടഴിച്ചുവിട്ടു. പട്ടി കുരച്ചുകൊണ്ട് യാത്രക്കാർക്കുനേരെ കുതിച്ചു. സ്യൂസ് ദേവനും ഹെർമിസും ഓടെടാ ഓട്ടം. ഇതുകണ്ട് ഗ്രാമവാസികൾ കൈകൊട്ടിച്ചിരിച്ചു. ഭൂമിയിൽ കാലെടുത്തു വെച്ചതും പണി കിട്ടിയതു കണ്ടോ എന്ന അർഥത്തിൽ സ്യൂസ് ദേവനും മകനും പരസ്പരം നോക്കി.

അവർ പിന്നെയും കുറേദൂരം നടന്നു. നടന്നു ക്ഷീണിച്ചപ്പോൾ അടുത്തുകണ്ട ഒരു വീട്ടിലേക്ക് അവർ കയറിച്ചെന്നു. വീടിന്റെ വാതിൽ അടഞ്ഞുകിടക്കുകയായിരുന്നു. സ്യൂസ് ദേവൻ വാതിലിൽ പതുക്കെ മുട്ടി. ഒരു പ്രതികരണവുമില്ല. അപ്പോൾ സ്യൂസ് വിളിച്ചുപറഞ്ഞു: "ഞങ്ങൾ അടുത്തനാട്ടിൽനിന്ന് വരുന്ന വഴിയാത്രക്കാരാണേ... നേരം ഇരുട്ടാൻ തുടങ്ങുന്നു. ഞങ്ങൾക്ക് ഇനിയും ഒരുപാട് ദൂരം പോകാനുണ്ട്. ഞങ്ങൾക്ക് വിശക്കുന്നു.

അൽപ്പം ഭക്ഷണം കിട്ടിയാൽ നന്നായിരുന്നു." ഇതു പറഞ്ഞ് അവർ കുറേനേരം കാത്തിരുന്നു. യാതൊരു പ്രതികരണവുമില്ല. സ്യൂസ് ദേവൻ ഒരിക്കൽക്കൂടി വാതിലിൽ മുട്ടി. അപ്പോൾ വാതിൽ തുറക്കപ്പെട്ടു. ആ വീട്ടിലെ ഗൃഹനായിക വാതിലിനു മുമ്പിൽ നിൽക്കുന്നു. "ഹും.. എന്തുവേണം?" അവർ ചോദിച്ചു.

സ്യൂസ് ദേവൻ താൻ നേരത്തെ പറഞ്ഞ കാര്യമെല്ലാം വീണ്ടും ആവർത്തിച്ചു. "ഭക്ഷണവും കിടക്കാൻ ഒരിടവും ഞങ്ങൾക്ക് നൽകാൻ ദയവുണ്ടാകണം." ദേവൻ യാചനയുടെ സ്വരത്തിൽ പറഞ്ഞു.

കണ്ട തെണ്ടികൾക്കെല്ലാം വലിഞ്ഞുകേറിവന്ന് താമസിക്കാൻ ഇത് സത്രമൊന്നുമല്ല. നിങ്ങൾ നിങ്ങളുടെ പാടുനോക്കി പോണം. എന്നു പറഞ്ഞുകൊണ്ട് ആ സ്ത്രീ മുഖത്തടിക്കുന്നതുപോലെ കതക് വലിച്ചടച്ചു.

സ്യൂസ് ദേവനും മകനും നിരാശയോടെ അവിടെനിന്ന് തിരിച്ചുനടന്നു. പലവീടിന്റെ വാതിലുകളും അവർ മുട്ടി. ചിലത് തുറന്നതേ ഇല്ല. അകത്ത് വെളിച്ചം കാണാമായിരുന്നു. ചിലർ വാതിൽ പാതി തുറന്ന് അവർ പറയുന്നത് മുഴുവൻ കേൾക്കാതെ വാതിൽ വലിച്ചടച്ചുകളഞ്ഞു.

വിശപ്പും ദാഹവും അവരെ തളർത്തി. സാധാരണ മനുഷ്യരുടെ വേഷം കെട്ടിപ്പോയില്ലേ. ഇനി വരുന്നിടത്തു വച്ച് കാണുക തന്നെ. അവർ മുന്നോട്ടു നടന്നു.

അങ്ങനെ നടക്കുമ്പോൾ കുന്നിൻ മുകളിലുള്ള ഒരു കൊച്ചു കുടിലിൽ അവർ വെളിച്ചം കണ്ടു. "അച്ഛാ നമുക്കങ്ങോട്ട് പോയാലോ. ചിലപ്പോൾ അവർ നമ്മെ സ്വീകരിച്ചാലോ."

"മനുഷ്യന്റെ കാര്യമല്ലേ വല്ല്യ ഉറപ്പൊന്നുമില്ല. എന്നാലും ഒന്നു പരീക്ഷിച്ചുകളയാം." സ്യൂസ് ദേവൻ പറഞ്ഞു.

അങ്ങനെ അവർ കുന്നിൻ മുകളിലുള്ള ആ കുടിലിലെത്തി. "ഇവിടെ ആരുമില്ലേ.. ഞങ്ങൾ കുറെ ദൂരെനിന്ന് വരുന്നവരാണ്." സ്യൂസ് ദേവൻ വിളിച്ചുപറഞ്ഞു.

പെട്ടെന്ന് കുടിലിനുള്ളിൽനിന്ന് ഒരു മുത്തശ്ശി ഇറങ്ങിവന്നു.

"ആരാ?" മുത്തശ്ശി ചോദിച്ചു. അവർ മറ്റുവീടുകളിൽ പറഞ്ഞ കാര്യങ്ങളെല്ലാം അവിടെയും ആവർത്തിച്ചു.

"വരൂ...." മുത്തശ്ശി അവരെ അകത്തേക്ക് ക്ഷണിച്ചു.

"എന്റെ പേര് ബോസിസ്." മുത്തശ്ശി സ്വയം പരിചയപ്പെടുത്തി. "ഇവിടെ എന്നെ കൂടാതെ എന്റെ ഭർത്താവുമുണ്ട്. അദ്ദേഹത്തിന്റെ പേര് ഫിലമോൻ. ഞങ്ങൾ വിവാഹത്തിനുശേഷം ഇതുവരെ പിണങ്ങിയിട്ടില്ല. അത്ര സ്നേഹത്തോടെയാണ് ഞങ്ങൾ കഴിയുന്നത്." ഇതു പറഞ്ഞതും ഫിലമോൻ അവർക്കു മുമ്പിലെത്തി.

മുത്തശ്ശിയുടെ വാക്കുകളിൽ സ്യൂസ് ദേവൻ സന്തുഷ്ടനായി. ഫിലമോനും ബോസിസും തങ്ങളുടെ സാമ്പത്തിക സ്ഥിതിക്കൊത്ത വിധത്തിലുള്ള വിരുന്നൊരുക്കി.

തങ്ങൾ ഇന്ന് എത്ര സമ്പന്നരുടെ വീട്ടിൽ അഭയം ചോദിച്ച് ചെന്നു. പക്ഷേ ആരും തങ്ങളെ സ്വീകരിച്ചില്ല. മാത്രമല്ല അവർ അപമാനിച്ചുവിടുകയും ചെയ്തു. എന്നാൽ ഈ വൃദ്ധദമ്പതിമാർ അവരുടെ ദാരിദ്ര്യത്തിലും തങ്ങളെ ഹൃദ്യമായി സ്വീകരിച്ചിരിക്കുന്നു. സ്യൂസ് ദേവന്റെ ചിന്തകൾ ഇങ്ങനെ പോയി.

മുത്തശ്ശനും മുത്തശ്ശിയും അതിരുചികരമായ വീഞ്ഞ് കരുതിയിരുന്നു. അത് അതിഥികൾക്ക് നൽകി. വീണ്ടും വീണ്ടും അവർ വീഞ്ഞ് പകർന്ന് അതിഥികളെ സന്തോഷിപ്പിച്ചുക്കൊണ്ടിരുന്നു. അപ്പോഴാണ് മുത്തശ്ശി ഒരു കാര്യം ശ്രദ്ധിക്കുന്നത്. ഭരണിയിലെ വീഞ്ഞ് കുറേനേരമായി താൻ എടുത്തുകൊണ്ടിരിക്കുന്നു. പക്ഷേ വീഞ്ഞിൽ യാതൊരു കുറവും വന്നിട്ടില്ല. ഭക്ഷണമേശയിലൊരുക്കിയ ഭക്ഷണവും അതിഥികൾ കഴിക്കുന്നുണ്ട്. പക്ഷേ ഭക്ഷണത്തിലും ഒരു കുറവും സംഭവിക്കുന്നില്ല.

മുത്തശ്ശി ഇക്കാര്യം മുത്തച്ഛനോട് രഹസ്യമായി പറഞ്ഞു. അപ്പോഴാണ് അദ്ദേഹവും അത് ശ്രദ്ധിക്കുന്നത്. വന്നിരിക്കുന്നവർ നിസ്സാരക്കാരല്ല എന്നവർ മനസിലാക്കി.

തങ്ങളുടെ വിരുന്നിൽ അതൃപ്തി ഉണ്ടായിട്ടാണോ അവർ ഇങ്ങനെ പെരുമാറുന്നതെന്ന സംശയം വൃദ്ധദമ്പതികൾക്കുണ്ടായി. ഫിലമോൻ പറഞ്ഞു: "ക്ഷമിക്കണം. ഞങ്ങൾക്ക് ആവുന്നതാണ് നിങ്ങൾക്ക് തന്നത്. ഇതിനപ്പുറം വിഭവസമൃദ്ധമായ ഭക്ഷണം തരാനുള്ള സാമ്പത്തിക സ്ഥിതിയൊന്നും ഞങ്ങൾക്കില്ല."

അപ്പോഴാണ് താറാവിന്റെ കാര്യം ബോസിസ് മുത്തശ്ശി ഓർത്തത്. അവർ ഭർത്താവിനെ വിളിച്ച് മാറ്റി നിർത്തി കാര്യം

പറഞ്ഞു. വൃദ്ധന് സമ്മതം. അങ്ങനെ താറാവിനെ പാകം ചെയ്യുന്നതിനായി രണ്ടുപേരും താറാവിന്റെ പിന്നാലെ പായാൻ തുടങ്ങി. താറാവുണ്ടോ നിൽക്കുന്നു. അത് ഓട്ടംതന്നെ ഓട്ടം. പ്രായാധിക്യമുള്ളതിനാൽ ബോസിസിനും ഫിലമോനും താറാവിന്റെ പുറകേ അധികദൂരം ഓടാൻ കഴിഞ്ഞില്ല. അവർ തളർന്നുപോയി. താറാവാകട്ടെ ഓടിച്ചെന്ന് ആത്മരക്ഷയ്ക്കായി സ്യൂസ് ദേവന്റെ പാദത്തിനടുത്ത് പതുങ്ങിയിരുന്നു.

“താറാവിനെ കൊല്ലണ്ട.” സ്യൂസ് ദേവൻ പറഞ്ഞു. “നിങ്ങളുടെ ആതിഥ്യമര്യാദയിൽ ഞങ്ങൾ സന്തുഷ്ടരായിരിക്കുന്നു.”

ഇതുകേട്ട് വൃദ്ധദമ്പതികൾ സന്തോഷിച്ചു. സ്യൂസ് ദേവൻ തുടർന്നു: “ഞങ്ങൾ ഈ ഗ്രാമത്തിലെ പല സമ്പന്ന ഗൃഹങ്ങളിലും ഇതുപോലെ ചെന്നിരുന്നു. പക്ഷേ ആരും ഞങ്ങളെ സ്വീകരിച്ചില്ല. പക്ഷേ നിങ്ങൾ നിങ്ങളുടെ ദാരിദ്ര്യത്തിലും ഞങ്ങളെ സ്വീകരിക്കുകയും നന്നായി സൽക്കരിക്കുകയും ചെയ്തു. ഞങ്ങൾ നിങ്ങളിൽ വളരെ സംപ്രീതരാണ്. ഞങ്ങൾ മനുഷ്യരല്ല. ദേവന്മാരാണ്.”

വൃദ്ധദമ്പതികൾ ഇതുകേട്ടതും അവരുടെ കാലിൽവീണ് നമസ്കരിച്ചു. തങ്ങളുടെ ആതിഥ്യമര്യാദയിൽ എന്തെങ്കിലും കുറവുണ്ടെങ്കിൽ തങ്ങളോട് ക്ഷമിക്കണമെന്ന് ബോസിസും ഫിലമോനും അപേക്ഷിച്ചു.

സ്യൂസ് ദേവൻ പറഞ്ഞു: “നിങ്ങൾ അനുഗൃഹീതരാണ്, പക്ഷേ ഇവിടത്തെ ഭൂരിഭാഗം മനുഷ്യരും ശപിക്കപ്പെട്ടവരാണ്. ഞാൻ അവരെ ശിക്ഷിക്കാൻ പോവുക്കയാണ്.”

ഇതുകേട്ട് ആ വൃദ്ധ ദമ്പതികൾ ഭയന്നു. അപ്പോൾ സ്യൂസ് ദേവൻ പറഞ്ഞു: “നിങ്ങളെ ഞാൻ ശിക്ഷിക്കില്ല. ഭൂമിയിലെ നന്മയുടെ പ്രതീകങ്ങളാണ് നിങ്ങൾ.”

“അങ്ങനെയെങ്കിൽ ഞങ്ങളുടെ അഭിലാഷം അങ്ങ് തീർത്തു തരണമേ...” വൃദ്ധദമ്പതികൾ ഒരേ സ്വരത്തിൽ സ്യൂസ് ദേവനോട് അപേക്ഷിച്ചു. “എന്തു വരമാണ് നിങ്ങൾക്ക് വേണ്ടത്?”

“മരണം വരെ ഞങ്ങൾക്ക് ദേവന്മാരെ ശുശ്രൂഷിക്കാനുള്ള അനുവാദം തരണമേ....ഞങ്ങളുടെ മരണം ഒരുമിച്ചായിരിക്കണം. ഒരാളുടെ വേർപാട് ഓർത്ത് മറ്റുള്ളയാൾ വിഷമിക്കാൻ ഇടവരരുത്.”

"അങ്ങനെ ആവട്ടെ." സ്യൂസ് ദേവൻ കൽപ്പിച്ചു.

സാധാരണ മനുഷ്യന്മാരാണെങ്കിൽ സമ്പത്തും മറ്റ് വിലപിടിച്ച വല്ലവസ്തുക്കളുമാവും ചോദിക്കുക. പക്ഷേ, ഈ വൃദ്ധദമ്പതികൾ അവരുടെ സ്നേഹത്തിനാണ് മറ്റെന്തിനേക്കാളും വില കൽപ്പിച്ചത്. സ്യൂസ് ദേവന് അവരോടുള്ള മതിപ്പും ഇഷ്ടവും വർധിച്ചു.

അദ്ദേഹം അവരെ ഒരു കുന്നിൻമുകളിലേക്ക് കൂട്ടിക്കൊണ്ടു പോയി. അവിടെ നിന്ന് താഴേക്ക് നോക്കിയപ്പോൾ കണ്ടകാഴ്ച ഭയങ്കരമായിരുന്നു. കുന്നിൻ താഴ്വര മുഴുവൻ ജലപ്രളയംകൊണ്ടു നിറഞ്ഞിരിക്കുന്നു. ഫിലമോന്റെയും ബോസിസിന്റെയും വീടൊഴിച്ച് ബാക്കി എല്ലാ വീടുകളും നശിച്ചുകഴിഞ്ഞിരിക്കുന്നു.

അവർ നോക്കിനിൽക്കേ മറ്റൊരത്ഭുതം കൂടി സംഭവിച്ചു. തങ്ങളുടെ വീടിന്റെ രൂപം മാറാൻ തുടങ്ങി. വീടിന്റെ മേൽക്കൂര സ്വർണംകൊണ്ടുള്ളതായി. പളുങ്കുകൾകൊണ്ടുള്ള തറ വെട്ടിത്തിളങ്ങി. അത് ഒരു വീടാണെന്ന് പറയുക അസാധ്യം. മനോഹരമായ ഒരു ദേവാലയം. ആരു നോക്കിയാലും അങ്ങനെയേ പറയൂ.

സ്യൂസ് ദേവനും മകനും പെട്ടെന്ന് അപ്രത്യക്ഷരായി. വൃദ്ധദമ്പതികൾ ദേവാലയം പോലുള്ള ആ മനോഹരമായ വീട്ടിൽ താമസമാക്കി. പലദേശത്തുനിന്നും ആളുകൾ തീർഥാടകരായി അവിടെ എത്തിച്ചേർന്നു. അവരോടൊക്കെ ഈ അത്ഭുതസംഭവത്തെ പറ്റി അവർ വിവരിക്കും.

അങ്ങനെ വർഷങ്ങൾ പലതു കഴിഞ്ഞു. ഒരുദിവസം ഫിലമോൻ സന്ദർശകർക്ക് ദേവാലയത്തിന്റെ അത്ഭുതകഥ വിവരിക്കുകയായിരുന്നു. ബോസിസും കൂടെനിന്നവരും അപ്പോൾ അത്ഭുതകരമായ ഒരു കാഴ്ച കണ്ടു. ഫിലമോൻ അതാ ഒരു ഓക്കുവൃക്ഷമായി പരിണമിക്കുന്നു.

"അയ്യോ ഫിലമോൻ...."

"ബോസിസ്..." ഫിലമോൻ അവസാനമായ തന്റെ പ്രാണസഖിയെ വിളിച്ചു. നിമിഷത്തിനുള്ളിൽ ഫിലമോനെപ്പോലെ ബോസിസും ഒരു ഓക്കുവൃക്ഷമായി പരിണമിച്ചു.

ദേവാലയത്തിനുള്ളിൽ സന്ദർശകരായി എത്തിയ മുഴു

വൻപേരും ഈ കാഴ്ച കണ്ട് അമ്പരന്ന് നിൽക്കുകയാണ്.

അടുത്തടുത്തായി രണ്ട് ഓക്കുവൃക്ഷങ്ങൾ ആലിംഗനബദ്ധരായി നിൽക്കുകയാണ്, ഫിലമോനും ബോസിസും.

നിത്യസ്നേഹത്തിന്റെ പ്രതീകം. സ്യൂസ് ദേവന്റെ അനുഗ്രഹത്തിന് പാത്രമായ ആ ദമ്പതികളാണ് ഇന്നുകാണുന്ന ഓക്കുമരങ്ങൾ.

സ്യൂസിന്റെ ദേവാലയത്തിലെത്തുന്ന തീർഥാടകർ ആ ഓക്കുമരങ്ങളെ വണങ്ങിയിട്ടേ അകത്തുകടക്കാറുള്ളൂ.

സ്നേഹത്തിന്റെയും വിശ്വസ്തതയുടെയും ആതിഥ്യമര്യാദയുടെയും പ്രതീകമായി ബോസിസും ഫിലമോനും ഇന്നും നിലനിൽക്കുന്നു.

തുന്നൽക്കാരിയുടെ അഹങ്കാരം

തുന്നൽപ്പണിയിൽ അസാമാന്യമായ കരവിരുതുള്ള ഒരു പെൺകുട്ടി ഗ്രീസിലുണ്ടായിരുന്നു. അരാക്നി എന്നായിരുന്നു അവളുടെ പേര്. കുപ്പായങ്ങളിൽ പൂക്കളുടെ ഡിസൈനുകൾ തുന്നിച്ചേർക്കുന്നതിൽ അവളുടെ കഴിവ് അപാരമായിരുന്നു.

ദേവതമാർപോലും അവളുടെ ചിത്രത്തുന്നലിന്റെ മഹത്വം അറിഞ്ഞ് അവളുടെ പക്കൽ കുപ്പായം തുന്നിക്കാൻ എത്താറുണ്ടായിരുന്നു. എല്ലാവരും അവളുടെ കഴിവിനെ വാനോളം പുകഴ്ത്തി. ഇത് അരാക്നിയിൽ അഹങ്കാരം ജനിപ്പിച്ചു. ഈ ലോകത്ത് തനിക്ക് മാത്രമാണ് ഇത്രയും മനോഹരമായി വസ്ത്രങ്ങൾ തുന്നാൻ കഴിയൂ എന്ന് അവൾ വിചാരിച്ചു. തന്നെ പുകഴ്ത്തിപ്പറയുന്നവർക്ക് അവൾ ധാരാളം സമ്മാനങ്ങൾ കൊടുക്കുമായിരുന്നു. അതുകൊണ്ടുതന്നെ സമ്മാനം മോഹിച്ച് അവളുടെ തുന്നൽ വൈദഗ്ധ്യത്തെ പുകഴ്ത്താൻ എത്തിയവരായിരുന്നു ഏറെയും. അത് അവൾ മനസിലാക്കിയതുമില്ല.

ഒരിക്കൽ ഒരു പെൺകുട്ടി അരാക്നിയുടെ തുന്നലിനെ കുറിച്ച് അവളോട് ഇങ്ങനെ പറഞ്ഞു: "എത്രമനോഹരമായാണ് അരാക്നി തയ്യൽവേലകൾ ചെയ്യുന്നത്. നീ ഇതു പഠിച്ചത് അഥീനി ദേവിയിൽ നിന്നാണെന്ന് തോന്നുന്നു. അല്ലാതെ ഇത്രയ്ക്ക് മനോഹരമായി തുന്നാൻ ആർക്കും കഴിയില്ല."

അവളുടെ ഈ വാക്കുകൾ അരാക്നിക്ക് ഇഷ്ടപ്പെട്ടില്ല. "ഹും അഥീനി ദേവിക്ക് മാത്രമേ ഇത്രയും മനോഹരമായി തുന്നാൻ അറിയൂ എന്നല്ലേ ആ പറഞ്ഞതിന്റെ അർഥം."

അഥീനി ദേവിയാണ് തുന്നലിന്റെയും അലങ്കാരത്തിന്റെയും ദേവി. പക്ഷേ, അരാക്നി അഥീനി ദേവിയേക്കാൾ താനാണ് കേമി എന്ന് സ്വയം വിശ്വസിച്ച് കഴിയുന്നവളാണ്. പെൺകുട്ടി ഇതൊന്നും അറിയാതെയാണ് പറഞ്ഞത്. അങ്ങനെ പറഞ്ഞാൽ അവൾ സന്തോഷിക്കുമെന്നും കരുതി.

അരാക്നി ആ കൊച്ചുപെൺകുട്ടിയോട് ദേഷ്യത്തോടെ പറഞ്ഞു: "നീ എന്താ പറഞ്ഞത്? ഞാൻ അഥീനി ദേവിയിൽ നിന്നാണ് തുന്നൽ വിദ്യപഠിച്ചതെന്നോ? നല്ല കഥയായി. അഥീനി ദേവി വേണമെങ്കിൽ എന്റെടുത്തുനിന്ന് തുന്നൽ വിദ്യ പഠിക്കട്ടെ. ഞാനവർക്ക് പറഞ്ഞുകൊടുക്കാം എങ്ങനെയാണ് തയ്ക്കേണ്ടതെന്ന്."

അരാക്നിയുടെ അഹങ്കാരം നിറഞ്ഞ വാക്കുകൾ അഥീനി ദേവിയുടെ ചെവിയിലെത്തി. ഇവളെ ഒരു പാഠം പഠിപ്പിക്കണെമെന്ന് അഥീനി ദേവി തീരുമാനിച്ചു.

ഒരിക്കൽ അരാക്നി തന്റെ തുന്നൽജോലിയിൽ ഏർപ്പെട്ടുകൊണ്ടിരിക്കുകയായിരുന്നു. ധാരാളം പേർ അവളുടെ മാന്ത്രികമായ കരവിരുത് നോക്കിനിൽക്കുന്നുണ്ട്. അഥീനി ദേവി ഒരു വൃദ്ധയുടെ വേഷത്തിൽ അപ്പോൾ അവിടേക്ക് ചെന്നു.

അരാക്നി അഥീനി ദേവിയെ കുറ്റം പറഞ്ഞുകൊണ്ടാണ് തുന്നലിലേർപ്പെട്ടുക്കൊണ്ടിരിക്കുന്നത്. ഭൂമിയിലും സ്വർഗത്തിലും തുന്നൽപ്പണിയിൽ തന്നെ വെല്ലാൻ ആരുമില്ലെന്നും അഥീനി ദേവിപോലും തന്റെ മുമ്പിൽ തോറ്റുപോയന്നുമൊക്കെയാണ് അവൾ അവിടെ കൂടിനിന്നവരോട് തട്ടിവിടുന്നത്.

കുറേ നേരം വൃദ്ധവേഷം ധരിച്ച അഥീനി ദേവി ഇത് കേട്ടിരുന്നു. എന്നിട്ട് പറഞ്ഞു: "നിർത്തിക്കൊ നിന്റെ പുളുവടി. അഥീനി ദേവി ഇതറിഞ്ഞിട്ടുണ്ട്, നീ പതിവായി ദേവിയെ കുറ്റപ്പെടുത്തുന്ന കാര്യം. കഴിവുണ്ടെങ്കിൽ അത് ലോകത്തിന് പ്രയോജനപ്പെടുന്ന വിധം ഉപയോഗിക്കണം. അല്ലാതെ അതിൽ അഹങ്കരിക്കുകയല്ല വേണ്ടത്. ദേവി ആകെ കോപിച്ചിരിക്കുകയാണ്. സ്വന്തം തെറ്റിനെക്കുറിച്ച് പശ്ചാത്താപമുണ്ടെങ്കിൽ ദേവി

നിന്നോട് ക്ഷമിക്കും."

"ദേ... കിഴവീ.. മര്യാദയ്ക്ക് നിന്നോണം. നിങ്ങളുടെ ഉപദേശമൊന്നും എനിക്കാവശ്യമില്ല. അഥീനി ദേവിക്ക് എന്റെ കഴിവിൽ അസൂയയാണ്. അവർക്കറിയാം തുന്നൽപ്പണിയിൽ എന്നോട് ജയിക്കാൻ ആവില്ലെന്ന്."

"ശരി അങ്ങനെയാണെങ്കിൽ ഇപ്പോൾ തന്നെ ഒരു മത്സരം നടത്തിക്കളയാം" എന്നു പറഞ്ഞുകൊണ്ട് അഥീനി ദേവി തന്റെ ശരിയായ രൂപം സ്വീകരിച്ചു.

ഇത്രനേരവും സാക്ഷാൽ അഥീനി ദേവിയോടാണ് താൻ വെല്ലുവിളിക്കുകയും ചീത്തപറയുകയും ചെയ്തതെന്ന യാഥാർത്ഥ്യത്തിനുമുമ്പിൽ അരാക്നി ഭയന്നു. അവിടെ കൂടിനിന്നവർ ദേവിയെ നമസ്കരിച്ചു.

അരാക്നി ദേവിയെ വണങ്ങാനോ മാപ്പുപറയോനോ പോയില്ല. അങ്ങനെ പറഞ്ഞാൽ നാളെ ഈ ജനങ്ങൾ താനൊരു പൊങ്ങച്ചക്കാരിയും നുണച്ചിയുമാണെന്നു പറഞ്ഞ് കളിയാക്കും. പിന്നീട് ആരും തുന്നൽപ്പണിക്കായി തന്നെ സമീപിക്കുകയുമില്ല. അതുകൊണ്ട് വെല്ലുവിളി സ്വീകരിക്കുകതന്നെ. അരാക്നി വിചാരിച്ചു.

അഥീനി ദേവി പറഞ്ഞു: "സൂചിയും നൂലുകളും കൊണ്ടുവരൂ.. അരാക്നിക്ക് ഇഷ്ടമുള്ള ഏത് ചിത്രം വേണമെങ്കിലും തുന്നാം. ഞാനും എനിക്കിഷ്ടമുള്ള ചിത്രം തുന്നാം. അവസാനം നമുക്ക് നോക്കാം ആരുടെ ചിത്രമാണ് നല്ലതെന്ന്."

അങ്ങനെ തുന്നൽ മത്സരം ആരംഭിച്ചു. എല്ലാവരും ആകാംക്ഷയോടെ നോക്കിനിൽക്കുകയാണ്. ഏതാനും സമയംകൊണ്ട് ഇരുവരും തുന്നൽപ്പണി പൂർത്തിയാക്കി.

അഥീനി ദേവി തുന്നിയ ചിത്രം ഇതായിരുന്നു. മധ്യത്തിൽ സ്യൂസ് ദേവൻ നിൽക്കുന്നു. അഥീനി അടക്കമുള്ള ദേവീദേവന്മാർ ചുറ്റിനും നിൽക്കുന്നു. ജീവൻ തുടിക്കുന്ന വിധത്തിലുള്ള വർണവിന്യാസങ്ങൾ അഥീനിയുടെ തുന്നൽച്ചിത്രത്തിനുണ്ടായിരുന്നു.

അരാക്നിയുടെ ചിത്രവും കേമമായിരുന്നു. പക്ഷേ, അഹങ്കാരത്തിന്റെ നൂലിഴകൾ അതിൽ മുഴച്ചുനിൽക്കുന്നത് കാണാമായിരുന്നു. അവളുടെ ചിത്രം ഇതായിരുന്നു. സ്യൂസ് ദേവ

നെയും അഥീനിയെയും മറ്റ് ദേവീദേവന്മാരെയും കുരങ്ങുകളായി ചിത്രീകരിച്ചിരുന്നു അതിൽ. എല്ലാവരുടെയും ആരാധ്യപാത്ര മായി മധ്യത്തിൽ സ്വന്തം രൂപം തന്നെ അരാക്നി തുന്നിവെച്ചു.

വിദഗ്ധരായ രണ്ടുപേർ ചിത്രത്തെ വിലയിരുത്തി. ഏറ്റവും മികച്ച തുന്നൽച്ചിത്രം അഥീനിയുടേതാണെന്ന് അവർ വിധിയെ ഴുതി.

ഇതറിഞ്ഞ അരാക്നിക്ക് സമനില തെറ്റി. വിധികർത്താക്ക ളെയും അഥീനി ദേവിയെയും അവിടെ കൂടിനിന്നവരെയുമൊക്കെ അവൾ ചീത്തവിളിക്കാൻ തുടങ്ങി.

വളരെ അപൂർവമായി മാത്രമാണ് അഥീനി ദേവിക്ക് കോപം വരാറ്. ഇവിടെ അരാക്നിയുടെ പ്രവൃത്തികളിൽ, ദേവി കോപം കൊണ്ട് ജ്വലിച്ചു. അവൾ താൻ വിചാരിച്ചതിനേക്കാൾ ദുഷ്ട യാണെന്ന് ദേവി മനസിലാക്കി. പരീക്ഷണത്തിൽ തോൽക്കു മ്പോൾ അവളുടെ അഹങ്കാരമെല്ലാം ശമിക്കുമെന്നും അവൾ തന്റെ തുന്നൽവിദ്യകൊണ്ട് ലോകത്തിന് സേവനം ചെയ്യുമെ ന്നുമാണ് ദേവി കരുതിയത്. അവളെ നല്ലവളാക്കി മാറ്റിത്തീർക്കാ നാണ് താൻ ഭൂമിയിലേക്ക് വന്നത്. പക്ഷേ അവൾ കൂടുതൽ അഹങ്കാരിയായിത്തീർന്നിരിക്കുന്നു. ഇവളെ ശിക്ഷിച്ചേ മതിയാവൂ. ദേവി വിചാരിച്ചു.

സ്വന്തം കഴിവുകളിൽ അഹങ്കരിക്കുകയും ദേവന്മാരേക്കാൾ ശ്രേഷ്ഠയാണ് താൻ എന്നും കരുതുന്നവൾക്ക് എന്തു ശിക്ഷ യാണ് നൽകേണ്ടതെന്ന് അഥീനി ദേവി ആലോചിച്ചു. പെട്ടെന്ന് അവളുടെ അഹങ്കാരം നിറഞ്ഞ തുന്നൽ ചിത്രം ദേവിയുടെ മന സിലേക്കുവന്നു. സ്വന്തം ചിത്രത്തയ്യലിന്റെ നടുക്ക് ദേവതയെ പ്പോലെ സ്വയം പ്രതിഷ്ഠിച്ച ആ ചിത്രം പോലെയാവട്ടെ ഇനി അവളുടെ ജീവിതം.

അഥീനി ദേവി മനസിൽ അങ്ങനെ വിചാരിച്ചപ്പോഴേക്കും അരാക്നിയുടെ രൂപം മാറാൻ തുടങ്ങി. അരാക്നി എട്ടുകാലു കളുള്ള ചിലന്തിയായി രൂപാന്തരപ്പെട്ടു.

അന്നുമുതൽ സ്വന്തമായി നെയ്യുന്ന വലയിൽ സ്വയം പ്രതി ഷ്ഠിച്ച് അവൾ കഴിഞ്ഞു. അരാക്നിയുടെ സന്തതിപരമ്പരക ളാണ് നാം ഇന്നുകാണുന്ന ചിലന്തികളും എട്ടുകാലികളു മൊക്കെ.

തൊടുന്നതെല്ലാം പൊന്ന്

എത്ര ധനം കിട്ടിയാലും മതിവരാത്ത ഒരു ആർത്തിപ്പണ്ടാരമായിരുന്നു മഡാസ് രാജാവ്. ലോകത്ത് ഏറ്റവും വലിയ ധനികനാവണമെന്നായിരുന്നു രാജാവിന്റെ ആഗ്രഹം. അതിനുവേണ്ടി എന്തുചെയ്യാനും രാജാവിന് മടിയുണ്ടായിരുന്നില്ല.

ഒരുദിവസം കുറെ ആട്ടിടയന്മാർ ഒരു വൃദ്ധനെയും കൊണ്ട് രാജാവിനെ മുഖം കാണിക്കാൻ ചെന്നു. "രാജാവേ ക്ഷമിക്കണം, ഈ കിഴവനെ അങ്ങയുടെ തോട്ടത്തിൽ വച്ച് പിടികൂടിയതാണ്. കണ്ടിട്ട് ഒരു ഭ്രാന്തനാണെന്ന് തോന്നുന്നു."

മഡാസ് രാജാവ് കിഴവനെ സൂക്ഷിച്ച് നോക്കി. എവിടെയോ കണ്ടുമറന്ന മുഖം. കിഴവൻ ഒന്നും മിണ്ടാതെ നിൽക്കുകയാണ്.

പെട്ടെന്ന് രാജാവിന് ആളെ മനസിലായി. "ഇത് സിലേരൂസ് ആണല്ലോ." "സിലേരൂസോ?" അവിടെ കൂടിനിന്നവർ ചോദിച്ചു.

"അതെ, ബാക്കസ് ദേവന്റെ ആത്മമിത്രം."

രാജാവ് സിംഹാസനത്തിൽ നിന്നിറങ്ങിവന്ന് സിലേരൂസിനെ സ്വീകരിച്ചു. "അങ്ങ് പത്തുദിവസമെങ്കിലും കൊട്ടാരത്തിൽ അതിഥിയായി കഴിയണം." രാജാവ് കിഴവനോട് അഭ്യർഥിച്ചു.

അങ്ങനെ പത്തുദിവസം വിഭവസമൃദ്ധമായ ഭക്ഷണങ്ങളൊക്കെ കഴിച്ച് സുഖമായി മഡാസിന്റെ കൊട്ടാരത്തിൽ സിലേരൂസ് കഴിഞ്ഞു.

പത്താം ദിവസം സിലേരൂസിനെ പ്രത്യേകം തയാറാക്കിയ

വണ്ടിയിൽ രാജാവ് തന്നെ ബാക്കസ് ദേവന്റെ പക്കലെത്തിച്ചു.

ബാക്കസ് ദേവൻ തന്റെ സുഹൃത്തിനെ കാണാതെ വിഷമിച്ചിരിക്കുകയായിരുന്നു. മഡാസ് രാജാവ് നടന്ന സംഭവമെല്ലാം ബാക്കസ് ദേവനെ ധരിപ്പിച്ചു.

"വലിയൊരു കാര്യമാണ് നീ ചെയ്തത്. എന്റെ ആത്മമിത്രത്തെയാണ് നീ രക്ഷിച്ചത്. നിനക്ക് എന്തു വരമാണ് വേണ്ടത്?" ബാക്കസ് ദേവൻ മഡാസിനോട് ചോദിച്ചു.

മഡാസ് ആർത്തിപ്പണ്ടാരമാണെന്നറിയാമല്ലോ. ഇതുതന്നെ പറ്റിയ അവസരം. ലോകത്തിലെ ഏറ്റവും വലിയ ധനികനാകാനുള്ള അവസരം ഇതാ വന്നണഞ്ഞിരിക്കുന്നു.

മഡാസ് രാജാവ് കൂടുതലൊന്നും ആലോചിക്കാതെ പറഞ്ഞു: "ഞാൻ തൊടുന്ന ഏതു വസ്തുവും സ്വർണമായി മാറണം."

ബാക്കസ് ദേവൻ ഇത് കേട്ട് ചിരിച്ചു. "എന്ത് വിഡ്ഢിത്തരമാണ് നിങ്ങൾ ചോദിക്കുന്നത്?"

"വിഡ്ഢിത്തരമോ? ഈ ലോകത്തിലെ ഏറ്റവും വലിയ പണക്കാരനാകണമെന്നാ എന്റെ ആഗ്രഹം." രാജാവ് പറഞ്ഞു.

"കുറെ പണം ഉണ്ടായാൽ അതാണോ മഡാസേ ഏറ്റവും വലിയ കാര്യം?" ബാക്കസ് രാജാവ് ചോദിച്ചു. "നിനക്ക് ഈ വരം കൊണ്ട് നല്ല പണികിട്ടും സൂക്ഷിച്ചോ."

"അതു ഞാൻ സഹിച്ചു. അങ്ങ് വലിയ ദേവനല്ലേ. വാക്കു പറഞ്ഞാൽ വാക്കായിരിക്കണം. വരം തരാൻ കഴിയില്ലെങ്കിൽ അത് പറ."

മെഡാസ് രാജാവിന്റെ പണത്തോടുള്ള ആർത്തിയിൽ ബാക്കസ് ദേവന് സഹതാപം തോന്നി. ദേവൻ പറഞ്ഞു: "മഡാസ് ; ഈ തീരുമാനം തെറ്റായിപ്പോയി എന്ന് വിലപിക്കുന്ന ഒരു സമയം നിനക്ക് വരും. പക്ഷേ ഞാൻ എന്റെ വാക്കുപാലിക്കുന്നു. നിന്റെ ആഗ്രഹം നടക്കട്ടെ."

മഡാസിന് സന്തോഷമായി. അയാൾ ബാക്കസ് ദേവനോട് യാത്രപോലും പറയാതെ പുറത്തേക്കിറങ്ങി. ഇതാ താൻ കോടീശ്വരനാകാൻ പോകുന്നു. ഇനി ഈ ലോകം മുഴുവൻ തനിക്ക് വിലയ്ക്ക് വാങ്ങണം.

തനിക്ക് ലഭിച്ച വരം ഒന്നു പരീക്ഷിച്ചാലോ. മെഡാസ് വിചാ

രിച്ചു. രാജാവ് അടുത്തുനിന്ന ഒരു ഒലിവ് മരത്തിന്റെ കൊമ്പ് ഒടിച്ചെടുത്തു. അത്ഭുതം, ആ ഒലിവ് മരക്കൊമ്പ് അതാ സ്വർണ മായി മാറിയിരിക്കുന്നു.

മഡാസിന് ഭ്രാന്തുപിടിച്ചതുപോലെയായി. കണ്ണിൽ കണ്ട തെല്ലാം അയാൾ സ്പർശിച്ച് സ്വർണമാക്കിക്കൊണ്ടിരുന്നു. സ്വന്തം വസ്ത്രങ്ങൾ വരെ രാജാവ് സ്വർണമാക്കി മാറ്റി.

പിന്നീട് വഴിയിലുള്ള കല്ലുകളും മരക്കൊമ്പുകളുമൊക്കെ രാജാവ് തൊട്ട് സ്വർണമാക്കിക്കൊണ്ടിരുന്നു. ഭൃത്യന്മാർ ചാക്കു കളുമായി പിന്നാലെ ചെന്ന് അതെല്ലാം ശേഖരിച്ച് കൊട്ടാരത്തി ലേക്ക് കൊണ്ടുപോയി.

മഡാസിന് ഭ്രാന്തുപിടിച്ചതുപോലെയായിരുന്നു. സ്വതവേ ധനാർത്തിമൂത്ത ഒരാൾക്ക് ഇങ്ങനെ ഒരു വരം കിട്ടിയാലത്തെ അവസ്ഥ പറയാനുണ്ടോ.

കൊട്ടാരത്തിലെത്തിയ രാജാവ് നേരെ ആപ്പിൾത്തോട്ടത്തി ലേക്ക് നടന്നു. തോട്ടത്തിൽ വിളഞ്ഞുകിടക്കുന്ന ആപ്പിളുകളി ലൊരെണ്ണം രാജാവ് പൊട്ടിച്ചെടുത്ത് കഴിക്കാൻ വായിലേക്കടു പ്പിച്ചു.

എന്താണ് സംഭവിച്ചതെന്ന് നമുക്കറിയാമല്ലോ. രാജാവ് ആപ്പിളിനെ സ്പർശിച്ചമാത്രയിൽ തന്നെ ആപ്പിൾ സ്വർണമായി കഴിഞ്ഞിരുന്നു. സ്വർണ ആപ്പിൾ. രാജാവിന്റെ മനസിൽ ഒരു കരട് വീണു. രാജാവ് സിംഹാസനത്തിലിരുന്നപ്പോൾ സിംഹാ സനം സ്വർണമായിത്തീർന്നു.

അജ്ഞാതമായ ഒരു ആശങ്ക മഡാസിനെ ബാധിക്കുവാൻ തുടങ്ങി. അദ്ദേഹം കുറേനേരം സിംഹാസനത്തിൽ കണ്ണുമടച്ചി രുന്നു.

കുറേനേരം അങ്ങനെ ഇരുന്നപ്പോൾ ഒരാശ്വാസം തോന്നി. കുടിക്കാനായി കുറച്ചു വെള്ളം രാജാവ് ആവശ്യപ്പെട്ടു. ഉടൻതന്നെ ഒരു വെള്ളിപ്പാത്രത്തിൽ വെള്ളം പരിചാരകൻ കൊണ്ടുവന്നു. രാജാവ് വെള്ളിപ്പാത്രത്തിൽ പിടിച്ചതും അത് സ്വർണപ്പാത്രമായി മാറി. അത് രാജാവ് പരിഗണിച്ചില്ല. പക്ഷേ വെള്ളത്തിൽ രാജാവിന്റെ വിരൽ സ്പർശിച്ചതോടെ വെള്ളം സ്വർണക്കട്ടിയായിത്തീർന്നു.

രാജാവിന്റെ തൊണ്ട വരണ്ടു. ഇനിയെന്തുചെയ്യാൻ ദാഹം

സഹിക്കുകതന്നെ. എന്നാൽ വിശപ്പ് എങ്ങനെ സഹിക്കാൻ കഴിയും. ഭക്ഷണം തയാറാക്കിവയ്ക്കാൻ മഡാസ് കൽപ്പിച്ചു. ഊണുമേശയിൽ വിഭവങ്ങൾ നിരന്നു. വിവിധതരത്തിലുള്ള പഴങ്ങൾ, പലഹാരങ്ങൾ തുടങ്ങി കൊതിയൂറുന്ന വിഭവങ്ങൾ ഊണുമേശയിൽ.

മഡാസ് രാജാവ് ഭക്ഷണം കഴിക്കാൻ ഇരുന്നു. പരിചാരകർ അടുത്ത് നിൽപ്പുണ്ട്. അദ്ദേഹം ഉടൻതന്നെ ഓരോ ഭക്ഷണവുമെടുത്ത് വായോടടുപ്പിക്കും. പക്ഷേ എന്തുഫലം? രാജാവ് തൊടുമ്പോഴേ ഭക്ഷണസാധനങ്ങളെല്ലാം സ്വർണമായി മാറുകയല്ലേ.

രാജാവ് വിശപ്പും ദാഹവും കൊണ്ട് വലഞ്ഞു. ഈ വരം ഒരു കുരിശായി മാറിയല്ലോ. അന്ന് ബാക്കസ് ദേവൻ പറഞ്ഞതാണ്, ഇത് തനിക്ക് ദോഷം ചെയ്യുമെന്ന്. അന്ന് പണത്തോടുള്ള ആർത്തികൊണ്ട് താനതൊന്നും ചെവിക്കൊണ്ടില്ല. ഇങ്ങനെ ചിന്തിച്ചിരിക്കുമ്പോഴാണ് രാജാവിന്റെ ചെറിയ കുട്ടികൾ ഓടിവന്ന് രാജാവിനെ കെട്ടിപ്പിടിച്ചത്. അവർ ഉടൻതന്നെ സ്വർണവിഗ്രഹമായി മാറി. രാജാവ് ഒരു ഭ്രാന്തനെപ്പോലെ ഉറക്കെ നിലവിളിച്ചു.

തന്റെ പ്രിയപ്പെട്ട പിഞ്ചോമനകൾ കൊട്ടാരത്തിന്റെ നടുത്തളത്തിൽ ഒരലങ്കാരവസ്തുപോലെ ഇതാ സ്വർണപ്രതിമയായി നിൽക്കുന്നു.

എല്ലാം തന്റെ പാപത്തിന്റെ ഫലം. രാജാവിന്റെ കരച്ചിൽ കേൾക്കാൻ കൊട്ടാരത്തിൽ ആരുമുണ്ടായിരുന്നില്ല. ആർക്കും സ്വർണമാകാൻ താൽപ്പര്യമില്ലായിരുന്നു. രാജാവെങ്ങാനും അറിയാതെ സ്പർശിച്ചാൽ തീർന്നില്ലേ കാര്യം.

ഇനി എന്താണൊരു പരിഹാരം. വിശന്നിട്ട് കണ്ണിൽ ഇരുട്ടു കയറുന്നു. ഭൂമിയിലെ ഏറ്റവും വലിയ സമ്പന്നനാണ് താൻ. പക്ഷേ, ആ സമ്പത്തൊന്നും തനിക്ക് ഉപകാരപ്പെടുന്നില്ല.

മഡാസ് നിലവിളിച്ചുകൊണ്ട് ബാക്കസിന്റെ അടുത്തെത്തി. “ദേവാ എന്നെ രക്ഷിക്കണം. ഞാൻ ഇങ്ങനെ പോയാൽ മരിച്ചുപോകും. അങ്ങ് എന്നോട് പൊറുത്ത് ഈ വരമൊന്ന് തിരിച്ചെടുക്കണേ....”

മഡാസിന്റെ നിലവിളിയും പരിഭ്രാന്തിയുമെല്ലാം ദേവലോ

കത്ത് കൂട്ടച്ചിരി ഉയർത്തി. ബാക്കസ് ദേവൻ പ്രത്യക്ഷനായി.

“അല്ല, ആരിത് ലോകത്തിലെ ഏറ്റവും വലിയ ധനികനോ? എന്താ വിശേഷിച്ച്?” ബാക്കസ് ദേവൻ പരിഹാസസ്വരത്തിൽ ചോദിച്ചു.

“ദേവാ പരിഹസിക്കരുതേ.... എനിക്ക് തെറ്റുപറ്റി. ദയവായി അങ്ങ് എനിക്ക് നൽകിയ വരം തിരിച്ചെടുക്കണം.”

“ഇത്രപെട്ടെന്നോ?”

“എന്റെ ദുരാഗ്രഹം കൊണ്ട് സംഭവിച്ച തെറ്റാണ്. അങ്ങ് എന്നോട് ക്ഷമിച്ച് ഈ വരം തിരിച്ചെടുക്കണേ...” രാജാവ് കരഞ്ഞുകൊണ്ടിരുന്നു.

“ശരി നിന്റെ പണത്തോടുള്ള ആർത്തി ശമിച്ചെന്ന് ഞാൻ വിചാരിക്കുന്നു. ഈ വരത്തിൽനിന്ന് മുക്തിനേടാൻ നീ ഒരു കാര്യം ചെയ്യണം. പെക്ടോക്ലീസ് നദിയിൽ പോയി മുങ്ങിക്കുളിക്കുക.” ബാക്കസ് ദേവൻ പറഞ്ഞു.

“എന്റെ രണ്ട് കുട്ടികൾ സ്വർണവിഗ്രഹമായിത്തീർന്നിരിക്കുന്നു. അവരെക്കൂടി രക്ഷിക്കണം.” രാജാവ് തൊഴുതുകൊണ്ട് പറഞ്ഞു.

“പെക്ടോക്ലീസ് നദിയിൽനിന്ന് നീ കുറച്ച് ജലം ശേഖരിച്ച് ആ വിഗ്രഹങ്ങൾക്കുമേലൊഴിക്കുക. അപ്പോൾ അവർ പൂർവ സ്ഥിതിയിലാകും.”

രാജാവ് പെക്ടോക്ലീസ് നദിയിൽ മുങ്ങിക്കുളിക്കുവാനായി ഓടിപ്പോയി. കുളിച്ചതിനുശേഷം ഒരു കുടത്തിൽ വെള്ളവുമായി കൊട്ടാരത്തിലേക്ക് കുതിച്ചു. വെള്ളം വിഗ്രഹങ്ങൾക്കുമേലൊഴിച്ചപ്പോൾ കുട്ടികൾ പൂർവസ്ഥിതിയിലായി. ഇത് കണ്ട് രാജാവ് ഏറെ സന്തോഷിച്ചു. താൻ അനാവശ്യമായി സ്വർണമാക്കി മാറ്റിയ എല്ലാ വസ്തുവിലും ബാക്കിവന്ന വെള്ളം ഒഴിച്ച് അതിനെയൊക്കെ മഡാസിസ് പൂർവസ്ഥിതിയിലാക്കി. എല്ലാം സ്വർണമയമായാൽ ഈ പ്രകൃതിക്ക് യാതൊരു ചന്തവുമുണ്ടാകില്ലെന്ന് രാജാവിന് മനസിലായി.

പ്രശ്നങ്ങളെല്ലാം അവസാനിച്ചതറിഞ്ഞ ഭൃത്യന്മാരെല്ലാം കൊട്ടാരത്തിലേക്ക് തിരിച്ചെത്തി. വിശന്നുവലഞ്ഞ രാജാവിന് ഭക്ഷണംകൊടുക്കുകയാണ് അവർ ആദ്യം ചെയ്തത്. ആദ്യമൊക്കെ മടിച്ചുമടിച്ചാണ് പരിചാരകർ രാജാവിനെ സമീപിച്ചത്.

സ്വർണവിഗ്രഹമായി മാറിയ കുട്ടികൾ കൊട്ടാരത്തിലൂടെ ഓടിക്കളിച്ച് നടക്കുന്നത് കണ്ടപ്പോഴാണ് അവർക്ക് പൂർണ വിശ്വാസം വന്നത്.

പരിചാരകർ സ്വർണത്തളികയിൽ രാജാവിന് ഭക്ഷണം വിളമ്പി. സ്വർണം കണ്ടപ്പോഴേ രാജാവ് മുഖം തിരിച്ചു. "കൊണ്ടുപോകൂ ഈ പാത്രം." രാജാവ് കൽപ്പിച്ചു. "ഇനിമുതൽ ഈ രാജ്യത്തെ സാധാരണക്കാർ ഭക്ഷിക്കുന്ന മൺപാത്രത്തിൽ മാത്രമേ എനിക്ക് ഭക്ഷണം വിളമ്പാവൂ."

രാജാവിന് വന്ന ഈ മാറ്റത്തിൽ അവിടത്തെ ജനങ്ങൾ വളരെയധികം സന്തോഷിച്ചു. മഡാസിന് പിന്നീടൊരിക്കലും ധനാർത്തി ഉണ്ടായിട്ടില്ലെന്നുമാത്രമല്ല, നിരവധി ദാനധർമങ്ങൾകൊണ്ട് അദ്ദേഹം പ്രശസ്തനായ ഒരു രാജാവായി തീരുകയും ചെയ്തു.

കരടിപ്പെൺകുട്ടി

എറ്റേലിയാ രാജ്യത്തെ രാജാവായിരുന്നു ഏനസ്. ഏനസിന്റെ ഭാര്യയുടെ പേര് ആൽത്തയാ എന്നായിരുന്നു. സമ്പൽസമൃദ്ധമായ ഒരു രാജ്യമാണ് എറ്റേലിയാ. രാജാവിന്റെയും രാജ്ഞിയുടെയും ഭരണത്തിൽ ജനങ്ങൾ സംതൃപ്തരായിരുന്നു. ഏനസിനും ആൽത്തയായ്ക്കും ഒരു കുട്ടി ജനിച്ചു. ആരുകണ്ടാലും ഇഷ്ടപ്പെട്ടുപോകുന്ന ഒരു ആൺകുട്ടി. മെലയാഗർ എന്നാണ് അവന്റെ പേര്.

ആയിടയ്ക്ക് രാജ്ഞിക്ക് ഒരു ദർശനമുണ്ടായി. അടുപ്പിൽ കത്തിയെരിയുന്ന ഒരു തീക്കൊള്ളി. കൂടെ ഒരു അശരീരിവാക്യവും.

"ഈ തീക്കൊള്ളി കത്തിത്തീർന്നാൽ ഉടൻതന്നെ മെലയാഗർ രാജകുമാരൻ മരിക്കും. അത് കത്താതെയിരുന്നാൽ അവൻ ദീർഘകാലം പേരും പെരുമയോടും കൂടി ജീവിക്കും."

ഈ അശരീരികേട്ടതും രാജ്ഞി അടുക്കളയിലേക്കോടി. അവിടെ അടുപ്പിലതാ ഒരു തീക്കൊള്ളി കത്തിക്കൊണ്ടിരിക്കുന്നു. അവർ ഉടൻ തന്നെ തീക്കൊള്ളി അടുപ്പിൽനിന്ന് വലിച്ചെടുത്ത് വെള്ളമൊഴിച്ചു കെടുത്തി. എന്നിട്ട് അത് ഭദ്രമായി സൂക്ഷിച്ചു.

ഈ സംഭവം ആരും അറിഞ്ഞില്ല. രാജാവിനോടുപോലും രാജ്ഞി ഈ കാര്യം പറഞ്ഞതുമില്ല. വിറകിൻകമ്പ് അവർ

ആരുടെയും കണ്ണിൽപ്പെടാതെ സൂക്ഷിച്ചുവച്ചു.

മെലയാഗർ രാജകുമാരൻ എല്ലാവരുടെയും പ്രിയപ്പെട്ടവനായി വളർന്നു. ഏനസ് രാജാവും ആൽത്തയാ രാജ്ഞിയും സന്തോഷത്തോടെ രാജ്യം ഭരിച്ചു.

ഒരിക്കൽ ഏനസ് രാജാവ് വലിയൊരു വിരുന്ന് സൽക്കാരം നടത്തി. ദേവലോകത്തുനിന്നു ദേവന്മാരും ഭൂമിയിൽനിന്ന് വിവിധ രാജ്യങ്ങളിലെ രാജാക്കന്മാരും ആ വിരുന്നിലേക്ക് ക്ഷണിക്കപ്പെട്ടു.

പക്ഷേ, ഒരാളെ മാത്രം രാജാവ് വിളിക്കാൻ വിട്ടുപോയി. അത് ആർട്ടിമസ് ദേവിയെ ആയിരുന്നു. രാജാവിന്റെ മറവി അല്ലാതെന്തുപറയാൻ.

സ്വർഗത്തിലെയും ഭൂമിയിലെയും ദേവന്മാരെയും രാജാക്കന്മാരെയും ക്ഷണിച്ച ആ വിരുന്നിലേക്ക് തന്നെ ക്ഷണിക്കാതിരുന്നതിൽ ദേവി കുപിതയായി. ഏനസ് രാജാവിന് തക്ക ശിക്ഷ കൊടുക്കണമെന്ന് ദേവി തീരുമാനിച്ചു.

ആർട്ടിമസ് ദേവി ഭീകരനായ ഒരു കാട്ടുപന്നിയെ സൃഷ്ടിച്ച് ഏനസ് രാജാവിന്റെ രാജ്യത്തേക്കയച്ചു. കാട്ടുപന്നി ആ നാട്ടിൽ ജനങ്ങളുടെ സ്വസ്ഥത നശിപ്പിച്ചു. അവിടെയുള്ള ബലവാന്മാരായ ആളുകളെ കൊലപ്പെടുത്തി. വീടും വിളവുകളും നശിപ്പിച്ചു. ആർക്കും അതിനെ കീഴ്പ്പെടുത്താൻ കഴിഞ്ഞില്ല. കാട്ടുപന്നിയെ പേടിച്ച് ആളുകൾ പരക്കം പാഞ്ഞു. പലരും വീടുവിട്ട് ദൂരസ്ഥലങ്ങളിലേക്ക് പലായനം ചെയ്തു.

ഒരു കാട്ടുപന്നി മൂലം തന്റെ രാജ്യം തകരുകയാണെന്ന് ഏനസ് രാജാവ് മനസിലാക്കി. ഈ ദുഷ്ടജീവിയെ കൊല്ലുന്നവർക്ക് വലിയ പ്രതിഫലം വാഗ്ദാനം ചെയ്തു. പലരും കാട്ടുപന്നിയെ കൊല്ലുവാൻ ശ്രമിച്ചെങ്കിലും അതിന്റെ തേറ്റയുടെ മൂർച്ചയറിഞ്ഞ് കാലപുരി പൂകി.

അവസാനം രാജാവിന്റെ പ്രിയപ്പെട്ട പുത്രൻ മെലയാഗർ തന്നെ രംഗത്തെത്തി. താൻ ഈ കാട്ടുപന്നിയെ കീഴ്പ്പെടുത്തും. പ്രജകളെ രക്ഷിക്കേണ്ടത് രാജധർമമാണ്. വീരനായ മകന്റെ നിശ്ചയദാർഢ്യത്തിൽ രാജാവിന് അഭിമാനം തോന്നി. പക്ഷേ തന്റെ ഏക മകനെ ഈ ഉദ്യമത്തിന് നിയോഗിക്കുവാൻ രാജാവിന് മനസുവന്നില്ല.

"നീ ഈ രാജ്യത്തിന്റെ അടുത്ത കിരീടാവകാശിയാണ്. നിനക്കെന്തെങ്കിലും സംഭവിച്ചാൽ... അത് ഞങ്ങൾക്ക് താങ്ങാനാവില്ല." ഏനസ് രാജാവ് പറഞ്ഞു.

ഇതുകേട്ടപ്പോൾ മെലയാഗർക്ക് ദേഷ്യമാണ് വന്നത്. "അച്ഛനെന്താണീ പറയുന്നത്. ഒരു കാട്ടുപന്നി വന്ന് രാജ്യം നശിപ്പിച്ചുകൊണ്ടിരിക്കുകയാണ്. ഇങ്ങനെ പോയാൽ നാളെ രാജ്യം തന്നെ നിലനിൽക്കുമോ എന്നറിയില്ല. അതുകൊണ്ട് രാജ്യത്തെയും ജനങ്ങളെയും രക്ഷിക്കുകയാണ് ആദ്യം വേണ്ടത്."

മകന്റെ വാക്കുകൾ കേട്ട് രാജാവും രാജ്ഞിയും അമ്പരന്നു നിന്നു. അവസാനം മെലയാഗറുടെ വാശിതന്നെ ജയിച്ചു. മനസില്ലാമനസോടെ ആ അച്ഛനും അമ്മയും മകന്റെ ആവശ്യം അംഗീകരിച്ചു.

ഗ്രീസിലെ നായാട്ടുവീരന്മാരെ സംഘടിപ്പിച്ച് മെലയാഗർ ഒരു ചെറുസൈന്യത്തെ ഉണ്ടാക്കുകയാണ് ആദ്യം ചെയ്തത്. ഇവരോടൊപ്പം സ്കേനേയൂസിന്റെ മകളായ അറ്റ്ലാന്തയെയും അവൻ തന്റെ സൈന്യത്തിൽ ചേർത്തു.

അറ്റ്ലാന്ത പുരുഷന്മാരെക്കാൾ ധീരയും പോരാളിയുമായിരുന്നു. അവളുടെ ജനനത്തെക്കുറിച്ച് ഒരു കഥയുണ്ട്. ഇതിനിടയിൽ ആ കഥകൂടി പറയാം.

സ്കേനേയൂസ് ധീരനായ ഒരു പോരാളിയായിരുന്നു. തനിക്ക് ഒരു പുത്രൻ ജനിക്കണമെന്ന് അദ്ദേഹം ആഗ്രഹിച്ചു. പക്ഷേ, പിറന്നതോ പെൺകുഞ്ഞ്. ആൺകുട്ടിയെ ആഗ്രഹിച്ച തനിക്ക് പെൺകുട്ടി പിറന്നതിൽ സ്കേനേയൂസ് നിരാശനായി. അദ്ദേഹം ആരുമറിയാതെ ആ കുഞ്ഞിനെ പാർത്തേനിയൻ പർവതത്തിന്റെ താഴ്വരയിൽ ഉപേക്ഷിച്ചു.

അറ്റ്ലാന്ത വിശന്നു കരഞ്ഞു. വിജനമായ പ്രദേശം. അപ്പോഴാണ് ഒരു പെൺകരടി അതുവഴിവന്നത്. കരടിക്ക് ആ ചോരക്കുഞ്ഞിനെ കണ്ട് അലിവ് തോന്നി. കരടികുട്ടിയെ എടുത്തുകൊണ്ട് തന്റെ ഗുഹയിലേക്ക് പോയി. അങ്ങനെ അറ്റ്ലാന്ത പെൺകരടിയുടെ കുട്ടികളോടൊപ്പം വളർന്നു. കരടിക്കുഞ്ഞുങ്ങളെ പോലെതന്നെ അറ്റ്ലാന്തയെയും ആ ദയാലുവായ മൃഗം പരിപാലിച്ചു.

വർഷങ്ങൾ പലതും കഴിഞ്ഞു. ഒരിക്കൽ കുറെ നായാട്ടു

കാർ അവിടെയെത്തി. കരടിക്കുട്ടികളോടൊപ്പം മനുഷ്യക്കുട്ടിയെ ക്കണ്ട അവർ അത്ഭുതപ്പെട്ടു. അവർ കരടിക്കൂട്ടത്തിൽനിന്ന് അറ്റ്ലാന്തയെ രക്ഷപ്പെടുത്തി. അങ്ങനെ ആ നായാട്ടുകാരുടെ കൂടെയായി അവളുടെ താമസം. കാട്ടിൽ നിന്ന് നാട്ടിലെത്തിയ അവൾക്ക് നാട്ടിലെ ചുറ്റുപാടുകളോട് പൊരുത്തപ്പെടാൻ കഴിഞ്ഞില്ല.

ആദ്യമൊക്കെ അവൾക്ക് സംസാരിക്കാൻ കഴിഞ്ഞില്ല. കരടിയെപ്പോലെ ശബ്ദം പുറപ്പെടുവിക്കുക മാത്രമാണ് ചെയ്തത്. രണ്ടുകാലിൽ നടക്കാൻ അവൾക്കറിയില്ലായിരുന്നു. അവൾ നാലുകാലിൽ ഓടുകയും അലറുകയും ചെയ്തു.

ക്രമേണ അവളുടെ സ്വഭാവം മാറിവന്നു. രണ്ടുകാലിൽ നടക്കാനും സംസാരിക്കുവാനുമൊക്കെ അവൾ പഠിച്ചു. അറ്റ്ലാന്ത ആർട്ടിമസ് ദേവിയുടെ ഒരു ഭക്തയായി തീർന്നു. അവൾ അതീവ സുന്ദരിയായിരുന്നു. പലരും അവളെ വിവാഹം കഴിക്കാൻ മുന്നോട്ടുവന്നു.

പക്ഷേ, പുരുഷന്മാരെല്ലാം വഞ്ചകരാണെന്നായിരുന്നു അറ്റ്ലാന്ത പറഞ്ഞത്. തന്നെ വിവാഹം കഴിക്കാൻ വരുന്നവരോട് അവൾ ഒരു വെല്ലുവിളി നടത്തി. തന്നോടൊപ്പം ഒരു ഓട്ടമത്സരത്തിൽ പങ്കെടുക്കുക. ഓട്ടത്തിൽ അവർ ജയിച്ചാൽ അയാളെ അവൾ വിവാഹം കഴിക്കും. തോറ്റാലോ അയാളെ കുന്തമുനയിൽ കോർക്കും.

അറ്റ്ലാന്തയെ വിവാഹം കഴിക്കാനായി വന്ന പലരും ഇങ്ങനെ അവളുടെ കുന്തമുനയിൽ കിടന്ന് പിടഞ്ഞുമരിച്ചു.

മെലാനിയോൺ എന്ന യുവാവ് അവളെ വിവാഹം കഴിക്കാനെത്തി. അവൻ ബുദ്ധിമാനായിരുന്നു. ആപ്പിൾപ്പഴം അറ്റ്ലാന്തയ്ക്ക് വളരെ ഇഷ്ടമാണെന്ന് അവൻ നേരത്തെ മനസിലാക്കിയിരുന്നു. ആപ്പിൾ കണ്ടാൽ അറ്റ്ലാന്ത എല്ലാം മറക്കും. മെലാനിയോൺ കുറച്ച് ആപ്പിൾപ്പഴം കൂടി കരുതിയിട്ടാണ് അറ്റ്ലാന്തയെ കാണാൻ എത്തിയത്.

മെലാനിയോൺ തന്നെ വിവാഹം കഴിക്കാനാണ് വന്നിരിക്കുന്നതെന്നറിഞ്ഞ അറ്റ്ലാന്ത പറഞ്ഞു: "മത്സരത്തിന്റെ നിബന്ധനകളൊക്കെ അറിഞ്ഞിട്ടാണോ താങ്കൾ എന്നെ വിവാഹം കഴിക്കാൻ വന്നിരിക്കുന്നത്?" "അതെ ഞാൻ സ്നേഹിക്കുന്ന

നിന്റെ കൈകൊണ്ട് മരിക്കുന്നതിൽ എനിക്ക് സന്തോഷമേയുള്ളൂ." മെലാനിയോൺ പറഞ്ഞു.

മത്സരം തുടങ്ങുകയായി. രണ്ടുപേരും ഓടാൻ തുടങ്ങി. കുറച്ചുദൂരം ചെന്നപ്പോൾ താൻ കൈയിൽ കരുതിയിരുന്ന ആപ്പിൾപ്പഴങ്ങളെടുത്ത് മെലാനിയോൺ അറ്റ്ലാന്തയുടെ മുന്നിലേക്കെറിഞ്ഞു. തന്റെ മുന്നിലൂടെ ഉരുണ്ടുപോകുന്ന ആപ്പിൾപ്പഴം കണ്ടതും അവൾ ഓട്ടം മതിയാക്കി ആപ്പിൾപ്പഴം എടുത്തു കഴിക്കാൻ തുടങ്ങി.

ഈ അവസരം ഉപയോഗിച്ച് മെലാനിയോൺ ഓട്ടമത്സരത്തിൽ വിജയിച്ചു. അറ്റ്ലാന്തയ്ക്ക് ഇനി മെലാനിയോണിനെ വിവാഹം കഴിക്കുകയല്ലാതെ മറ്റ് മാർഗങ്ങളൊന്നുമില്ല. അങ്ങനെ അവർ വിവാഹിതരായി.

ഇതാണ് അറ്റ്ലാന്തയുടെ കഥ.

ഇനി നമുക്ക് കാട്ടുപന്നിയെ വേട്ടയാടാൻ തയാറെടുക്കുന്ന മെലയാഗറുടെ അടുത്തേക്ക് പോകാം. അറ്റ്ലാന്തയും അവരുടെ കൂടെയുണ്ടെന്ന് നേരത്തേ പറഞ്ഞിരുന്നല്ലോ. ഒരു പെൺകുട്ടിയെ സൈന്യത്തിൽ ഉൾപ്പെടുത്തിയതിൽ ചിലർക്കൊക്കെ അനിഷ്ടമുണ്ടായിരുന്നു. അവർ മെലയാഗറോടു ചോദിച്ചു: "നിങ്ങൾ എന്തുകണ്ടിട്ടാണ് ഒരു പെൺകുട്ടിയെ സൈന്യത്തിലെടുത്തത്? ഭയങ്കരനായ ഒരു കാട്ടുപന്നിയെ വേട്ടയാടാനാണ് നമ്മൾ പോകുന്നത്. അല്ലാതെ നൃത്തമത്സരത്തിനല്ല."

ഇതുകേട്ട അറ്റ്ലാന്തയ്ക്ക് ദേഷ്യം അടക്കാനായില്ല. അവൾ അവരോട് പറഞ്ഞു: "നിങ്ങൾ അത്ര വലിയ വീരശൂരപരാക്രമികളാണെങ്കിൽ ആദ്യം എന്നോട് പൊരുതൂ. എന്നിട്ടാവാം പന്നിയെ പിടിക്കുന്നത്. പെണ്ണുങ്ങളെ അങ്ങനെയാരും കൊച്ചാക്കാൻ നോക്കേണ്ട. ധൈര്യമുള്ളവർ മുന്നോട്ട് വരിൻ..."

അവൾ യുദ്ധസന്നദ്ധയായി നിലയുറപ്പിച്ചു. ഇതുകണ്ട മെലയാഗർ പറഞ്ഞു: "പുരുഷന്മാരെക്കാൾ കരുത്തുള്ളവളാണ് അറ്റ്ലാന്ത. എനിക്കത് ബോധ്യമുള്ളതുകൊണ്ടാണ് ഈ ഉദ്യമത്തിന് ഞാൻ അവളെ വിളിച്ചത്. വിരോധമുള്ളവർക്ക് ഇപ്പോൾ പിരിഞ്ഞുപോകാം."

പിന്നീട് ആരും അറ്റ്ലാന്തയെക്കുറിച്ച് ഒരക്ഷരവും മിണ്ടിയില്ല. കാട്ടുപന്നിയെ വേട്ടയാടാൻ അവർ ഒന്നിച്ച് നീങ്ങി.

കാടിളക്കിക്കൊണ്ട് അവർ മുന്നോട്ടുപോകവേ ഒരു ഗുഹയിൽനിന്ന് കാട്ടുപന്നി മുക്രയിട്ടുകൊണ്ട് ഓടിവന്നു. ആ വരവ് കണ്ട് പലരും ഭയന്ന് ചിതറിയോടി. മുന്നിൽനിന്ന രണ്ടുപേരെ അത് തേറ്റയിൽ കോർത്ത് വലിച്ചെറിഞ്ഞു. ഇതുകണ്ട് പലരും ആയുധം പോലുമുപേക്ഷിച്ച് ഓടെടാ ഓട്ടം. ചിലർ മരത്തിൽ വലിഞ്ഞുകയറി.

പക്ഷേ അറ്റ്ലാന്ത അനങ്ങിയില്ല. അവൾ പാഞ്ഞുവരുന്ന കാട്ടുപന്നിക്ക് നേരെ അസ്ത്രങ്ങൾ പായിച്ചു. ഒരസ്ത്രവും പാഴായില്ല. എല്ലാ അമ്പുകളും പന്നിയുടെ ശരീരത്തിൽ തറച്ചു. പക്ഷേ വലിയ ശബ്ദത്തിൽ മുക്രയിട്ടുകൊണ്ട് പന്നി ഓടുകയാണ്. കുറേദൂരം ഓടിയതിനുശേഷം അത് മറിഞ്ഞുവീണ് ചാവും എന്നാണ് എല്ലാവരും കരുതിയത്. പക്ഷേ അത് ഓട്ടം നിർത്തുന്നില്ല.

അവസാനം മെലയാഗറിന്റെ ഒരമ്പ് പന്നിയുടെ ശരീരം തുളച്ചു. ഉടൻതന്നെ ഭീകരനായ ആ ജന്തു മറിഞ്ഞുവീണു ചത്തു.

പന്നി ചത്തെന്നറിഞ്ഞതും മരത്തിലും ഗുഹയിലുമൊക്കെ ഒളിച്ചിരുന്നവർ പതുക്കെ രംഗത്തുവന്നു. ആരാണ് പന്നിയെക്കൊന്നതെന്നായി പിന്നീടുള്ള തർക്കം.

മെലയാഗറിന് ഇതിലൊന്നും വലിയ താൽപ്പര്യമില്ലായിരുന്നു. പക്ഷേ അറ്റ്ലാന്തയെ ഒറ്റപ്പെടുത്താനുള്ള വലിയൊരു അവസരമായി അവർ ഇതിനെ കണക്കാക്കി. മെലയാഗറിന്റെ അമ്പ് ഏറ്റാണ് പന്നി ചത്തതെന്ന് അവർ പറഞ്ഞു.

"നിങ്ങൾ അങ്ങനെ പറയരുത്. അറ്റ്ലാന്തയുടെ അമ്പുകളാണ് കൂടുതലും പന്നിയിൽ തറച്ചിരിക്കുന്നത്. അതുകൊണ്ട് ഈ വിജയത്തിന്റെ കൂടുതൽ പങ്ക് അവൾക്കുള്ളതാണ്," മെലയാഗർ പറഞ്ഞു.

"ഓഹോ നിന്നോടൊപ്പം ജീവൻ പണയം വച്ച് വന്ന ഞങ്ങളുടെ വാക്കിന് നിനക്ക് പുല്ലുവില അല്ലേ" എന്ന് പറഞ്ഞുകൊണ്ട് അവർ മെലയാഗറെ ചീത്തപറയാൻ തുടങ്ങി. "നീ ഞങ്ങളെ അപമാനിച്ചു. ഇന്നു ഞങ്ങൾ നിന്നെ ശരിപ്പെടുത്തും" അവർ പറഞ്ഞു.

ഇതെല്ലാം കേട്ടുകൊണ്ട് നിന്ന അറ്റ്ലാന്ത പറഞ്ഞു: "പന്നിയെ കൊന്നത് ആരെങ്കിലുമാവട്ടെ, അതിന്റെ പേരിൽ നിങ്ങൾ

ഇങ്ങനെ വഴക്കുകൂടരുത്."

"ഓഹോ.. നീ ആരാ ഞങ്ങളോട് ചോദിക്കാൻ, എങ്കിൽ ഇവനെ തട്ടിയിട്ട് തന്നെ ബാക്കികാര്യം" എന്നുപറഞ്ഞുകൊണ്ട് അവർ മെലയാഗറെ കൊല്ലാനായി പാഞ്ഞടുത്തു.

അറ്റ്ലാന്ത ഒരു പെൺപുലിയെപ്പോലെ ചീറിക്കൊണ്ട് മെലയാഗറിന്റെ മുമ്പിൽ കയറിനിന്നു. എന്നിട്ട് പറഞ്ഞു: "മെലയാഗറെ നിങ്ങൾ തൊട്ടുപോകരുത്. എന്റെ അമ്പിന് പന്നിയെ കൊല്ലാൻ മാത്രമല്ല അറിയാവുന്നത്."

"എന്നാൽ ആദ്യം നിന്നെ തന്നെ കൊല്ലാമെടീ" എന്നു പറഞ്ഞുകൊണ്ട് അവർ അവൾക്ക് നേരെ ചീറിയടുത്തു. ഇതുകണ്ട മെലയാഗർ അതിൽ രണ്ടുപേരെ അമ്പെയ്തു കൊന്നു. നിർഭാഗ്യവശാൽ അത് മെലയാഗറുടെ അമ്മാവന്മാരായിരുന്നു. ഈ കാഴ്ചകണ്ട് എല്ലാവരും ഞെട്ടിവിറച്ചു.

പിന്നീട് ആരും ഒന്നും മിണ്ടിയില്ല. മെലയാഗറും സംഘവും ശവശരീരങ്ങളുമായി കൊട്ടാരത്തിലെത്തി. തന്റെ സഹോദരന്മാർ മരിച്ചുകിടക്കുന്നത് കണ്ട രാജ്ഞി നിലവിളിച്ചു. ആരാണ് ഈ മഹാപാതകം ചെയ്തതെന്ന് അവർ വിളിച്ചുചോദിച്ചു. ആരും ഒന്നും മിണ്ടിയില്ല.

"ഞാനാണമ്മേ..." മെലയാഗർ കുറ്റം ഏറ്റുപറഞ്ഞു. രാജ്ഞിക്കത് സഹിക്കാൻ കഴിഞ്ഞില്ല. "മഹാപാപീ..." എന്നു നിലവിളിച്ചുകൊണ്ട് അവർ അകത്തേക്കോടി. എന്തിനാണവർ അകത്തേക്ക് ഓടിയതെന്ന് ആർക്കും മനസിലായില്ല. രാജ്ഞിയുടെ സമനില തെറ്റിയെന്ന് എല്ലാവരും വിചാരിച്ചു.

സ്വന്തം മുറിയിൽ ഒളിച്ചുവച്ചിരുന്ന തീക്കൊള്ളി എടുക്കുവാനാണ് അവർ അകത്തേക്ക് ഓടിയത്. "ഇനി നീ ജീവിച്ചിരിക്കേണ്ട" എന്നു പറഞ്ഞുകൊണ്ട് രാജ്ഞി ആ വിറകുകൊള്ളി കത്തുന്ന അടുപ്പിലേക്ക് വച്ചു.

അവർക്ക് മാനസിക നില തെറ്റിയതായി എല്ലാവർക്കും ഉറപ്പായി. അല്ലെങ്കിൽ ഒരു വിറകുകൊള്ളി അടുപ്പിലേക്ക് വച്ച് ഇങ്ങനെയൊക്കെ പറയേണ്ട കാര്യമെന്ത്?

പക്ഷേ വിറക് കത്തിത്തീർന്നതും മെലയാഗർ മരിച്ചുവീണു. അറ്റ്ലാന്തയെ ഇത് വല്ലാതെ ദുഃഖിപ്പിച്ചു. തന്റെ ജീവൻ രക്ഷിക്കാൻ വേണ്ടിയും സ്ത്രീകളുടെ അഭിമാനത്തിനും വേണ്ടിയാണ്

അവൻ മരണം വരിച്ചതെന്ന് അവൾ വിചാരിച്ചു. മെലയാഗറുടെ മരണത്തിൽ മനംനൊന്ത് അറ്റ്ലാന്റ ആത്മഹത്യചെയ്തു.

തന്റെ മകന്റെ മരണത്തിന് കാരണക്കാരിയായ രാജ്ഞിക്ക് കുറ്റബോധം തോന്നി. ദുഃഖം സഹിക്കാനാവാതെ അവരും ആത്മഹത്യചെയ്തു.

പിന്നീട് ആർട്ടിമസ് ദേവി മരിച്ചവരെയെല്ലാം ഗിനിക്കോഴികളാക്കി. ദുഃഖത്തിന്റെ ചാരവർണവുമായി അത് ഇന്നും കരഞ്ഞുനടക്കുന്നു.

ദേവന്മാരെ പോരിനു വിളിക്കുന്ന രാക്ഷസന്മാർ

ഗ്രീക്കുദേവന്മാരോട് എന്നും എതിരിട്ടുനിൽക്കുകയും അവരെ നിത്യശത്രുക്കളായി കാണുകയും ചെയ്തുവന്ന ഒരു വിഭാഗമായിരുന്നു രാക്ഷസന്മാർ. ഭീകര സത്വങ്ങളാണിവർ. സ്യൂസ് ദേവന്റെ സ്ഥാനാരോഹണചടങ്ങ് അലങ്കോലമാക്കാൻ രാക്ഷസന്മാർ ശ്രമിച്ചിരുന്നു. പക്ഷേ ദേവന്മാർ അവരെ തുരത്തിയോടിച്ചു. അതിന് പകരം വീട്ടാനുള്ള ഒരവസരവും രാക്ഷസന്മാർ പാഴാക്കിയിട്ടില്ല.

ഭൂമി ദേവിയുടെ അനുഗ്രഹം ഈ സത്വങ്ങൾക്കുണ്ടായിരുന്നു. ഹെർക്കുലീസിന്റെ വരവോടെ രാക്ഷസന്മാർ ഒതുങ്ങിക്കഴിയുകയായിരുന്നു. അവരെ പരാജയപ്പെടുത്തുവാനുള്ള എല്ലാ സഹായവും ദേവന്മാർ ഹെർക്കുലീസിന് ചെയ്തു കൊടുത്തു. ഹെർക്കുലീസ് രാക്ഷസന്മാരെ തിരഞ്ഞുപിടിച്ച് കൊന്നുകൊണ്ടിരുന്നു. ഭൂമീദേവി ഇതിനു പ്രതികാരം ചെയ്യുമെന്ന് പ്രതിജ്ഞ ചെയ്തു. അങ്ങനെയാണ് അതിശക്തനായ രാക്ഷസൻ ഭൂമീദേവിക്ക് പിറന്നത്. അവന്റെ പേര് ടിഫോൺ എന്നായിരുന്നു. അതുവരെയുള്ള ഭീകരസത്വങ്ങളെക്കാൾ പതിനായിരം മടങ്ങ് ശക്തി ടിഫോണുണ്ടായിരുന്നു.

അവന്റെ അരയ്ക്കു താഴെ പെരുമ്പാമ്പിന്റെ രൂപമായിരുന്നു. തല കഴുതയുടേതും. ആകാശത്തിലെ ഏതു നക്ഷത്രത്തിലേക്കുവരെയും കഴുത്തുനീട്ടുവാൻ ടിഫോണ് കഴിയും. അവന്റെ

ചിറകുകൾ വിശാലമായിരുന്നു. അവൻ സൂര്യനുനേരെ ചിറകുവിടർത്തിയാൽ ഭൂമി ഇരുട്ടിലാവും. അവന്റെ കണ്ണുകളിൽ കത്തുന്ന കനൽ ഉണ്ടായിരുന്നു. വായ് തുറന്നാൽ തീനാളങ്ങൾ പുറത്തേക്ക് വരും.

ദേവന്മാർ ടിഫോണിനെ ഭയപ്പെട്ടാണ് കഴിഞ്ഞിരുന്നത്. ഭൂമീദേവിയുടെ പ്രതികാരത്തിൽനിന്നാണ് അവൻ ജനിച്ചതെന്ന് ദേവന്മാർ മനസിലാക്കിയിരുന്നു. ടിഫോണെ ഭയന്ന് ദേവന്മാർ പക്ഷികളുടെയും മൃഗങ്ങളുടെയുമൊക്കെ രൂപം ധരിച്ചാണ് നടന്നിരുന്നത്. സാക്ഷാൽ സ്യൂസ് ദേവൻ ഒരു മുട്ടനാടിന്റെ വേഷത്തിലും അപ്പോളോ കാക്കയുടെയും ഡൈനീഷ്യസ് കോലാടിന്റെയും രൂപം ധരിച്ചു. ഹീരാദേവി പശുവിന്റെയും ആർട്ടിമസ് ദേവി പൂച്ചയുടെയും ഹെർമിസ് ഞാറപ്പക്ഷിയുടെയും രൂപത്തിലാണ് നടന്നത്.

എന്നാൽ അഥീനി ദേവി മാത്രം രൂപം മാറാനൊന്നും പോയില്ല. അവർ നേരേ സ്യൂസ് ദേവന്റെ സന്നിധിയിലെത്തി.

“ദേവന്മാരുടെയെല്ലാം അധിപനാണെന്നും പറഞ്ഞുനടന്നിട്ട് അങ്ങും ടിഫോൺ എന്ന രാക്ഷസനെ പേടിച്ച് രൂപംമാറി നടക്കുകയാണല്ലേ...?” അവർ ചോദിച്ചു.

സ്യൂസ് ദേവൻ ഒന്നു പറഞ്ഞില്ല. ദേവി തുടർന്നു, “അങ്ങ് ഈ കാര്യത്തിൽ എന്തെങ്കിലും ചെയ്യണം. ഒരു സത്വത്തെ ഇങ്ങനെ പേടിച്ചുകഴിയുന്നത് ദേവന്മാർക്കെല്ലാം അപമാനമാണ്. അതുകൊണ്ട് ടിഫോണെ ഉടൻതന്നെ നശിപ്പിക്കണം.”

അഥീനി ദേവിയുടെ വാക്കുകൾ സ്യൂസ് ദേവനിൽ ആത്മവിശ്വാസം ഉണർത്തി. മനസിൽ കൂട് കൂട്ടിയിരുന്ന ഭയം കിളിയെപ്പോലെ പറന്നുപോയി.

അദ്ദേഹം ഉടൻതന്നെ സ്വന്തം രൂപം ധരിച്ചു. എന്നിട്ട് തന്റെ ഇടിവാൾ ടിഫോണുനേരെ അയച്ചു. ടിഫോണിനുമേൽ ഒരു പോറലേൽപ്പിക്കാൻ പോലും ഇടിവാളിനു കഴിഞ്ഞില്ല. ഇടിവാളിനു കഴിയില്ലെങ്കിൽ അരിവാൾ.

സ്യൂസ് ദേവൻ തന്റെ വിശേഷപ്പെട്ട അരിവാളുമായി ടിഫോണിനു നേരെ ചീറിയടുത്തു. അരിവാൾ പ്രയോഗം ഫലിച്ചു. അവന്റെ ഭീമാകാരമായ ശരീരം അരിവാളിന്റെ മൂർച്ചയറിഞ്ഞു. വലിയ മുറിവായിരുന്നു അത്.

ടിഫോൺ വേദനകൊണ്ട് നിലവിളിച്ച് എങ്ങോട്ടെന്നില്ലാതെ പാഞ്ഞു. ദിവസങ്ങൾ കഴിഞ്ഞിട്ടും അവന്റെ നിലവിളി അടങ്ങിയില്ല. പിന്നീട് അവൻ കാസിയൂസ് എന്ന ഗുഹയിൽ പോയൊളിച്ചു. എങ്ങനെയെങ്കിലും ടിഫോണിനെ നശിപ്പിക്കുകയാണല്ലോ അദ്ദേഹത്തിന്റെ ലക്ഷ്യം.

സ്യൂസ് ദേവനും ടിഫോണും തമ്മിൽ പൊരിഞ്ഞ മൽപ്പിടുത്തം നടത്തി. ടിഫോണെ തോൽപ്പിക്കുക എളുപ്പമായിരുന്നില്ല. അവൻ സ്യൂസ് ദേവനെ വരിഞ്ഞുമുറുക്കി. അതിശക്തനായ ആ രാക്ഷസന്റെ കൈയിൽ നിന്ന് രക്ഷപ്പെടാൻ അത്ര എളുപ്പമായിരുന്നില്ല. സ്യൂസ് ദേവൻ പരമാവധി ശക്തിയെടുത്തിട്ടും പിടി മുറുകുകയാണ്.

അവസാനം ടിഫോൺ സ്യൂസ് ദേവന്റെ കൈയിലെ ഞരമ്പ് പറിച്ചെടുത്താണ് വിട്ടത്. ദേവൻ വേദനകൊണ്ട് പുളഞ്ഞു.

ടിഫോൺ ആ ഞരമ്പ് തന്റെ സഹോദരിയായ ഡൽഫിയയെ ഏൽപ്പിച്ചു. ഡൽഫി പ്രവചനകേന്ദ്രത്തിന്റെ കാവൽക്കാരിയാണ്. സ്യൂസ് ദേവന്റെ ഞരമ്പ് കരടിത്തോലുകൊണ്ട് മൂടി അതിനുമുകളിൽ കാവലിരുന്നു.

സ്യൂസ് ദേവനുണ്ടായ പരാജയത്തിൽ ദേവന്മാരെല്ലാം ദുഃഖിതരായി. ഇങ്ങനെയൊരപമാനം ദേവന്മാരുടെ ചരിത്രത്തിൽ ഉണ്ടായിട്ടില്ല. ടിഫോണെ പരാജയപ്പെടുത്താൻ കഴിഞ്ഞില്ലെന്നതു പോകട്ടെ സ്യൂസ് ദേവന്റെ ഞരമ്പും വലിച്ചൂരിക്കൊണ്ടല്ലേ ആ രാക്ഷസൻ പോയത്. ദേവന്മാർ എല്ലാവരും സ്യൂസ് ദേവന്റെ സന്നിധിയിൽ ഒരുമിച്ചുകൂടി. എങ്ങനെയും നഷ്ടപ്പെട്ടുപോയ ഞരമ്പ് വീണ്ടെടുക്കുകയാണ് ആദ്യം വേണ്ടതെന്ന അഭിപ്രായമായിരുന്നു എല്ലാവർക്കും. അതിനായി പാൻദേവനെയും ഹെർമിസ് ദേവനെയും ചുമതലപ്പെടുത്തുകയും ചെയ്തു.

അവർ നേരെ ഡൽഫിയുടെ അടുത്തേക്ക് പോയി. അവൾ ഞരമ്പിനുമേൽ ഇട്ടിരുന്ന കരടിത്തോലിൽ കിടന്നുറങ്ങുകയായിരുന്നു. പാൻ ദേവൻ പേടിപ്പിക്കുന്നവിധം ഒന്നലറി. ഉറങ്ങുകയായിരുന്ന ഡൽഫി ഞെട്ടി എഴുന്നേറ്റു. ഈ അവസരം മുതലാക്കി ഹെർമിസ് ദേവൻ കരടിത്തോലിനടിയിലെ ഞരമ്പ് കൈക്കലാക്കി.

സ്യൂസ് ദേവൻ ശസ്ത്രക്രിയയിലൂടെ ഞരമ്പ് യഥാസ്ഥാനത്ത്

വച്ചുപിടിപ്പിച്ചു. നഷ്ടപ്പെട്ട ഞരമ്പ് കിട്ടിയതും സ്യൂസ് ദേവൻ കൂടുതൽ കരുത്തുള്ളവനായി തീർന്നു.

അദ്ദേഹം തന്റെ ഇടിവാളുമായി വീണ്ടും ടിഫോണിനെ ആക്രമിക്കാൻ പുറപ്പെട്ടു. തന്റെ നേരെ പാഞ്ഞടുക്കുന്ന സ്യൂസ് ദേവനെ വകവരുത്താൻ ടിഫോൺ, ഹേമൂസ് പർവതം പിഴുതെടുത്തെറിഞ്ഞു. സ്യൂസ് തന്റെ ഇടിമിന്നൽ കൊണ്ട് അതിനെ തടഞ്ഞു. പർവതം പിന്നോട്ട് പോയി ടിഫോണിന്റെമേൽ പതിച്ചു. അവൻ അതിനടിയിൽപ്പെട്ട് ചതഞ്ഞ് മരിക്കുകയും ചെയ്തു. അവന്റെ ശരീരത്തിൽ നിന്നൊഴുകിയ ചോരപ്പുഴ സിസിലി രാജ്യം മുഴുവൻ പടർന്നു.

മരണമില്ലാത്ത സഹോദരന്മാർ

വിവാഹം കഴിക്കാൻ താൽപ്പര്യമില്ലാതിരുന്ന ഒരു രാജകുമാരനായിരുന്നു ആലോയിഡുസ്. സുന്ദരനും ശുദ്ധാത്മാവുമായ അദ്ദേഹത്തിന് പല രാജ്യത്തുനിന്നും വിവാഹാലോചനകൾ വന്നിരുന്നു. പക്ഷേ അദ്ദേഹത്തിന് അതിലൊന്നും വലിയ താൽപ്പര്യമില്ലായിരുന്നു.

അവസാനം രാജ്യം അന്യാധീനപ്പെട്ടുപോകുമെന്ന ജനങ്ങളുടെ ആശങ്കയെ മാനിച്ച് ആലോയിഡുസ് ഇഫിമേഡായിയെ വിവാഹം ചെയ്തു. അവർക്ക് ധീരന്മാരായ രണ്ടുപുത്രന്മാർ ജനിച്ചു. എഫിയാൽറ്റസ്, ഓട്ടൂസ് എന്നായിരുന്നു അവരുടെ പേര്.

പിതാവിന്റെ പേരിന്റെ ഭാഗമായി രണ്ടുപേരും ആലോയിഡുകൾ എന്നാണ് അറിയപ്പെട്ടിരുന്നത്. മനുഷ്യർക്കോ ദേവന്മാർക്കോ ആലോയിഡുകളെ കൊല്ലാൻ കഴിയില്ല എന്നൊരു പ്രവചനം നേരത്തെ ഉണ്ടായിരുന്നു.

ആലോയിഡുകൾ ശക്തന്മാരായിരുന്നു. രാക്ഷസന്മാരുടെ ശരീരമായിരുന്നു അവർക്ക്. അതുകൊണ്ടുതന്നെ ജനങ്ങൾ അവരെ ഭയപ്പെട്ടു. എല്ലാവരും തങ്ങളെ ഭയക്കുന്നുണ്ടെന്ന് മനസിലാക്കിയ ആലോയിഡുകൾക്ക് അഹങ്കാരം വർധിച്ചു. അവർ ആരെയും കൂസാക്കിയില്ല.

ഒളിമ്പസിലെ ദേവന്മാരെ മുഴുവൻ തങ്ങൾ കൊന്നൊടുക്കു

മെന്ന് ആലോയിഡുകൾ പറഞ്ഞുനടന്നു. അവർ ഒളിമ്പസ് മലയുടെ താഴ്വരയിലെത്തിയപ്പോഴേ ദേവന്മാരെല്ലാം നിലവിളികളോടെ ഓടിയൊളിച്ചു. ഇതുകണ്ടതും അവരുടെ അഹങ്കാരം പതിന്മടങ്ങ് വർധിച്ചു. സ്റ്റിംഗ്സ് നദിയെ സാക്ഷിനിർത്തി താൻ ഹീരാദേവിയെ അപമാനിക്കുമെന്ന് എഫിയാൽറ്റസ് പ്രഖ്യാപിച്ചു. ഇതകേട്ടതും ഓട്ടൂസ് വിളിച്ചുപറഞ്ഞു: "സ്റ്റിംഗ്സ് നദിയെ സാക്ഷിനിർത്തി ഞാൻ ആർട്ടിമസ് ദേവിയെ അപമാനിക്കും."

ഇതുകേട്ട് ദേവതമാർ പേടിച്ചരണ്ടു. അവർ പറഞ്ഞാൽ പറഞ്ഞതാണ്. എന്തുക്രൂരതയും ചെയ്യുവാൻ മടിക്കാത്ത ദുഷ്ടന്മാരാണവർ.

ആലോയിഡുകൾ ആദ്യം പിടികൂടിയത് യുദ്ധദേവനായ ആരെസിനെയാണ്. "ഓ നീയാണല്ലോ വലിയ യുദ്ധദേവൻ... നിന്റെ യുദ്ധമൊന്ന് ഞങ്ങൾ കാണട്ടെ" എന്നു പറഞ്ഞുകൊണ്ട് അവർ ആരെസ് ദേവനെ ആക്രമിച്ചു. പഠിച്ചപണി പതിനെട്ടും പയറ്റിയിട്ടും ആരെസ് ദേവന് ആലോയിഡുകളെ തുരത്താൻ കഴിഞ്ഞില്ല. അവർ ദേവനെ ഒരു പിച്ചളപാത്രത്തിൽ അടച്ച് തങ്ങളുടെ വളർത്തമ്മയായ എറിബോയായെ ഏൽപ്പിച്ചു.

ഒളിമ്പസിലെ ഓരോ ദേവന്മാരെയും ആലോയിഡുകൾ കീഴ്പ്പെടുത്തി. പല ദേവന്മാരും ജീവനും കൊണ്ടോടി, കാട്ടിലും ഗുഹകളിലും ഒളിച്ചു. ആലോയിഡുകൾ ഒളിമ്പസ് മലയുടെ നെറുകയിൽ കയറി വിജയഭേരിമുഴക്കി അട്ടഹസിച്ചു.

"എല്ലാ ദേവന്മാരും ഞങ്ങൾക്കുമുമ്പിൽ കീഴടങ്ങുന്നതാണ് നല്ലത്. അല്ലെങ്കിൽ ഈ മലകൾ പിഴുതെടുത്ത് കടലിലെറിയും;" അവർ അട്ടഹസിച്ചുകൊണ്ട് പറഞ്ഞു. അതിനിടയിൽ അവർ രണ്ടുമൂന്ന് മലകൾ പിഴുത് കടലിലെറിഞ്ഞിരുന്നു. മല കടലിൽ വീണതും തീരപ്രദേശത്തേക്ക് കടൽ ഇരച്ചുകയറി. ഒരുപാട് മൃഗങ്ങളും മനുഷ്യരും വെള്ളത്തിൽ മുങ്ങിച്ചത്തു.

ആലോയിഡുകളുടെ ഈ വെല്ലുവിളി കേട്ടതും അപ്പോളോ ദേവൻ ആർട്ടിമസ് ദേവിയോട് ചില സൂത്രങ്ങൾ ചെവിയിൽ പറഞ്ഞു. ദേവി ഉടൻതന്നെ ആലോയിഡുകളുടെ മുമ്പിൽ പ്രത്യക്ഷപ്പെട്ടു.

തന്നെ അപമാനിക്കുമെന്ന് പറഞ്ഞ ഓട്ടൂസിനോട് ദേവി പറഞ്ഞു: "ഓട്ടൂസ് നിങ്ങളെ വിവാഹം കഴിക്കാൻ എനിക്ക് സമ്മതമാണ്. അതിനായി നിങ്ങൾ നാക്സൂസ് ദ്വീപിലെത്തണം."

ഇതുകേട്ടതും ഓട്ടൂസ് സന്തോഷംകൊണ്ട് മതിമറന്നു. ഓട്ടൂസിന്റെ ഭാഗ്യത്തിൽ ജ്യേഷ്ഠനായ എഫിയാൽറ്റസിന് അസൂയതോന്നി. അവൻ പറഞ്ഞു: "ആർട്ടിമസ് ദേവിയെ ജ്യേഷ്ഠനായ ഞാനാണ് വിവാഹം കഴിക്കുന്നത്." ഓട്ടൂസ് അതിനെ എതിർത്തു. "ആർട്ടിമസ് ദേവി എന്നെ വിവാഹം കഴിക്കാമെന്നാണ് വാക്കുതന്നിരിക്കുന്നത്. അതിൽ നിങ്ങൾ ഇടപെടേണ്ടതില്ല."

അവർ തമ്മിൽ വഴക്കും തർക്കവും വർധിച്ചു. ഇതു കണ്ടുനിന്ന ആർട്ടിമസ് ദേവി പറഞ്ഞു: "നിങ്ങൾ ഇങ്ങനെ വഴക്കുകൂടിയിട്ട് കാര്യമില്ല. ഒരു കാര്യം ചെയ്യാം. നിങ്ങളിൽ ആരാണ് കേമൻ അവനെ ഞാൻ വിവാഹം ചെയ്യാം." ആലോയിഡുകൾ ദേവിയുടെ അഭിപ്രായത്തിന് വഴങ്ങി.

"നിങ്ങൾ രണ്ടുപേരും രണ്ടു സ്ഥലത്തായി നിൽക്കുക, എന്നിട്ട് എനിക്ക് നേരെ കുന്തമെറിയുക. ആരുടെ കുന്തമാണ് എന്റെ മേൽ പതിക്കുന്നതെന്ന് നോക്കട്ടെ. കേമൻ ആരാണെന്ന് അപ്പോൾ തീരുമാനിക്കാം."

ഇതു കേട്ടതും ഉടൻതന്നെ ആലോയിഡുമാർ കുന്തവുമായി രണ്ടുഭാഗത്ത് ചെന്നുനിന്നു. കുന്തമെറിയാനുള്ള സിഗ്നൽ കിട്ടിയതും ആർട്ടിമസ് ദേവി രണ്ടുപേരുടെയും ഇടയിലൂടെ മിന്നൽവേഗത്തിൽ പാഞ്ഞു പോയി. ഇതുവരും ഒരേസമയം ദേവിയുടെ നേരെ കുന്തമെറിഞ്ഞു. കുന്തം ദേവിയെ തൊട്ടില്ല. പക്ഷേ ഓട്ടൂസിന്റെ കുന്തം എഫിയാൽറ്റസിന്റെ ചങ്കു തുളച്ചു കയറി. അതുപോലെതന്നെ എഫിയാൽറ്റസ് എറിഞ്ഞ കുന്തം ഓട്ടൂസിന്റെയും ചങ്ക് തുളച്ചു. രണ്ടുപേരും അവിടെതന്നെ മരിച്ചുവീണു.

ദേവന്മാർക്കോ മനുഷ്യർക്കോ അവരെ കൊല്ലാൻ കഴിഞ്ഞില്ല. അങ്ങനെ അവർ തന്നെ അവരെ കൊന്നു.

ആലോയിഡുകളുടെ മരണത്തോടെ ദേവന്മാർ ഒളിമ്പസ് മലയിൽ നിർഭയം കഴിഞ്ഞു. പിച്ചള പാത്രത്തിൽ അടയ്ക്കപ്പെട്ട ആരെസ് ദേവനെ ഹെർമിസ് ദേവൻ മോചിപ്പിച്ചു.

മരിച്ച് പാതാളത്തിലെത്തിയ ആലോയിഡുകൾക്ക് കനത്തശിക്ഷയാണ് ലഭിച്ചത്. ഭൂമിയിലും സ്വർഗത്തിലും നാശം വിതച്ച അവർ ഇന്നും നരകത്തിൽ പീഡനങ്ങളേറ്റു കഴിയുകയാണ്.

മരണത്തെ തോൽപ്പിച്ച സ്നേഹം

പേലിയാസ് രാജാവിന് സുന്ദരിയായ ഒരു പുത്രിയുണ്ടായിരുന്നു. ആൽസൈറ്റി എന്നാണ് അവളുടെ പേര്. അവളെ വിവാഹം കഴിക്കാൻ അയൽരാജ്യങ്ങളിലുള്ള രാജകുമാരന്മാർ അതിയായി ആഗ്രഹിച്ചു.

ഏറ്റവും യോഗ്യനായ ഒരുവന്റെ കൈയിൽ തന്നെ തന്റെ ഏകമകളെ ഏൽപ്പിക്കണമെന്ന് രാജാവിന് നിർബന്ധമുണ്ടായിരുന്നു. അവൾക്ക് ഒരു കുറവും ഉണ്ടാകാൻ പാടില്ല. എന്നും അവൾ സന്തോഷവതിയായിരിക്കണം. അതുകൊണ്ട് ആൽസൈറ്റിനെ വിവാഹം കഴിക്കാൻ ആഗ്രഹിച്ചുവന്നവരെ രാജാവ് ഓരോ ന്യായങ്ങൾ പറഞ്ഞ് തിരിച്ചയച്ചു.

അങ്ങനെയിരിക്കേ പേലിയാസ് രാജാവ് ഒരു വിളംബരം നടത്തി. ലോകത്തിലേക്കും വച്ച് ഏറ്റവും ധീരനായ ഒരു യുവാവിനുമാത്രമേ താൻ തന്റെ മകളെ വിവാഹം കഴിച്ചുകൊടുക്കൂ. ധീരത തെളിയിക്കുന്നതിലേക്കായി രാജാവ് ഒരു മത്സരം നടത്താൻ തീരുമാനിച്ചു.

ഒരു കരടിയേയും സിംഹത്തേയും ഒരേസമയം ഇരുഭാഗത്തായി രഥത്തിൽ കെട്ടി രഥം ഓടിക്കണം. അങ്ങനെയുള്ള രഥങ്ങളുടെ ഓട്ടമത്സരത്തിൽ പങ്കെടുത്ത് വിജയിക്കണം. അങ്ങനെ വിജയിക്കുന്നവർക്ക് രാജകുമാരിയെ സ്വന്തമാക്കാം.

ഇതറിഞ്ഞ ധാരാളം രാജകുമാരന്മാർ രഥം തെളിക്കാൻ തയാ

റായി വന്നു. പക്ഷേ ആർക്കും രഥമൊന്ന് ചലിപ്പിക്കാൻ പോലും കഴിഞ്ഞില്ല.

ആദ്മത്തൂസ് രാജകുമാരന് ആദ്യമത്സരത്തിൽ പങ്കെടുക്കാൻ കഴിഞ്ഞില്ല. രണ്ടാമത്തെ മത്സരം വരുമ്പോൾ തീർച്ചയായും പങ്കെടുക്കണമെന്ന് വിചാരിച്ചിരിക്കുകയായിരുന്നു അവൻ. അങ്ങനെയിരിക്കുമ്പോഴാണ് ഒരു ശാപത്തിന്റെ ഫലമായി അപ്പോളോ ദേവൻ ആദ്മത്തൂസിന്റെ കൊട്ടാരത്തിലെത്തുന്നത്. ആദ്മത്തൂസ് രാജകുമാരന്റെ സേവകനായി ഒരുകൊല്ലം ഭൂമിയിൽ ജീവിക്കണമെന്നതായിരുന്നു അപ്പോളോ ദേവന് സ്യൂസ് ദേവൻ വിധിച്ച ശിക്ഷ.

അപ്പോളോ ദേവന്റെ വരവ് ആദ്മത്തൂസിൽ അമ്പരപ്പുണ്ടാക്കി. ദേവനെ എങ്ങനെ സ്വീകരിക്കണമെന്നറിയാതെ അവൻ കുഴങ്ങി. വന്നിരിക്കുന്നത് സാക്ഷാൽ അപ്പോളോ ദേവനാണ്. ദേവന്റെ പ്രീതി സമ്പാദിച്ചാൽ പലകാര്യങ്ങളും നേടാം.

"അങ്ങയെ ഞാൻ എങ്ങനെ സ്വീകരിക്കണമെന്നാണ് പറയുന്നത്? ഒരു ദേവനായിട്ടോ മനുഷ്യനായിട്ടോ?" ആദ്മത്തൂസ് വിനയാന്വിതനായി ചോദിച്ചു.

"എന്നെ ഒരു സാധാരണ മനുഷ്യനെപ്പോലെ മാത്രം സ്വീകരിച്ചാൽ മതി. നിങ്ങൾക്കുവേണ്ടി എന്തുജോലിയും ചെയ്യാൻ തയാറായാണ് ഞാൻ വന്നിരിക്കുന്നത്." അപ്പോളോ ദേവൻ പറഞ്ഞു.

"അങ്ങയെ ഒരു സാധാരണ മനുഷ്യനായി സ്വീകരിക്കാൻ എനിക്ക് ബുദ്ധിമുട്ടുണ്ട്. അതുകൊണ്ട് ഒരു ദേവനായും മനുഷ്യനായും ഞാൻ അങ്ങയെ സ്വാഗതം ചെയ്യുന്നു."

ആദ്മത്തൂസിന്റെ വിനയപൂർവമുള്ള പെരുമാറ്റത്തിൽ അപ്പോളോ ദേവൻ സംതൃപ്തനായി. ദേവൻ പറഞ്ഞു: "ആദ്മത്തൂസ് നിനക്ക് ഞാൻ എല്ലാ നന്മയും നേരുന്നു. ഞാൻ ഇവിടെ കഴിയുമ്പോൾ പരാജയം നിനക്കുണ്ടാവില്ല. നിന്റെ ആടുകൾ ഇരട്ടപ്രസവിക്കും. സമ്പത്തും ഐശ്വര്യവും നിന്നോടൊപ്പമുണ്ടാവും."

ആദ്മത്തൂസിന് സന്തോഷമായി. "അങ്ങ് ഈ കൊട്ടാരത്തിൽ എത്തിയത് എന്റെ ഭാഗ്യമാണ്. അങ്ങയോട് ഒരു കാര്യം എനിക്ക് പറയുവാനുണ്ട്."

"എന്താണ്?" അപ്പോളോ ദേവൻ ചോദിച്ചു.

"പേലിയസ് രാജാവിന്റെ ഏകമകൾ ആൽസൈറ്റിനെ ഞാൻ വിവാഹം കഴിക്കാൻ ആഗ്രഹിക്കുന്നു. പക്ഷേ വളരെ വിഷമംപിടിച്ച ഒരു മത്സരമാണ് രാജാവ് അതിനുവേണ്ടി ഏർപ്പെടുത്തിയിരിക്കുന്നത്. കരടിയേയും സിംഹത്തേയും ഒന്നിച്ചുകെട്ടിയ രഥം തെളിച്ച് ആദ്യമെത്തുന്നവർക്കേ രാജകുമാരിയെ വിവാഹം കഴിച്ചുകൊടുക്കൂ. അങ്ങ് ഇതിൽ എന്നെ സഹായിക്കണം."

"ഓ നമുക്ക് ഏതായാലും ആ മത്സരത്തിൽ പങ്കെടുത്തുകളയാം." അപ്പോളോ ദേവൻ പറഞ്ഞു.

അങ്ങനെ മത്സരത്തിന്റെ ദിവസമെത്തി. മത്സരസ്ഥലത്തേക്ക് ആദ്മത്തൂസിന്റെ കൂടെ അപ്പോളോ ദേവനും ചെന്നു. മത്സരത്തിന് തയാറായ രഥത്തിൽ കരടിയേയും സിംഹത്തേയും അപ്പോളോ ദേവൻ തന്നെ കെട്ടി. എന്നിട്ട് ആദ്മത്തൂസിന്റെ പിന്നിൽ അദൃശ്യനായിനിന്ന് തേര് തെളിക്കുന്നതിനുള്ള നിർദേശങ്ങൾ നൽകി. രഥം വായുവേഗത്തിൽ മുന്നോട്ടുകുതിച്ചു. പലർക്കും സിംഹത്തെയും കരടിയെയും ഒരുമിച്ച് രഥത്തിൽ കെട്ടാൻ പോലും കഴിഞ്ഞിരുന്നില്ല.

രഥം തെളിച്ച് വിജയം വരിച്ച ആദ്മത്തൂസ് ആൽസൈറ്റി രാജകുമാരിയെ വിവാഹം കഴിക്കാനായി പേലിയസ് രാജാവിന്റെ കൊട്ടാരത്തിലെത്തി. കൂടെ അപ്പോളോ ദേവനുമുണ്ടായിരുന്നു. രാജാവ് ഓരോ ന്യായങ്ങൾ പറഞ്ഞ് ഒഴിഞ്ഞുമാറാൻ ശ്രമിച്ചു.

ആദ്മത്തൂസ് പറഞ്ഞു: "താങ്കൾ വാക്കുപാലിക്കണം. മത്സരത്തിൽ വിജയിച്ചവനാണ് ഞാൻ. രാജകുമാരിയെ എനിക്ക് വിവാഹം കഴിച്ചുനൽകണം." കൂടെ അപ്പോളോ ദേവനെ കണ്ടതുകൊണ്ട് കൂടുതൽ എതിർപ്പുകൾക്കൊന്നും പേലിയസ് രാജാവ് നിന്നില്ല. ഉടൻതന്നെ ആദ്മത്തൂസും ആൽസൈറ്റിയും തമ്മിലുള്ള വിവാഹം ആർഭാടത്തോടെ നടന്നു.

കല്ല്യാണം കഴിഞ്ഞുള്ള രാത്രിയിൽ ആൽസൈറ്റിന്റെ കഴുത്തിൽ കിടക്കുന്ന പൂമാല കണ്ട് പാമ്പാണെന്ന് കരുതി ആദ്മത്തൂസ് പേടിച്ചു നിലവിളിച്ചു. അപ്പോളോ ദേവൻ ഓടിവന്നു.

"അയ്യോ പാമ്പ്!" ആദ്മത്തൂസ് ആൽസൈറ്റിന്റെ കഴുത്തിൽ കിടക്കുന്ന പൂമാല ചൂണ്ടിക്കൊണ്ട് പറഞ്ഞു.

അപ്പോളോ പറഞ്ഞു: "കുമാരാ അതൊരു പൂമാലയാണ്. നീ വല്ലാതെ പേടിച്ചിരിക്കുന്നു. വിവാഹം കഴിഞ്ഞാലുടൻ എന്റെ സഹോദരി ആർട്ടിമസിന് പൂജചെയ്യേണ്ടതായിരുന്നു, നീ അതു ചെയ്തില്ല. അതുകൊണ്ടാണ് ഇങ്ങനെയൊക്കെ സംഭവിച്ചത്. അവൾ വല്ലാതെ കോപിച്ചിരിക്കുകയാണ്."

"ഇനി എന്താണ് പോംവഴി?" ആദ്മത്തൂസ് ചോദിച്ചു.

"നീ പേടിക്കണ്ട. ഉടൻതന്നെ ദേവിക്കുള്ള പൂജചെയ്യാൻ ഏർപ്പാട് ചെയ്യുക. ആർട്ടിമസിനെ ഞാൻ പറഞ്ഞു മനസിലാക്കിക്കൊള്ളാം."

അവൻ ഉടൻതന്നെ പൂജയ്ക്കുള്ള സംവിധാനങ്ങളൊരുക്കി. ബലിപീഠത്തിൽ ആർട്ടിമസ് ദേവിക്കായുള്ള പ്രത്യേക പൂജ കഴിച്ചപ്പോൾ ദേവി പ്രത്യക്ഷയായി. ആദ്മത്തൂസും ഭാര്യയും ദേവിക്കുമുമ്പിൽ കൂപ്പുകൈകളുമായി നിന്നു. ആർട്ടിമസ് ദേവി സംതൃപ്തയായി.

"നിന്നിൽ ഞാൻ സംപ്രീതനായിരിക്കുന്നു. നിനക്ക് ഞാൻ ഒരു വരം തരാൻ പോവുകയാണ്. നിന്നോടുള്ള സ്നേഹംകൊണ്ട് ഒരാൾ തന്റെ ജീവൻപോലും വെടിയും." ഇത്രയും പറഞ്ഞ് ദേവി അപ്രത്യക്ഷയായി.

ആദ്മത്തൂസും ആൽസൈറ്റിയും കുറെക്കാലം സുഖകരമായി ജീവിച്ചു. അങ്ങനെയിരിക്കെ ആദ്മത്തൂസിന്റെ മരണം സമാഗതമായിരിക്കുന്നതായി അവൻ അറിഞ്ഞു. ഹെർമസ് ദേവനാണ് ഇക്കാര്യം അവനെ അറിയിച്ചത്. മരിച്ചാലുടൻ പാതാളത്തിലേക്ക് പോകണം. ആദ്മത്തൂസിന് ആകെപ്പാടെ ഒരു വെപ്രാളം. സ്വന്തം മരണത്തെ മുൻകൂട്ടിയറിഞ്ഞ അവൻ വല്ലാതെ ഭയന്നു.

അവൻ നേരെ അപ്പോളോ ദേവന്റെ സന്നിധിയിലേക്കോടി.

"ദേവാ മരണം വരുന്നു. എന്നെ എങ്ങനെയെങ്കിലും രക്ഷിക്കണം. കുമാരാ ഭയപ്പെടാതിരിക്കൂ. നമുക്ക് വഴിയുണ്ടാക്കാം" എന്നു പറഞ്ഞ് അപ്പോളോ ദേവൻ ആദ്മത്തൂസിനെ കൊട്ടാരത്തിലേക്ക് പറഞ്ഞുവിട്ടു. അപ്പോളോ ദേവന്റെ വാക്കുകളൊന്നും അവന് ആശ്വാസം നൽകിയില്ല. തന്റെ പ്രിയപ്പെട്ട ഭാര്യയെയും രാജകീയമായ സുഖസൗകര്യങ്ങളെയും വെടിഞ്ഞ് പോകണമല്ലോ എന്നോർത്ത് രാജാവിന് ഇരിക്കപ്പൊറുതി ഇല്ലാതായി.

അവൻ തന്റെ ബന്ധുക്കളോടൊക്കെ ഇങ്ങനെ പറഞ്ഞു:

“എനിക്കിപ്പോൾ മരിക്കാൻ ഇഷ്ടമില്ല. എനിക്കുവേണ്ടി നിങ്ങളിലാരെങ്കിലും മരിക്കാൻ തയാറാവണം.” പക്ഷേ, ആരും അതിന് തയാറായില്ല. എല്ലാവർക്കും മരണത്തെ ഭയമാണ്. മരിക്കാൻ ആർക്കും ഇഷ്ടമല്ല.

രാജകുമാരൻ നോക്കുമ്പോൾ വിധി സഹോദരിമാർ വരുന്നുണ്ട്. അവർ മൂന്നുപേരാണ്. ക്ലോത്തോ, ലക്കേസിസ്, അട്രോപ്പോസ്. അവരാണ് മരണം നിശ്ചയിക്കുന്നത്. അവർ വരുന്നത് ഇങ്ങോട്ടുതന്നെ. ഇപ്പോൾ തന്നെ തന്റെ മരണം സംഭവിക്കും. അതിനുമുമ്പ് എന്തെങ്കിലും ചെയ്തേ മതിയാവൂ..

ആദ്മത്തൂസ് കൊട്ടാരത്തിന്റെ രഹസ്യവാതിലിലൂടെ പുറത്തുകടന്നു. മരണദേവതമാർ രാജകുമാരനെ അന്വേഷിച്ചു. അവനെ അവിടെയെങ്ങും കണ്ടില്ല. പെട്ടെന്ന് അപ്പോളോ ദേവൻ അവിടെ പ്രത്യക്ഷപ്പെട്ടു.

“നിങ്ങൾ വല്ലാതെ തളർന്നിട്ടുണ്ടല്ലോ അൽപ്പനേരമിരിക്കൂ....” അപ്പോളോ ദേവന്റെ വാക്കുകേട്ട് അവർ ഇരുന്നു. ലക്കേസിന്റെ കൈയിൽ മനുഷ്യജീവിതത്തിന്റെ നൂൽ മുറിച്ചിടുന്ന കത്രികയുണ്ട്.

അപ്പോളോ ദേവൻ അതിവിശിഷ്ടമായ വീഞ്ഞ് അവർക്ക് കുടിക്കാൻ കൊടുത്തു. അതിൽ മയങ്ങിപ്പോകുന്ന ഒരു പൊടിയും ചേർത്തിരുന്നു. മരണ ദേവതകൾ വീഞ്ഞ് വീണ്ടുംവീണ്ടും ആവശ്യപ്പെട്ടു. അപ്പോളോ അവർക്ക് ആവശ്യത്തിലധികം വീഞ്ഞ് കൊടുക്കുകയും ചെയ്തു.

വീഞ്ഞിന്റെയും മയക്കുപൊടിയുടെയും ലഹരിയിൽ മരണദേവതമാർ ബോധരഹിതരായി അവിടെത്തന്നെ കിടന്നു.

ഇതേസമയം തന്റെ ഭർത്താവിനുപകരം മരിക്കാൻ തയാറായി ആൽസെെറ്റി വിഷപാനീയം കുടിച്ചു മരിച്ചിരുന്നു.

മരിച്ച് അവൾ പാതാളത്തിലെത്തി. പാതാളത്തിലെ റാണിയായ പെർസോഫോണിയ അവളെ കണ്ട് അമ്പരന്നു. “സമയമാകുന്നതിൻ മുമ്പേ നീ എന്തിനാണ് ഇങ്ങോട്ട് വന്നത്?” റാണി ചോദിച്ചു. “നീ വേഗം തിരിച്ചുപോവുക.”

ഇതുകേട്ടതും ഹെയ്ഡ്സ് ദേവൻ അവിടെയെത്തി ഇങ്ങനെ പറഞ്ഞു: “നരകത്തിലെ പ്രജകളുടെ എണ്ണം കുറയ്ക്കാൻ ഞാൻ സമ്മതിക്കില്ല. അവൾ ഇവിടെത്തന്നെ കഴിയുക. അങ്ങനെ

ആൽസൈറ്റി അവിടെത്തന്നെ കഴിഞ്ഞു.

ഇതിനിടയിൽ മരണദേവതകളെ അയച്ചിട്ട് കാണാത്തതിനാൽ നരകദേവൻ തന്നെ ആദ്മത്തൂസിന്റെ കൊട്ടാരത്തിലെത്തി. ആദ്മത്തൂസിനെ അദ്ദേഹം ബലമായി പിടിച്ചുകൊണ്ടുവന്നു. അവിടെ വച്ച് അവൻ ആൽസൈറ്റിയെ കണ്ടു. തനിക്കുവേണ്ടി മരിക്കാൻ തയാറായ അവളുടെ സ്നേഹത്തെ ഓർത്ത് അയാൾ വേദനിച്ചു.

അങ്ങനെ മരണത്തിലും വേർപെടാനാവാത്ത സ്നേഹവുമായി അവർ പാതാളത്തിൽ ഒരുമിച്ചു ജീവിച്ചു.

പേലിയൂസിന്റെ വീരകൃത്യങ്ങൾ

ഗ്രീസിലെ പ്രശസ്തനായ രാജാവായിരുന്നു ഇയാക്കൂസ്. അദ്ദേഹത്തിന്റെ പത്നിയുടെ പേര് എൻഡേയിസ് എന്നായിരുന്നു. അവർക്ക് രണ്ടു കുട്ടികൾ ജനിച്ചു. തേലമോനും പേലിയൂസും.

അങ്ങനെയിരിക്കെ ഇയാക്കൂസ് രാജാവ് ഒരു കല്യാണം കൂടി കഴിച്ചു. സാമിതേയ എന്നാണ് അവളുടെ പേര്. രാജാവിന് സാമിതേയയിലും ഒരു പുത്രൻ ജനിച്ചു. ഫോക്കൂസ് എന്നായിരുന്നു അവന്റെ പേര്. സാമിതേയക്ക് രാജാവിനോട് വലിയ ഇഷ്ടമൊന്നും ഇല്ലായിരുന്നു.

ഒരിക്കൽ രാജാവും സാമിതേയയും കൂടി കടൽത്തീരത്തുകൂടി നടക്കുകയായിരുന്നു. അവർ ഒരുമിച്ചാണ് നടന്നത്. കുറച്ചുനടന്നപ്പോൾ സാമിതേയ ഒരൽപ്പം പിന്നോട്ട് നിന്നു. രാജാവ് തിരിഞ്ഞുനോക്കുമ്പോൾ കണ്ട കാഴ്ച ഞെട്ടിക്കുന്നതായിരുന്നു.

രാജാവേ വിട എന്നു പറഞ്ഞുകൊണ്ട് സാമിതേയ ഒരു നീർനായ ആയി രൂപാന്തരപ്പെട്ടിരിക്കുന്നു. ഉടൻതന്നെ ആ നീർനായ കടൽത്തിരമാലകളിൽ മറഞ്ഞു.

അവൾ നഷ്ടപ്പെട്ടതിൽ രാജാവിന് വളരെയധികം ദുഃഖംതോന്നി. അവളിൽ ജനിച്ച ഫോക്കൂസിനെ അദ്ദേഹം മറ്റ് പുത്രന്മാരെക്കാളധികം സ്നേഹിച്ചു. ഇളയപുത്രനായ ഫോക്കൂസിനെ ഇങ്ങനെ സ്നേഹിക്കുന്നതിൽ രാജാവിന്റെ മൂത്തപുത്രന്മാരായ

തേലമോനും പേലിയൂസിനും ഇഷ്ടമായില്ല. ഓരോ ദിവസവും ഫോക്കൂസിനോടുള്ള അസൂയ അവരിൽ കൂടിക്കൂടി വന്നു. തന്റെ മക്കളേക്കാൾ ഇളയസന്തതിയെ സ്നേഹിക്കുന്നതിൽ എൻഡേയിസ് രാജ്ഞിക്കും പ്രതിഷേധമുണ്ടായിരുന്നു. പക്ഷേ രാജ്ഞിയോ മക്കളോ ഇതൊന്നും പുറത്തുകാണിച്ചില്ല.

ഒരുദിവസം രാജ്ഞി തന്റെ മക്കളെ രഹസ്യമായി വിളിച്ചു പറഞ്ഞു: “മക്കളേ.. നിങ്ങളുടെ അച്ഛൻ ഫോക്കൂസിനെ ആരുമറിയാതെ ദ്വീപിലേക്ക് വിടാനൊരുങ്ങുകയാണ്. ഇങ്ങനെ പോയാൽ ദ്വീപും ഈ രാജ്യവുമെല്ലാം അവനു കൊടുക്കാനാണ് സാധ്യത. നിങ്ങൾ വേണ്ടതുചെയ്തില്ലെങ്കിൽ ആപത്താണ്.”

അമ്മയുടെ ഈ വാക്കുകൾ കേട്ട തേലമോനും പേലിയൂസും ചില പദ്ധതികളൊക്കെ ആവിഷ്കരിച്ചു.

പിറ്റേന്ന് തേലമോനും പേലിയൂസും ഫോക്കൂസിനെ വിളിച്ചു:

“നീ ദ്വീപിലേക്ക് പോകുന്നെന്നു കേട്ടു ശരിയാണോ?”

“അതെ ചേട്ടന്മാരെ. അച്ഛൻ അങ്ങനെയാണ് എന്നോട് പറഞ്ഞത്.” ഫോക്കൂസ് പറഞ്ഞു.

“ശരി നല്ല കാര്യം തന്നെ. നീ ഏതായാലും പോവുകയല്ലേ. അതിനുമുമ്പ് നിനക്ക് ഇഷ്ടപ്പെട്ട ആ തളികയേറ് കളി കളിച്ചാലോ.”

ഫോക്കൂസിന് ഇത് കേട്ട് വളരെ സന്തോഷമായി. അവൻ പറഞ്ഞു:

“ശരിയാ.. പോയാൽ ഇനി എത്രനാൾ കഴിഞ്ഞാലാണ് നമ്മൾ കാണുക? നാളെത്തന്നെ തളികയേറ് മത്സരം നടത്താം.”

അങ്ങനെ പിറ്റേന്ന് മൂന്നുപേരും കളിസ്ഥലത്തെത്തി. തേലമോൻ തളിക വലിച്ചെറിഞ്ഞു. അത് നേരെ ചെന്നു കൊണ്ടത് ഫോക്കൂസിന്റെ തലയിലാണ്. അത് കരുതിക്കൂട്ടിചെയ്ത ചതിയായിരുന്നുവെന്ന് പ്രത്യേകം പറയേണ്ടതില്ലല്ലോ.

തളിക തലയിൽ പതിച്ച ഫോക്കൂസ് നിലത്തുവീണു പിടഞ്ഞു. ഈ സമയം പേലിയൂസ് ഒരു കൈക്കോടാലികൊണ്ട് ഫോക്കൂസിന്റെ കഴുത്തിൽ വെട്ടി. രക്തത്തിൽ കുളിച്ച് പാവം ഫോക്കൂസ് പിടഞ്ഞു മരിച്ചു.

ഈ സംഭവമറിഞ്ഞ ഇയാക്കൂസ് രാജാവ് ഓടിയെത്തി. തന്റെ പ്രിയപുത്രന്റെ മൃതദേഹം കൈയിലെടുത്ത് അദ്ദേഹം പൊട്ടിക്കരഞ്ഞു.

ഇനി ഇവിടെനിന്നാൽ അപകടമാണെന്നറിഞ്ഞ തേലമോൻ അവിടെനിന്ന് സാലമീസ് ദ്വീപിലെത്തി. തേലമോനും പേലിയൂസും തന്റെ രാജ്യത്തിൽ കാലുകുത്തരുതെന്ന് ഇയാക്കൂസ് രാജാവ് കൽപ്പിച്ചു.

തേലമോൻ ചെന്നെത്തിയ സാലമീസ് ദ്വീപിലെ രാജാവ് സൈക്കവ്രൂസായിരുന്നു. അദ്ദേഹവുമായി അവൻ നല്ല സൗഹൃദത്തിലായി. രാജാവ് തന്റെ പുത്രിയായ ഗ്ലാവുസിയെ തേലമോന് വിവാഹം ചെയ്തുകൊടുത്തു.

ആ ദ്വീപിനെ ഭയപ്പെടുത്തിയിരുന്ന ഭീകരനായ ഒരു സർപ്പത്തെ കൊന്ന് ആ രാജ്യത്തെ രക്ഷിച്ചതുകൊണ്ടാണ് സൈക്കവ്രൂസിന് അവിടത്തെ രാജാവാകാൻ കഴിഞ്ഞത്.

തേലമോൻ രാജകൊട്ടാരത്തിൽ സസുഖം കഴിയുമ്പോഴാണ് ഒഡീസിയൂസിന്റെ സുഹൃത്തായ യുറിലോക്കസ് സൈക്കവ്രൂസിനെ കീഴടക്കി സാലമീസ് ദ്വീപ് പിടിച്ചടക്കുന്നത്. യുറിലോക്കസ് സൈക്കവ്രൂസിനെ നാടുകടത്തി. അങ്ങനെ തേലമോനും അവിടെ നിന്നു പോകേണ്ടിവന്നു.

തേലമോൻ നേരെ പോയത് ഏഥൻസിലേക്കാണ്. അവിടെ വച്ച് പെലോപ്സിന്റെ കൊച്ചുമകളായ പെരിസോയിയെ അയാൾ വിവാഹം കഴിച്ചു. അവർക്കുണ്ടായ പുത്രനാണ് മല്ലയുദ്ധവീരനായി ട്രോജൻ യുദ്ധത്തിലൂടെ പ്രശസ്തനായ അജാക്സ്.

പിന്നീട് ഒരു അടിമപ്പെൺകുട്ടിയായ ഹെസിയോണിയെ തേലമോൻ വിവാഹം കഴിച്ചു. അതിലും ഒരു കുട്ടി ജനിച്ചു. അവന്റെ പേരാണ് ട്യൂസർ.

തേലമോന്റെ കഥ ഇങ്ങനെ പോകുന്നു. സഹോദരനായ പേലിയൂസിന് എന്തുസംഭവിച്ചെന്നറിയേണ്ടേ.

ഇളയ സഹോദരനെ കൊന്നിട്ട് പേലിയൂസ് നേരെ പോയത് പിത്തിയായിലേക്കാണ്. അവിടത്തെ രാജാവ് ആക്ടോറും അദ്ദേഹത്തിന്റെ ദത്തുപുത്രൻ യൂറിറ്റിയോണും പേലിയൂസിനെ സ്വീകരിച്ചു.

സഹോദരഹത്യ നടത്തിയതിന്റെ പാപപരിഹാരത്തിനായുള്ള കർമങ്ങൾ ചെയ്ത് പേലിയൂസിനെ ശുദ്ധനാക്കിയെടുത്തത് യൂറിറ്റിയോണാണ്. ആക്ടോർ രാജാവ് തന്റെ മകൾ പോളിമേ

ലയെ പേലിയൂസിന് വിവാഹം ചെയ്തുകൊടുത്തു. മാത്രമല്ല രാജ്യത്തിന്റെ മൂന്നിലൊരു ഭാഗം നൽകുകയും ചെയ്തു.

ദത്തുപുത്രനായ യൂറിറ്റോണിനും രാജാവ് രാജ്യത്തിന്റെ മൂന്നിലൊരു ഭാഗം കൊടുത്തു.

ഒരുദിവസം യൂറിറ്റോൺ പറഞ്ഞു: "പേലിയൂസെ ഞാൻ നായാട്ടിന് പോവുകയാണ്. കാലിഡോണിയൻ കരടി കൊല്ലാൻ. നമ്മുടെ രാജ്യത്തെ വീരന്മാരെല്ലാവരും പോകുന്നുണ്ട്. വിജയിച്ചാൽ പ്രശസ്തിയും ആദരവുമൊക്കെ കിട്ടും നീ വരുന്നോ?"

"എങ്കിൽ ഞാനും വരുന്നു." പേലിയൂസും യൂറിറ്റോണിന്റെ കൂടെ നായാട്ടിനായി പുറപ്പെട്ടു. അനേകം വീരന്മാർ കരടിവേട്ടയ്ക്കെത്തിയിരുന്നു. അവർ അവരോടൊപ്പം കൂടി.

കരടിവേട്ട ആരംഭിച്ചു. ആളുകളുടെ ആർപ്പുവിളികളും ബഹളങ്ങളും കൊണ്ട് കാട് കുലുങ്ങി. കരടിയെ കണ്ടതും പേലിയൂസ് തന്റെ കൈയിലിരുന്ന കുന്തം കരടിക്കുനേരെ എറിഞ്ഞു. പക്ഷേ അത് ചെന്നുതറച്ചത് യൂറിറ്റിയോണിന്റെ നെഞ്ചിലാണ്. അവൻ ഉടൻതന്നെ പിടഞ്ഞുമരിച്ചു.

മനപ്പൂർവ്വം ചെയ്തതല്ല. കൈപ്പിഴപറ്റിയതാണ്. പക്ഷേ അതാരും വിശ്വസിക്കില്ല. താൻ യൂറിറ്റിയോണിനെ ചതിച്ച് കൊന്നതാണന്നേ എല്ലാവരും വിശ്വസിക്കൂ. മാത്രമല്ല സ്വന്തം സഹോദരനെ കൊന്നവനാണല്ലോ താൻ. ഇനി ഇവിടെ നിൽക്കുന്നത് അപകടമാണ്. രക്ഷപ്പെടുകതന്നെ. അവൻ കൊട്ടാരത്തിലെത്തി പോളിമേലയെയും കൂട്ടി അവിടെനിന്നും രക്ഷപ്പെട്ടു.

പേലിയൂസ് അവിടെനിന്നും ഓടി. അവൻ ചെന്നെത്തിയത് ആയോൾക്കസിലാണ്. അക്കാസ്റ്റസ് ആണ് അവിടത്തെ രാജാവ്. അദ്ദേഹം പേലിയൂസിനെയും ഭാര്യയെയും സ്വീകരിച്ചു. ചെയ്തുപോയ പാപങ്ങൾക്ക് പരിഹാരം ചെയ്തതും അക്കാസ്റ്റസ് രാജാവായിരുന്നു.

അക്കാസ്റ്റസ് രാജാവിന്റെ പത്നി ക്രെത്തേയിസ് പേലിയൂസിനെ സ്നേഹിച്ചു. പക്ഷേ പേലിയൂസ് അത് നിഷേധിക്കുകയാണുണ്ടായത്. ഇക്കാരണത്താൽ രാജ്ഞിക്ക് അവനോട് പക തോന്നി. എങ്ങനെയെങ്കിലും അവനെ ഒരു പാഠം പഠിപ്പിക്കണമെന്ന് അവൾ മനസിൽ കണക്കുകൂട്ടി.

ഒരുദിവസം ക്രെത്തേയിസ് രാജ്ഞി പോളിമേലയുടെ അടുത്തുചെന്നു. "നിന്നോട് ഒരു കാര്യം എനിക്ക് രഹസ്യമായി പറയുവാനുണ്ട്."

"എന്താണ് രാജ്ഞി?" പോളിമേല ചോദിച്ചു.

"നിന്റെ ഭർത്താവ് അത്ര നല്ലവനൊന്നുമല്ല. ഒരുപാട് പേരെ ചതിച്ചുകൊന്നിട്ടുള്ളവനാണ്. നീ സൂക്ഷിക്കണം. നിന്നെയും എപ്പോഴാണ് വകവരുത്തുന്നതെന്ന് ആരു കണ്ടു? ഒരു സന്മാർഗ ചിന്തയുമില്ലാത്തവനാണ് പേലിയൂസ്. നീ സൂക്ഷിക്കണം." പ്രതി കാര ദാഹിയായിത്തീർന്ന രാജ്ഞിയുടെ ഏഷണി വിശ്വസിച്ച് പോളിമേല സ്വന്തം മുറിയിൽ തൂങ്ങിമരിച്ചു.

എന്നിട്ടും ക്രെത്തേയിസ് രാജ്ഞിയുടെ പക അടങ്ങിയില്ല. രാജാവിനോടും അവൾ പേലിയൂസിനെക്കുറിച്ച് നുണ പറഞ്ഞു കൊടുത്തു. രാജാവ് ഇല്ലാത്ത തക്കംനോക്കി തന്നെ ഉപദ്രവി ക്കാൻ വന്നു എന്നായിരുന്നു ആ നുണ.

രാജാവ് ഒന്നും മിണ്ടിയില്ല. അതിനെക്കുറിച്ച് അന്വേഷിക്കാം എന്നുമാത്രം പറഞ്ഞു. താൻ പാപമോചനം നടത്തിയ പേലി യൂസ് അങ്ങനെ ചെയ്തു എന്നത് രാജാവിന് വിശ്വസിക്കാൻ കഴിഞ്ഞില്ല. ഏതായാലും പാപമോചന കർമങ്ങൾ ചെയ്തത് താനാണ്. താൻ തന്നെ അവനെ കൊല്ലുന്നത് ശരിയല്ല.

പേലിയോൻ മലയിൽ വച്ച് അക്കാസ്റ്റസ് രാജാവ് വലിയൊരു നായാട്ടുമത്സരം നടത്തി. പേലിയൂസിനെയും രാജാവ് മത്സര ത്തിന് ക്ഷണിച്ചു. ക്രൂരമൃഗങ്ങൾ വിഹരിക്കുന്ന ഈ കാട്ടിൽ വച്ച് നായാട്ടിനിടയിൽ മൃഗങ്ങൾക്കിരയാവട്ടെ പേലിയൂസ്, ഇതാ യിരുന്നു രാജാവിന്റെ ഉള്ളിലിരിപ്പ്. പേലിയൂസിനെ താൻ കൊന്നുവെന്ന അപവാദവും ഇല്ലാതാവും.

ക്രൂരമൃഗങ്ങളുള്ള വനമാണ് നായാട്ടിനായി പേലിയസിന് കൊടുത്തത്. പൊതുവെ പാവം മൃഗങ്ങൾ മാത്രമുള്ള കാട് രാജാവും തെരഞ്ഞെടുത്തു.

പിറ്റേദിവസമാണ് മത്സരം. ചതി മനസിലാക്കിയ ദേവന്മാർ അന്ന്രാത്രി തന്നെ വിശേഷപ്പെട്ട വില്ലും അസ്ത്രങ്ങളും വാളും പേലിയൂസിന് നൽകി. അവർ പറഞ്ഞു: "അക്കാസ്റ്റസിന്റെ ഭാര്യ ക്രെത്തേസിന്റെ പ്രലോഭനങ്ങളിൽ നീ കുടുങ്ങിയില്ല. അതിനുള്ള പ്രത്യുപകാരമാണ് ഈ ആയുധങ്ങൾ."

പിറ്റേന്ന് പ്രഭാതത്തിൽതന്നെ നായാട്ട് മത്സരം ആരംഭിച്ചു. ദേവന്മാർ കൊടുത്ത ആയുധങ്ങൾകൊണ്ട് ധാരാളം മൃഗങ്ങളെ പേലിയൂസ് വേട്ടയാടി കൊന്നു.

മത്സരം കഴിഞ്ഞതും ആരാണ് ഏറ്റവും കൂടുതൽ മൃഗങ്ങളെ വേട്ടയാടി കൊന്നതെന്ന കണക്കെടുക്കാൻ തുടങ്ങി. അക്കാസ്റ്റസ് രാജാവാണ് ഏറ്റവും കൂടുതൽ മൃഗങ്ങളെ പിടിച്ചതെന്ന് എല്ലാവരും വിശ്വസിച്ചു. പക്ഷേ അവരുടെ നിഗമനം തെറ്റിച്ചു കൊണ്ട് പേലിയൂസ് ഒന്നാം സ്ഥാനം നേടി.

പേലിയൂസ് ഉണ്ടായ സംഭവമെല്ലാം രാജാവിനോട് പറഞ്ഞു. ഇത് "എന്റെ കഴിവുകൊണ്ട് നേടിയതല്ല. കഴിഞ്ഞ രാത്രി ദേവന്മാർ തന്ന വിശിഷ്ടങ്ങളായ ഈ വാളും അമ്പും വില്ലും കൊണ്ടാണ് ഞാൻ ഇത്രയധികം മൃഗങ്ങളെ വേട്ടയാടിയത്. അങ്ങയെ തോൽപ്പിക്കാൻ മനപ്പൂർവം ചെയ്തതല്ല."

അന്നു രാത്രി പേലിയൂസ് ഉറക്കംപിടിച്ചപ്പോൾ രാജാവ് പതുക്കെ അയാളുടെ മുറിയിൽ കടന്നു. ദേവന്മാർ കൊടുത്ത വിശേഷപ്പെട്ട വാളും മറ്റ് ആയുധങ്ങളും രാജാവ് അവിടെനിന്നും മോഷ്ടിച്ച് ചാണകക്കൂനയിൽ ഒളിപ്പിച്ചുവച്ചു.

പേലിയൂസിന്റെ ഉറക്കറയിൽ കുതിരയുടെ ഉടലും മനുഷ്യന്റെ തലയുമുള്ള യുദ്ധവീരന്മാർ കടന്നു. പേലിയൂസ് ഞെട്ടിയുണർന്നു നോക്കുമ്പോൾ കാണുന്ന കാഴ്ച കുതിരമനുഷ്യർ തന്നെ വളഞ്ഞിരിക്കുന്നതാണ്. പേലിയൂസ് കിടക്കയ്ക്ക് അടിയിൽ വച്ചിരിക്കുന്ന വാൾ പരതി. അതവിടെ ഉണ്ടായിരുന്നില്ല.

രാജാവ് തന്നെ ചതിച്ചെന്ന് പേലിയൂസിന് മനസിലായി. പുറത്തേക്ക് പോകാൻ കുതിരമനുഷ്യർ അനുവദിക്കില്ല. ഇനിയെന്തുചെയ്യും. അപ്പോഴാണ് കുതിരമനുഷ്യരുടെ നേതാവ് കൈറോൺ മുറിയിലേക്ക് കടന്നുവന്നത്. കുതിരമനുഷ്യർ അദ്ദേഹത്തെ കണ്ട് വണങ്ങി.

കൈറോൺ പേടിച്ചരണ്ടുനിൽക്കുന്ന പേലിയൂസിനെ കിടക്കയിൽ പിടിച്ചിരുത്തി. "പേലിയൂസ് നീ പേടിക്കണ്ട. ദേവന്മാരുടെ അനുഗ്രഹം നിന്റെ കൂടെയുണ്ട്. നിന്നെ രക്ഷിക്കാനാണ് ഞാനിപ്പോൾ വന്നത്. ദേവന്മാരുടെ അനുഗ്രഹം ഉള്ളിടത്തോളം തൽക്കാലം നിന്നെ ആർക്കും കൊല്ലാൻ കഴിയില്ല."

കുതിരമനുഷ്യരെ എല്ലാവരെയും കൈറോൺ പറഞ്ഞുവിട്ടു.

"അക്കാസ്റ്റസ് രാജാവ് താങ്കളോട് അനീതി കാണിച്ചു. താങ്കളുടെ ആയുധങ്ങൾ രാജാവ് മോഷ്ടിച്ച് ഇവിടെ എവിടെയോ ഒളിപ്പിച്ച് വച്ചിട്ടുണ്ട്. നമുക്കത് കണ്ടുപിടിക്കാം."

കൈറോൺ, ചാണകക്കൂനയിൽനിന്ന് രാജാവ് ഒളിപ്പിച്ച് വച്ച ആയുധങ്ങൾ കണ്ടെടുത്ത് പേലിയൂസിന് നൽകി.

സ്യൂസ് ദേവനും പേലിയൂസിനെ ഇഷ്ടമായിരുന്നു. സമുദ്ര ദേവതയായ തേറ്റീസ് ദേവിയെ പേലിയൂസിനെക്കൊണ്ട് വിവാഹം കഴിപ്പിക്കണമെന്ന് സ്യൂസ് ദേവൻ തീരുമാനിച്ചു.

തേറ്റീസ് ദേവി വിവാഹമേ വേണ്ടെന്ന് പറഞ്ഞിരിക്കുകയായിരുന്നു. ഒരിക്കൽ സമുദ്രദേവനായ പോസിഡോൺ, തേറ്റീസ് ദേവിയെ വിവാഹം ചെയ്യാൻ ആഗ്രഹിച്ചിരുന്നു. തേറ്റീസ് ദേവിക്കും അതിഷ്ടമായിരുന്നു. എന്നാൽ ഒരു പ്രവചനം അവരുടെ വിവാഹം മുടക്കി. തേറ്റീസ് ദേവിയും പോസിഡോൺ ദേവനും വിവാഹം കഴിക്കുകയാണെങ്കിൽ പിതാവിനെക്കാൾ പ്രശസ്തനായ ഒരു പുത്രൻ ജനിക്കും. ഇതായിരുന്നു പ്രവചനം. തന്നേക്കാൾ കേമനായ ഒരു മകനുണ്ടാവുന്നത് പോസിഡോൺ ദേവൻ ഇഷ്ടപ്പെട്ടില്ല. അങ്ങനെയാണ് ആ കല്ല്യാണം മുടങ്ങിയത്.

അതിൽ നിരാശപ്പെട്ടാണ് തേറ്റീസ് ദേവി വിവാഹം വേണ്ടെന്നു വച്ചത്. തേറ്റീസ് ദേവിയുടെ ഈ കഥകളൊക്കെ അറിഞ്ഞ പേലിയൂസ് ദേവിയെ വിവാഹം കഴിക്കാൻ സന്നദ്ധനായി.

കൈറോൺ പറഞ്ഞു: "തേറ്റീസ് ദേവിയെക്കൊണ്ട് നിന്നെ ഇഷ്ടമാണെന്ന് പറയിക്കണം. അവൾ സ്വമനസാലെ വിവാഹത്തിന് സമ്മതിക്കണം."

"അതെങ്ങനെ സാധിക്കും?" പേലിയൂസ് ചോദിച്ചു.

"സ്യൂസ് ദേവൻ നമ്മുടെ കൂടെയുണ്ട്. ഞാൻ പറയുന്നത് നീ അനുസരിക്കണം. അങ്ങനെയാണെങ്കിൽ ദേവിയെക്കൊണ്ട് നിന്നെ ഇഷ്ടമാമെന്ന് പറയിക്കാം."

"ശരി സമ്മതിച്ചിരിക്കുന്നു." പേലിയൂസിന് സന്തോഷമായി.

പിറ്റേന്ന് പൂർണചന്ദ്രനായിരുന്നു. കൈറോൺ ആ രാത്രി ഒളിമ്പസിലെ ദേവന്മാരെയെല്ലാം ഒരു വിരുന്നിന് ക്ഷണിച്ചു. തേറ്റീസും വിരുന്നിന് എത്തി.

കൈറോൺ പേലിയൂസിന് വേണ്ട നിർദേശങ്ങൾ നൽകി. വിരുന്ന് കഴിഞ്ഞതും തേറ്റീസ് ദേവിക്ക് ഉറക്കം വന്നു. പ്രത്യേകം തയാറാക്കിയ ശയ്യയിൽ ദേവി കിടന്നതും ഉറങ്ങിപ്പോയി. കൈറോണിന്റെ നിർദേശമനുസരിച്ച് പേലിയൂസ് തേറ്റീസ് ദേവി ഉറങ്ങിക്കിടക്കുന്നിടത്തെത്തി. എന്നിട്ട് ദേവിയെ വരിഞ്ഞുമുറുക്കിപ്പിടിച്ചു. ഉറക്കത്തിൽ നിന്നുണർന്ന ദേവി പഠിച്ചപണി പതിനെട്ടും നോക്കിയിട്ടും പിടി വിടുവിക്കാൻ കഴിഞ്ഞില്ല. അവർ പല രൂപങ്ങളും മാറിനോക്കി. ആദ്യം തീക്കട്ടയായി. പക്ഷേ പേലിയൂസിന്റെ പിടി മുറുകുകയാണ് ചെയ്തത്. പിന്നീടവർ ഭീകര സർപ്പമായി. അതു ഫലിക്കുന്നില്ലെന്ന് കണ്ട് മത്സ്യമായി വഴുതാൻ ശ്രമിച്ചു. പക്ഷേ അവൻ തന്റെ മുഴുവൻ ബലവുമെടുത്ത് മുറുക്കെ പിടിച്ചുവച്ചിരിക്കുകയാണ്.

അവസാനം ദേവി യാചിച്ചു: "എന്നെ വിടൂ."

"എന്റെ ഭാര്യയാകാൻ സമ്മതിക്കാതെ ദേവിയെ ഞാൻ വിടില്ല." പേലിയൂസ് പറഞ്ഞു. ഗത്യന്തരമില്ലാതെ ദേവിക്ക് അത് സമ്മതിക്കേണ്ടിവന്നു.

"ഞാൻ നിങ്ങളെ വിവാഹം കഴിച്ചുകൊള്ളാം." ഉടൻതന്നെ അവിടമാകെ പ്രകാശം നിറഞ്ഞു. ചുറ്റും കൈയടികളോടെ ദേവീദേവന്മാർ അണിനിരന്നു. ഇതെല്ലാം തന്നെ വിവാഹം കഴിപ്പിക്കാനുള്ള ദേവന്മാരുടെ സൂത്രമായിരുന്നെന്ന് തേറ്റീസ് ദേവിക്ക് മനസിലായി.

അവിടെവച്ച് തന്നെ പേലിയൂസിന്റെയും തേറ്റീസ് ദേവിയുടെയും വിവാഹം ആർഭാടമായി നടന്നു. ദേവീദേവന്മാർ വധൂവരന്മാർക്ക് സമ്മാനങ്ങളും അനുഗ്രഹവും നൽകി.

പേലിയൂസിന്റെ കാത്തിരിപ്പ്

പേലിയൂസിന്റെയും തേറ്റീസ് ദേവിയുടെയും വിവാഹം മംഗളമായി നടന്നു. കൈറോൺ ഒരുപറ്റം പശുക്കളെ വിവാഹസമ്മാനമായി അവർക്ക് നൽകുകയുണ്ടായി.

യൂറിറ്റോണിനെ കൊലചെയ്തതിന്റെ കുറ്റബോധം പേലിയൂസിനെ അലട്ടിക്കൊണ്ടിരുന്നു. അവൻ കൈറോൺ നൽകിയ പശുക്കളെയെല്ലാം യൂറിറ്റിയോണിന്റെ രാജ്യത്ത് കൊണ്ടുവിട്ടു. ജനങ്ങളോട് പേലിയൂസ് ഇങ്ങനെ പറഞ്ഞു: "അറിയാതെ ഒരു കൈയബദ്ധത്തിൽ ഞാൻ യൂറിറ്റിയോണിനെ കൊന്നു. ആ തെറ്റിന് പരിഹാരമായി ഈ പശുക്കളെ നിങ്ങൾക്ക് ഞാൻ നൽകുന്നു."

യൂറിറ്റിയോണിന്റെ പ്രജകൾ പശുക്കളെ സ്വീകരിച്ചില്ല. അവർ പറഞ്ഞു: "ഞങ്ങളുടെ പ്രിയപ്പെട്ട രാജാവിന്റെ ജീവനു പകരം കന്നുകാലികളോ. ഇത് ഞങ്ങൾക്കു വേണ്ട."

പശുക്കൾ ആർക്കും വേണ്ടാതെ അലഞ്ഞുനടന്നു.

പേലിയൂസിന്റെ പിതാവ് ഇയാക്കൂസിന്റെ രണ്ടാംഭാര്യയായിരുന്ന സാമിതേയ തന്റെ പുത്രനായ ഫോക്കൂസിനെ കൊന്നവരോട് പ്രതികാരം ചെയ്യാൻ കാത്തിരിക്കുകയായിരുന്നു. സാമിതേയ രാജ്ഞിയോട് കൊട്ടാരത്തിലെ അന്തേവാസികൾ ഒരു കാര്യമുണർത്തിച്ചു.

"മഹാറാണിയുടെ മകന്റെ ഘാതകൻ ഇപ്പോൾ തേറ്റീസ്

ദേവിയെ വിവാഹം കഴിച്ച് സുഖമായി കഴിയുകയാണ്. കൈറോൺ വിവാഹസമ്മാനമായി ഒരുപറ്റം പശുക്കളെയും ദാനം ചെയ്തുകഴിഞ്ഞിരിക്കുകയാണ്. അത് യൂറിറ്റിയോണിന്റെ കൊലപാതകത്തിന് പരിഹാരമായി അവിടത്തെ ജനങ്ങൾക്ക് ദാനമായി കൊടുത്തു. പക്ഷേ അവർ ആ കന്നുകാലികളെ സ്വീകരിച്ചില്ല. ഇപ്പോൾ അത് നാടെങ്ങും അലഞ്ഞു നടക്കുകയാണ്."

പേലിയൂസിനെ എങ്ങനെയെങ്കിലും നശിപ്പിക്കണമെന്ന് സാമിതേയ രാജ്ഞി വിചാരിച്ചു. അവർ ഭയങ്കരനായ ഒരു ചെന്നായയെ അലഞ്ഞുനടക്കുന്ന കന്നുകാലിക്കൂട്ടത്തെ നശിപ്പിക്കുവാനായി അയച്ചു.

ചെന്നായ പശുക്കളെ മുഴുവൻ കൊന്നു തിന്നു. അതിനുശേഷം ചെന്നായ പേലിയൂസിനു നേരെ പാഞ്ഞു ചെന്നു. തേറ്റീസ് ദേവി അടുത്തുള്ളതുകൊണ്ട് പേലിയൂസ് രക്ഷപ്പെട്ടു.

പേലിയൂസിന്റെ കഴുത്തുലക്ഷ്യമാക്കി ചാടിയ ചെന്നായയെ തേറ്റീസ് ദേവി ശപിച്ച് ഒരു ശിലയാക്കി മാറ്റി.

പിറ്റേ ദിവസം പേലിയൂസ് ഇയാൾക്കസിലേക്ക് പോയി. സ്യൂസ് ദേവൻ വലിയൊരു സൈന്യത്തെ അയാൾക്ക് നൽകി. കുറെ ഉറുമ്പിൻ കൂട്ടങ്ങൾ പേലിയൂസിനടുത്തേക്ക് വരുന്നതാണ് അയാൾ ആദ്യം കണ്ടത്. ഉടൻതന്നെ സ്യൂസ് ദേവൻ ഉറുമ്പിൻ പറ്റങ്ങളെ ആയുധധാരികളായ പടയാളികളാക്കി മാറ്റി. മിർമിഡോൺ സൈന്യം എന്ന് പേലിയൂസ് ആ പടയ്ക്ക് ഒരു പേരും നൽകി.

മിർമിഡോൺ സൈന്യത്തിന്റെ സഹായമില്ലാതെതന്നെ, തന്നെ ചതിച്ച അക്കാസ്റ്റസ് രാജാവിനെയും ക്രെത്തേയിസിനെയും വധിച്ചു. ഇയാൾക്കസ് രാജ്യം നശിപ്പിക്കുവാൻ മിർമിഡോൺ പടയ്ക്ക് നിർദേശം കൊടുത്തിട്ട് പേലിയൂസ് തിരിച്ചുപോന്നു.

പേലിയൂസ് മനുഷ്യനും തേറ്റീസ് ദേവിയുമാണ്. അതുകൊണ്ട് അവർക്കുണ്ടാകുന്ന കുട്ടികൾ ദേവീദേവന്മാരെപ്പോലെ മരണമില്ലാത്തവരാകില്ല. അതുകൊണ്ട് തേറ്റീസ് ദേവി പേലിയൂസിൽ നിന്നുണ്ടായ തന്റെ മക്കൾ മരണമില്ലാത്തവരായിരിക്കണമെന്ന് ആഗ്രഹിച്ചു.

അതിനായി ദേവി ഈ ആറുമക്കളെയും കൊന്നു തീച്ചൂളയിലിട്ട് മൊരിച്ചെടുത്തു. എന്നിട്ട് സ്വർഗത്തിലെ അമൃതിൽ

അവരെ കുളിപ്പിച്ചു. അങ്ങനെ അവരുടെ ആറുമക്കളും അമൃത്യരായി. എന്നാൽ തന്റെ ഏഴാമത്തെ കുട്ടിയെ കൊന്ന് തീച്ചൂളയിൽ വച്ച് മൊരിച്ചെടുത്തതിനുശേഷം അമൃതിൽ കുളിപ്പിക്കാൻ നോക്കുമ്പോഴാണ് പേലിയൂസ് അങ്ങോട്ട് കടന്നു വന്നത്. തേറ്റീസ് ദേവിയുടെ ഈ പ്രവൃത്തികണ്ട് അയാൾ നടുങ്ങി.

"അയ്യോ ഇത് നമ്മുടെ പുത്രനല്ലേ.. നീ എന്താണീ കാണിക്കുന്നത്?"

"ശ്ശ്.... മിണ്ടാതിരിക്ക്... ഞാൻ പറയാം."

പക്ഷേ, പേലിയൂസിന് ദേവി എന്താണ് ചെയ്യുന്നതെന്ന് മനസിലായില്ല. അയാൾ കുട്ടിയുടെ മൃതശരീരത്തെ അവളുടെ കൈയിൽനിന്ന് തട്ടിപ്പറിച്ചുകൊണ്ട് ഓടിപ്പോയി.

തന്റെ മകന്റെ മരണത്തിൽ പേലിയൂസിന് ദുഃഖം അടക്കാൻ കഴിഞ്ഞില്ല. അയാൾ കുട്ടിയുടെ ശരീരം ഒരു പുൽത്തകിടിയിൽ വച്ചതിനുശേഷം പൊട്ടിക്കരഞ്ഞുകൊണ്ടിരുന്നു.

തേറ്റീസ് ദേവി പേലിയൂസിനെ പിന്തുടർന്ന് പുൽത്തകിടിയിലെത്തി. ദേവി പറഞ്ഞു: "ഞാൻ നമ്മുടെ കുട്ടിയെ അമൃത്യനാക്കിമാറ്റുകയായിരുന്നു. ഞാൻ അവനെ അമൃതത്തിൽ കുളിപ്പിച്ചുകൊണ്ടിരിക്കുകയായിരുന്നു. പക്ഷ അവന്റെ ഉപ്പൂറ്റി മാത്രം അമൃതിൽ നനഞ്ഞിട്ടില്ല. അതിനുമുമ്പ് അങ്ങ് കുട്ടിയെ എടുത്തുകൊണ്ട് പോയി."

താൻ വലിയൊരു അവിവേകമാണ് കാണിച്ചതെന്നോർത്ത് പേലിയൂസ് ദുഃഖിച്ചു. തേറ്റീസ് ദേവി കുട്ടിയെയും കൊണ്ട് സമുദ്രത്തിലേക്ക് പോയി.

ഉപ്പൂറ്റിയിൽ മാത്രം മരണമിരിക്കുന്ന ഈ പുത്രനാണ് അക്കില്ലസ്. ട്രോജൻ യുദ്ധത്തിലെ വീര യോദ്ധാവായിരുന്നു അവൻ.

ഉപ്പൂറ്റി ഒഴികെ മറ്റൊരു ശരീരഭാഗത്തും അക്കില്ലസിന് ആയുധമേൽക്കില്ലായിരുന്നു. അതുകൊണ്ട് തന്നെ ശത്രുക്കൾക്ക് അവനെ പരാജയപ്പെടുത്താൻ കഴിഞ്ഞില്ല.

പക്ഷേ, എങ്ങനെയോ അക്കില്ലസിന്റെ ഉപ്പൂറ്റി ദുർബലമാണെന്ന് ശത്രുക്കൾ മനസിലാക്കി. അങ്ങനെ ഉപ്പൂറ്റിയിൽ അസ്ത്രമയച്ച് അക്കില്ലസിനെ അവർ കൊന്നു.

ട്രോജൻ യുദ്ധത്തിലെ വീരശൂരപരാക്രമി അക്കില്ലസ് കൊല്ലപ്പെട്ടു എന്ന വാർത്ത കാട്ടുതീപോലെ പടർന്നു. യൂറിറ്റിയോണെ കൊന്ന പേലിയൂസിനോട് പ്രതികാരം ചോദിക്കാനുള്ള തക്ക

അവസരമായാണ് പിത്തിയയാക്കാർ ഇതിനെ കണ്ടത്. അവർ പേലിയൂസിന് നേർക്ക് വലിയ സൈന്യത്തെ അയച്ചു.

കരുത്തനായ തന്റെ മകൻ മരിച്ചതറിഞ്ഞ് ഞാഞ്ഞൂലുകൾ വരെ തലപൊക്കിത്തുടങ്ങിയതായി പേലിയൂസ് മനസിലാക്കി. കഴിഞ്ഞ കാലങ്ങളിൽ ചെയ്ത പാപമാണ് തന്നെ ഇന്നും വേട്ടയാടിക്കൊണ്ടിരിക്കുന്നത്. പേലിയൂസ് ജീവനും കൊണ്ടോടി. ചെറുപ്പകാലം മുതലുള്ള ഓട്ടമായിരുന്നു. ഇനിയും ഈ ഓട്ടം അവസാനിപ്പിക്കാൻ തനിക്ക് കഴിയുന്നില്ലല്ലോ എന്ന് വിചാരിച്ച് പേലിയൂസ് ദുഃഖിച്ചു.

അക്കില്ലസിനെയും എടുത്തുകൊണ്ട് സമുദ്രത്തിലേക്ക് മറഞ്ഞ തേറ്റീസ് ദേവി തന്റെ ഭർത്താവ് സ്വന്തം രാജ്യത്തുനിന്ന് പുറത്താക്കപ്പെട്ടതായി അറിഞ്ഞു. അവർ പേലിയൂസിനു മുമ്പിൽ പ്രത്യക്ഷപ്പെട്ടു.

"അങ്ങയോട് എനിക്ക് പിണക്കമൊന്നുമില്ല. വരൂ..നമുക്ക് സമുദ്രത്തിനടിയിലേക്ക് പോകാം. അങ്ങയെ ഞാൻ മരണമില്ലാത്ത ഒരു ദേവനാക്കി മാറ്റാം. കടലിനടിയിൽ നമുക്ക് സുഖമായി കഴിയാം." പേലിയൂസിനോട് തേറ്റീസ് ദേവി പറഞ്ഞു.

"എനിക്കങ്ങനെ വരാൻ കഴിയുന്ന സാഹചര്യമല്ല. നമ്മുടെ മകൻ അക്കില്ലസ് ട്രോജൻ യുദ്ധത്തിൽ വീരചരമം പ്രാപിച്ചു. അവൻ ജീവിച്ചിരിക്കുമായിരുന്നെങ്കിൽ ഗ്രീക്കുകാർ യുദ്ധം ജയിക്കുമായിരുന്നു. ഇനി അവർക്കുള്ള പ്രതീക്ഷ അക്കില്ലസിന്റെ മകൻ നിയോടോളമൂസിനെയാണ്. ഞാൻ അവനെ യുദ്ധത്തിനയച്ചു. പോകുന്നേരം അവൻ എന്നോട് പറഞ്ഞു: മുത്തച്ഛൻ വിഷമിക്കരുത്. യുദ്ധത്തിൽ വിജയം വരിച്ച് ഞാൻ മടങ്ങിവരും. അവൻ വിജയശ്രീലാളിതനായി തിരിച്ചുവരുന്നത് ഞാൻ കാത്തിരിക്കുകയാണ്. അതുകൊണ്ട് ദേവിയോടൊപ്പം വരാൻ എനിക്ക് കഴിയില്ല."

തേറ്റീസ് ദേവി ഭർത്താവിനോട് യാത്ര പറഞ്ഞ് സമുദ്രത്തിലേക്ക് മറഞ്ഞു.

പേലിയൂസ് വൃദ്ധനായിക്കഴിഞ്ഞിരുന്നു. തന്റെ പേരക്കുട്ടി യുദ്ധത്തിൽ ജയിച്ച് മടങ്ങിവരുന്നതും കാത്ത് ആ വൃദ്ധൻ ദിവസങ്ങൾ തള്ളിനീക്കി.

പേലിയൂസിന്റെ അന്ത്യം

ട്രോജൻ യുദ്ധം കഴിഞ്ഞ് നിയോടോളമൂസ് ഗ്രീസിലേക്ക് തിരിച്ചു. മൊളോസിയായിൽ എത്തിയപ്പോൾ അവൻ സഞ്ചരിച്ചിരുന്ന കപ്പലിന് കേടുപാടുകൾ പറ്റി. അങ്ങനെ യാത്രയിൽ താമസം നേരിട്ടു. തന്റെ മുത്തച്ഛൻ കാത്തിരിപ്പുണ്ടെന്ന് അവനറിയാം. മുത്തച്ഛനെ അദ്ദേഹത്തിന്റെ പഴയ ശത്രുക്കൾ നാടുകടത്തിയ വാർത്ത അവൻ അറിഞ്ഞിരുന്നു. തന്റെ പിതാവ് ട്രോജൻ യുദ്ധത്തിൽ വീരചരമം പ്രാപിച്ചു. ഇനി തനിക്ക് ഈ ലോകത്തിൽ സ്വന്തമെന്ന് പറയാൻ മുത്തച്ഛൻ മാത്രമേയുള്ളൂ.

അക്കാസ്റ്റസ് രാജാവിന്റെ പുത്രന്മാരാണ് തന്റെ മുത്തച്ഛനെ നാടുകടത്തിയതെന്ന് നിയോടോളമൂസ് മനസിലാക്കി. അവരോട് പ്രതികാരം ചെയ്യണമെന്ന് അവൻ തീരുമാനിച്ചു.

അവൻ വേഷപ്രച്ഛന്നനായി ഇയാൾക്കസിലേക്ക് കപ്പലിൽ യാത്രതിരിച്ചു. ട്രോജൻ യുദ്ധത്തിലെ അടിമയായാണ് അവൻ കപ്പലിലുള്ളവർക്ക് സ്വയം പരിചയപ്പെടുത്തിയത്. അങ്ങനെ നിയോടോളമൂസ് ഇയാൾക്കസിലെത്തുകയും അക്കാസ്റ്റസിന്റെ മക്കളെ നിഗ്രഹിച്ച് ആ രാജ്യം സ്വന്തമാക്കുകയും ചെയ്തു.

പേലിയൂസ് നിയോടോളമൂസിനെ കാത്തിരുന്ന് മടുത്തു. യുദ്ധത്തിൽ പങ്കെടുത്ത മറ്റ് വീരന്മാരെല്ലാം തിരിച്ചെത്തിക്കഴിഞ്ഞു. ഇനി അവന് വല്ല ആപത്തും സംഭവിച്ചോ. അയാൾ ഓരോ കപ്പൽ വരുന്നതും നോക്കി കടൽത്തീരത്തങ്ങനെ നിൽക്കും.

കപ്പലിൽ നിന്നിറങ്ങുന്നവർക്കിടയിൽ തന്റെ കൊച്ചുമോനെ തിരയും. പക്ഷേ നിരാശയായിരുന്നു ഫലം.

ഒരു കപ്പലിൽ എത്തിയവർ പേലിയൂസിനെ തിരിച്ചറിഞ്ഞു. അവർ ചോദിച്ചു: "അങ്ങ് നിയോടേളമൂസിനെയാണോ തിരയുന്നത്?"

"അതെ. നിങ്ങളവനെ കണ്ടോ?"

"അവൻ ഞങ്ങളോടൊപ്പം മൊളോസിയാ വരെ ഉണ്ടായിരുന്നു. അവിടെ വച്ച് അവന്റെ കപ്പലിന് കേടുപറ്റി. അത് നന്നാക്കിയിട്ടേ അവൻ വരൂ എന്ന് ഞങ്ങളോട് പറഞ്ഞിട്ടുണ്ട്."

പേലിയൂസ് ഇത് കേട്ടയുടനെ പഴയ ഒരു തോണിയിൽ നേരെ മൊളോസിയയിലേക്ക് യാത്രതിരിച്ചു. ഇത്രയും ദൂരെ ഒരു പഴയ തോണിയിൽ യാത്രചെയ്യുക ദുഷ്കരമായിരുന്നു. പക്ഷേ എത്രയും വേഗം തന്റെ കൊച്ചുമോനെ കാണുക, അതായിരുന്നു ആ വൃദ്ധന്റെ ലക്ഷ്യം.

കാറ്റ് ഒട്ടും അനുകൂലമല്ലായിരുന്നു. വഞ്ചി നിയന്ത്രണമില്ലാതെ ഇക്കോസ് ദ്വീപിലേക്കാണ് പാഞ്ഞുപോയത്. തോണി ഒരു പാറക്കെട്ടിൽ ഇടിച്ച് പൂർണമായും തകർന്നു. ഈ അപകടത്തിൽ പേലിയൂസ് മരണമടഞ്ഞു.

വിജയശ്രീലാളിതനായി തിരിച്ചെത്തിയ നിയോടോളമൂസ് തന്റെ മുത്തച്ഛന്റെ മരണവാർത്തയറിഞ്ഞ് പൊട്ടിക്കരഞ്ഞു.

പേലിയൂസ് എന്ന ഇതിഹാസ നായകന്റെ കഥ ഇവിടെ അവസാനിക്കുകയാണ്. ജീവിതം മുഴുവൻ ഓടിയോടി തളർന്ന അയാൾ തന്റെ ഓട്ടം പൂർത്തിയാക്കിയിരിക്കുന്നു.

ഭൂമിയിലെ ആദ്യപ്രളയം

സ്യൂസ് ദേവന്റെ ഉഗ്രകോപംകൊണ്ടുണ്ടായ വെള്ളപ്പൊക്കമായിരുന്നു ഡ്യൂക്കോലിയൻ പ്രളയം. അർക്കേഡിയയിലെ രാജാവായിരുന്നു ലിക്കയോൻ. സ്യൂസ് ദേവന്റെ വലിയൊരു ഭക്തനായിരുന്നു രാജാവ്. അദ്ദേഹത്തിന് ഇരുപതു പുത്രന്മാരുണ്ടായിരുന്നു.

ലിക്കയോൻ രാജാവ് ആദ്യകാലത്ത് നല്ലനിലയിൽ ഭരണം നടത്തിയിരുന്നെങ്കിലും പിന്നീട് അദ്ദേഹം എന്തുകൊണ്ടോ ഒരു ദുഷ്ടനായി മാറി. രാജാവിന്റെ മക്കളെല്ലാം ദുർമാർഗികളും താന്തോന്നികളുമായാണ് വളർന്നത്. തന്റെ ദുഷ്ഭരണത്തിന് കൂട്ടുനിൽക്കാത്ത ഒരു മകനെ ലിക്കയോൻ രാജാവ് വധിക്കുക വരെ ചെയ്തു.

സ്യൂസ് ദേവൻ ഇതെല്ലാം അറിയുന്നുണ്ടായിരുന്നു. തന്റെ ഭക്തനായ രാജാവിന്റെ മാറ്റത്തിൽ ദേവന് ദേഷ്യവും നിരാശയും തോന്നി. ക്ഷീണിച്ചുതളർന്ന ഒരു യാത്രക്കാരന്റെ വേഷം ധരിച്ച് സ്യൂസ് ദേവൻ ഒളിമ്പസ് മലയിൽനിന്ന് അർക്കേഡിയയിലെത്തി. അവിടെനിന്ന് യാത്രക്കാരൻ നേരെ രാജകൊട്ടാരത്തിലേക്കാണ് പോയത്.

വിശപ്പും ദാഹവുംകൊണ്ട് വലഞ്ഞ ആ യാത്രക്കാരന് രാജാവ് ആട്ടിൻസൂപ്പ് കൊടുത്ത് സൽക്കരിച്ചു. പക്ഷേ, അത് ആട്ടിൻസൂപ്പായിരുന്നില്ല. സ്വന്തം പുത്രനെ കൊന്ന രാജാവ്

അവന്റെ കുടൽമാലകൊണ്ടുണ്ടാക്കിയ സൂപ്പായിരുന്നു അത്.

സൂപ്പ് കുറച്ചുകുടിച്ചപ്പോൾ തന്നെ യാത്രാവേഷം കെട്ടിയെത്തിയ സ്യൂസ് ദേവന് കാര്യം മനസിലായി. യാത്രക്കാരൻ സൂപ്പ് കുടിക്കുന്നതിന് വിസമ്മതിച്ചപ്പോൾ ലിക്കയോനും പുത്രന്മാരും അദ്ദേഹത്തെ പരിഹസിച്ചു.

"എന്താ നല്ല ആട്ടിൻസൂപ്പാണ്. താങ്കൾക്ക് ഇത് ഇഷ്ടമായില്ലെന്നുണ്ടോ?" രാജാവ് പരിഹാസത്തോടെ ചോദിച്ചു.

സ്യൂസ് ദേവന് ദേഷ്യം അടക്കാൻ കഴിഞ്ഞില്ല. അദ്ദേഹം പറഞ്ഞു: "പാപിയായ ലിക്കയോൺ രാജാവേ.. നീ സ്വന്തം പുത്രനായ നിക്തിമൂസിനെ കൊന്ന് അതുകൊണ്ട് ഉണ്ടാക്കിയ സൂപ്പാണ് എനിക്ക് നൽകിയതെന്ന് അറിയില്ലെന്ന് നീ കരുതിയോ. നീ ചെയ്ത പാപത്തിന്റെ ഫലം നീ അനുഭവിക്കും."

വന്നിരിക്കുന്നത് സ്യൂസ് ദേവനാണെന്ന് മനസിലാക്കിയ രാജാവും പുത്രന്മാരും പേടിച്ചുവിറച്ചു. യാതൊരു ദാക്ഷിണ്യവും സ്യൂസ് ദേവൻ അവർക്ക് നൽകിയില്ല. അദ്ദേഹം അവരെ ശപിച്ചു. ഉടൻതന്നെ രാജാവും മക്കളും ചെന്നായ്ക്കളായി രൂപാന്തരപ്പെട്ടു.

സ്യൂസ് ദേവന് മനുഷ്യരോടുള്ള എല്ലാ മതിപ്പും സ്നേഹവും നഷ്ടപ്പെട്ടു. അവരെ ശിക്ഷിക്കാൻ തന്നെ ദേവൻ തീരുമാനിച്ചു.

ഭയങ്കരമായ വെള്ളപ്പൊക്കം ഉണ്ടാകട്ടെ എന്ന് സ്യൂസ് കൽപ്പിച്ചു. ഉടൻതന്നെ ജലപ്രളയം ആരംഭിച്ചു.

പ്രൊമിത്യൂസിന്റെ മകനായ ഡ്യൂക്കാലിയൻ പാർഥിയയുടെ രാജാവായിരുന്നു. അയാൾ കഷ്ടിച്ച് ഈ വെള്ളപ്പൊക്കത്തിൽനിന്ന് രക്ഷപ്പെട്ടു. വരാൻ പോകുന്ന ജലപ്രളയത്തെക്കുറിച്ച് പ്രൊമിത്യൂസ് മകന് സൂചന നൽകിയിരുന്നു.

ഉടൻതന്നെ ഡ്യൂക്കാലിയൻ വലിയൊരു കപ്പൽ നിർമിച്ചു. വെള്ളപ്പൊക്കത്തിനുമുമ്പുതന്നെ രാജാവും കുടുംബവും അതിൽക്കയറി താമസിച്ചു. എപ്പോഴാണ് വെള്ളപ്പൊക്കം വരുന്നതെന്ന് പറയാനാവില്ലല്ലോ.

പ്രളയത്തിൽ ഭൂമി മുഴുവൻ വെള്ളത്തിനടിയിലായി. ഡ്യൂക്കാലിയനും കുടുംബവും വെള്ളത്തിന് മുകളിൽ കപ്പലിൽ അങ്ങനെ ഒഴുകി നടന്നു. അവസാനം പർണാസ് കൊടുമുടിയിൽ കപ്പൽ ഉറച്ചു. അപ്പോഴേക്കും ജലം താഴാൻ തുടങ്ങിയിരുന്നു.

പർണാസ് പർവതത്തിൽ വച്ച് രാജാവ് സ്യൂസ് ദേവന് ഒരു ബലിയൊരുക്കി, സ്യൂസ് ദേവൻ ഹെർമസ് ദേവനെയും നദീദേവതയായ തേമിസിനെയും ബലിവേദിയിലേക്കയച്ചു.

തേമിസ് ഡ്യൂക്കാലിയനോട് പറഞ്ഞു: "നിങ്ങൾ നിങ്ങളുടെ അമ്മമാരുടെ അസ്ഥികൾ ഈ ബലിവേദിയിൽ നിരത്തിവയ്ക്കുക." അവരുടെ അമ്മമാരുടെ അസ്ഥികൾ പെട്ടെന്ന് ലഭ്യമാക്കുക അസാധ്യമായിരുന്നതിനാൽ എല്ലാവരുടെയും അമ്മയായ ഭൂമീദേവിയുടെ അസ്ഥികൾ ബലിപീഠത്തിൽ നിരത്തിവച്ചു. നദീതീരത്ത് കിടന്നിരുന്ന പാറക്കല്ലുകളായിരുന്നു ഭൂമീദേവിയുടെ എല്ലുകളായി സങ്കൽപ്പിക്കപ്പെട്ടിരുന്നത്.

ജലപ്രളയത്തിലൂടെ ഇനിയൊരിക്കിലും ഭൂമിയെ നശിപ്പിക്കില്ലെന്ന് ഹെർമസ് ദേവനും തേമിസ് ദേവിയും അവർക്ക് വാക്കുകൊടുത്തു.

പർണാസ് മലയിൽ വച്ച് രക്ഷപ്പെട്ട ഡ്യൂക്കാലിയൻ രാജാവിന്റെ പിൻതലമുറ ആർക്കേഡിയിൽ തിരിച്ചെത്തി താമസം തുടങ്ങി. അവിടെ എല്ലാവർഷവും ഒരു ആൺകുട്ടിയെ സ്യൂസ് ദേവന് ബലികൊടുക്കാറുണ്ടായിരുന്നു. പിന്നീട് കൊല്ലപ്പെട്ട ആ കുട്ടിയുടെ കുടൽകൊണ്ട് സൂപ്പുണ്ടാക്കി ഒരു നദിക്കരയിൽ വച്ച് നറുക്കിട്ടെടുത്ത ഒരാൾക്ക് കൊടുക്കും.

അയാൾ ആ സൂപ്പ് കുടിച്ചതിനുശേഷം തന്റെ വസ്ത്രങ്ങൾ ഊരി ഒരു മരക്കൊമ്പിൽ തൂക്കിയിടും. എന്നിട്ട് നദി മുറിച്ചുകടന്ന് അയാൾ വനത്തിലേക്ക് പോകും. എട്ടുവർഷം വനത്തിൽ കഴിയണം.

എട്ടുവർഷത്തിനുശേഷം അയാൾ ജീവനോടെയുണ്ടെങ്കിൽ തിരിച്ച് നാട്ടിലേക്ക് മടങ്ങാം. അങ്ങനെ മടങ്ങിവരുന്നവർക്ക് വലിയ സ്വീകരണമാണ് നൽകുന്നത്. പിന്നീടയാൾക്ക് സമൂഹത്തിൽ വലിയ ബഹുമാനവും പരിഗണനയുമാണ് ലഭിക്കുന്നത്.

മക്കളുടെ പ്രതികാരം

സാൽമോണിയോസ് രാജാവ് അഹങ്കാരിയും ദുഷ്ടനുമായിരുന്നു. സ്യൂസ് ദേവന്റെ ആരാധനാലയത്തിൽ അയാൾ സ്വന്തം പ്രതിമ സ്ഥാപിച്ച് എല്ലാവരും തന്നെ ആരാധിക്കണമെന്ന് കൽപ്പിച്ചു. അങ്ങനെ ചെയ്യാത്തവരെ മുഴുവൻ രാജാവ് വധശിക്ഷയ്ക്ക് വിധിച്ചു.

സാൽമോണിയോസിന്റെ ഭരണത്തെ ജനങ്ങൾ വെറുത്തു. സ്വയം സ്യൂസ് ദേവനായി പ്രഖ്യാപിക്കുകമാത്രമല്ല, സ്യൂസ് ദേവനെപ്പോലെ അഗ്നിരഥത്തിലിരുന്ന് യാത്രചെയ്യുകയും തന്നെ എതിർത്തവരെ അഗ്നിയിലെറിഞ്ഞുകൊല്ലുകയും ചെയ്തു അയാൾ.

സ്യൂസ് ദേവന് സാൽമോണിയോസിന്റെ ഈ അഹങ്കാരം സഹിക്കാനായില്ല. ഒളിമ്പസ് മലയിൽനിന്ന് കോപം കത്തുന്ന കണ്ണുകളുമായി ദേവൻ രാജാവിന് മുമ്പിൽ പ്രത്യക്ഷപ്പെട്ടു. സ്യൂസ് ദേവൻ അഗ്നി വീശി രാജാവിനെയും പരിവാരങ്ങളെയും ചാമ്പലാക്കി.

സാൽമോണിയോസിന്റെ ഭാര്യ ആൽഡിയാ നേരത്തെ മരിച്ചുപോയിരുന്നു. ആ ദാമ്പത്യത്തിൽ അദ്ദേഹത്തിന് ഒരു പുത്രി ഉണ്ടായിരുന്നു. ടൈറോ എന്നായിരുന്നു അവളുടെ പേര്. രാജാവിന്റെ മരണത്തോടെ ടൈറോ അനാഥയായി. പിന്നീട് യുവതിയാകുന്നതുവരെ സിഡേറോ എന്ന സ്ത്രീയാണ് അവളെ

വളർത്തിയത്. സിഡേറോ ദുഷ്ടയായിരുന്നു. അവർ ടൈറോയെ വല്ലാതെ പീഡിപ്പിച്ചിരുന്നു. ചെറിയകാര്യത്തിനുപോലും വലിയ ശിക്ഷ അവരിൽനിന്ന് ടൈറോയ്ക്ക് ഏറ്റുവാങ്ങേണ്ടിവന്നു. ചെറിയകുട്ടികൾക്ക് താങ്ങാനാവാത്ത ഭാരമേറിയ ജോലികൾ അവളെക്കൊണ്ട് അവർ ചെയ്യിപ്പിച്ചു.

ടൈറോ യുവതിയായപ്പോൾ ആ ദുഷ്ടസ്ത്രീയിൽനിന്ന് അവൾ ഓടിപ്പോന്നു. അനാഥയായ അവൾ എനിപ്പിയൂസ് നദീതീരത്തുകൂടി അലഞ്ഞുനടന്നു. കാരണം എനിപ്പിയൂസ് നദീദേവനെ അവൾക്ക് ഇഷ്ടമായിരുന്നു. പക്ഷേ നദീദേവൻ അവളെ കണ്ടില്ലെന്നുനടിച്ചു.

അങ്ങനെയിരിക്കേ സമുദ്രദേവനായ പോസിഡോൺ ടൈറോയെ കാണാനിടയായി. അവളെ അയാൾക്ക് ഇഷ്ടമായി. പക്ഷേ അവൾ എനിപ്പിയൂസിനെയാണ് സ്നേഹിക്കുന്നതെന്ന് പോസിഡോൺ മനസിലാക്കി. ടൈറോയെ എങ്ങനെയെങ്കിലും വിവാഹം കഴിക്കണമെന്ന് തീരുമാനിച്ച പോസിഡോൺ ഒരു സൂത്രം പ്രയോഗിച്ചു. നദീദേവനായ എനിപ്പിയൂസിന്റെ വേഷത്തിൽ അയാൾ ടൈറോയെ സമീപിച്ചു. എനിപ്പിയൂസ് ആണെന്ന് കരുതി അവൾ അയാളെ സ്വീകരിച്ചു.

പോസിഡോൺ ടൈറോദമ്പതികൾക്ക് രണ്ട് പുത്രന്മാർ ജനിച്ചു. ഇതിനിടയിൽ തന്റെ കുട്ടികളുടെ അച്ഛൻ എനിപ്പിയൂസല്ല എന്ന് ടൈറോയ്ക്ക് മനസിലായി. താൻ വഞ്ചിക്കപ്പെട്ടു എന്നു മനസിലാക്കിയ അവൾ ഏറെ ദുഃഖിച്ചു. അവളുടെ ദുഃഖകാരണം മനസിലാക്കിയ പോസിഡോൺ പറഞ്ഞു: “സമുദ്രദേവനാണ് ഞാൻ. ഒരു നദീദേവനേക്കാൾ എന്തുകൊണ്ടും യോഗ്യൻ. എന്നിൽനിന്ന് നിനക്ക് പുത്രന്മാരുണ്ടായതിൽ നീ സന്തോഷിക്കുകയാണ് വേണ്ടത്.”

പക്ഷേ, അവൾക്ക് ആ വാക്കുകൾ അംഗീകരിക്കാൻ കഴിഞ്ഞില്ല. ടൈറോ തന്റെ കുട്ടികളെ അവിടെ ഉപേക്ഷിച്ച് എങ്ങോട്ടോ പോയി. അനാഥരായിത്തീർന്ന ആ കുട്ടികളെ ഒരു കുതിരക്കാരനും ഭാര്യയും എടുത്തുവളർത്തി. അവർക്ക് പേലിയാസ്, നെലെയൂസ് എന്നും പേരുമിട്ടു. സമർത്ഥന്മാരായി അവർ വളർന്നു. മികച്ച പോരാളികളായിരുന്നു പേലിയാസും നെലേയൂസും.

തങ്ങളുടെ യഥാർഥ അമ്മ ടൈറോയാണെന്ന് അവർ ഇതിനകം മനസിലാക്കിയിരുന്നു. അമ്മയ്ക്ക് തങ്ങളെ ഉപേക്ഷിക്കേണ്ടിവന്നതും അനാഥയെപോലെ അലഞ്ഞുനടക്കേണ്ടിവന്നതിനും കാരണക്കാരി സിഡേറോ എന്ന ദുഷ്ടസത്രീയാണെന്ന് പേലിയാസും നെലേയൂസും തിരിച്ചറിഞ്ഞു. ചെറുപ്പകാലം മുതലേ തങ്ങളുടെ അമ്മയെ അവർ പീഡിപ്പിച്ചിരുന്നതായും അവർ മനസിലാക്കി. അവർക്ക് തക്ക ശിക്ഷ കൊടുക്കണമെന്ന് ആ സഹോദരന്മാർ വിചാരിച്ചു. പ്രതികാരം ചെയ്യാനായി പേലിയൂസും നെലേയൂസും സിഡോറോയുടെ പക്കലെത്തി. കാര്യമെല്ലാം മനസിലാക്കിയ അവർ നിലവിളിച്ചുകൊണ്ട് ഹീരാദേവിയുടെ ആരാധനാലയത്തിൽ പോയി ഒളിച്ചു. അവർ ചെയ്ത പാപത്തിനുമുമ്പിൽ ഹീരാദേവി നിസ്സഹായയായിരുന്നു. ആർക്കും അവരെ രക്ഷിക്കാൻ കഴിഞ്ഞില്ല. ആ സഹോദരന്മാർ അവരെ ആരാധനാലയത്തിനുള്ളിൽ നിന്ന് വലിച്ച് പുറത്തേക്ക് കൊണ്ടുവന്ന് വധിച്ചു. അങ്ങനെ അവർ ചെയ്ത പാപത്തിന്റെ ഫലം അവർ അനുഭവിച്ചു.

ടൈറോ ഇതിനിടയിൽ ക്രെത്തേവൂസിനെ വിവാഹം കഴിച്ചിരുന്നു. പേലിയാസും നെലേയൂസും സിഡോറോയോട് പ്രതികാരം ചെയ്തതിനുശേഷം സ്വന്തം അമ്മയുടെ അടുത്തെത്തി. ടൈറോ തന്റെ മക്കളെ സന്തോഷത്തോടെ സ്വീകരിച്ചു.

തേനീച്ചകളുടെ നാട്

ഹിപ്സിയൂസിന്റെ മകളായ സിരേന മറ്റ് സ്ത്രീകളിൽനിന്നൊക്കെ വ്യത്യസ്തയായിരുന്നു. നായാട്ടിലും ഓട്ടത്തിലുമൊക്കെയായിരുന്നു അവൾക്ക് താൽപ്പര്യം. പിലിയോൻ മലയുടെ താഴ്വരയിൽ മേയുന്ന ആട്ടിൻപറ്റത്തിന് കാവലിരിക്കുകയായിരുന്നു അവളുടെ മുഖ്യതൊഴിൽ. ഒരുദിവസം ആട്ടിൻപറ്റത്തെ ആക്രമിക്കാൻ വന്ന ഒരു സിംഹവുമായി അവൾ മൽപ്പിടിത്തം നടത്തി.

അപ്പോളോ ദേവൻ അതുകണ്ട് അതിശയിച്ചു. സിരേന സിംഹവുമായി ഏറ്റുമുട്ടുന്ന കാഴ്ച അദ്ദേഹം കൈറോണെ വിളിച്ച് കാണിച്ചുകൊടുത്തു. അപ്പോളോ ദേവൻ അവളെ വിവാഹം കഴിക്കാൻ ആഗ്രഹിച്ചു.

അങ്ങനെ കൈറോൺ തന്നെ മുൻകൈയെടുത്ത് അപ്പോളോ ദേവൻ സിരേനെയെ വിവാഹം കഴിച്ചു. സ്യൂസ് ദേവന്റെ പൂന്തോട്ടവും അപ്പോളോ ദേവൻ പുതിയതായി സ്വന്തമാക്കിയ ദ്വീപും സിരേനയ്ക്ക് ലഭിച്ചു.

അവർക്ക് ഒരു പുത്രൻ ജനിച്ചു. അരിസ്റ്റാവൂസ് എന്നായിരുന്നു അവന്റെ പേര്. അമൃത് കൊടുത്ത് അപ്പോളോ ദേവൻ അവനെ മരണമില്ലാത്തവനാക്കി. മിടുക്കനായി തന്നെ അവൻ വളർന്നു.

താനെന്താണ് ചെയ്യേണ്ടതെന്നറിയാൻ പ്രവാചകനഗരമായ ഡെൽഫിയയിൽ അരിസ്റ്റാവൂസ് എത്തി. വേഗം സിയോസ് ദ്വീപിലേക്ക് പോകാനാണ് ഡെൽഫിയയിൽനിന്നുള്ള അശരീരി.

ഉടൻതന്നെ അവൻ സിയോസ് ദ്വീപിലേക്ക് പോയി. അവിടെ ഗംഭീരമായ സ്വീകരണമാണ് അരിസ്റ്റാവൂസിന് ലഭിച്ചത്.

അവിടെനിന്ന് അവൻ നേരെപോയത് അർക്കേഡിയയിലേക്കാണ്. അർക്കേഡിയയിൽ ചെറിയൊരു പ്രശ്നം. അവിടത്തെ തേനീച്ചകളെല്ലാം ഒന്നൊഴിയാതെ ചത്തുപോകുന്നു. അതിന്റെ കാരണം എത്ര ആലോചിച്ചിട്ടും നാട്ടുകാർക്ക് പിടികിട്ടുന്നില്ല. ഈ പ്രശ്നത്തിൽനിന്ന് നാടിനെ രക്ഷിക്കണമെന്ന് അരിസ്റ്റാവൂസ് വിചാരിച്ചു. അവന്റെ അമ്മ സിരേന അതിന് ഒരു മാർഗം പറഞ്ഞുകൊടുത്തു. സിരേനയുടെ സഹോദരനായ പ്രോത്തൂസിനെ ചെന്നു കണ്ട് ഈ കാര്യം പറയുക.

ഉടൻതന്നെ പ്രോത്തൂസ് അമ്മാവന്റെ അടുക്കലേക്ക് അരിസ്റ്റാവൂസ് വച്ചുപിടിച്ചു. തേനീച്ചക്കാര്യം പ്രോത്തൂസിനോട് അവൻ അറിയിച്ചു. പ്രോത്തൂസ് പറഞ്ഞു: "യൂറിഡിസിന്റെ മരണമാണ് അതിന് കാരണം. ഓർഫ്യൂസിന്റെ ഇഷ്ടഭോജനമായിരുന്നു അവൾ. പക്ഷേ, നീ അവളെ സ്നേഹിച്ചു. അവളെ ഓടിച്ചു പിടിക്കാൻ നോക്കി. അവൾ പരിഭ്രാന്തയായി ഓടിയപ്പോൾ ഒരു സർപ്പത്തിനെ ചവിട്ടി. അത് അവളെ കടിച്ചു. നീ ഈ കഥയൊക്കെ മറന്നോ?"

അരിസ്റ്റാവൂസ് തന്റെ തെറ്റ് ഓർത്ത് പശ്ചാത്തപിച്ചു. ഇതിന് പരിഹാരം ചെയ്യണമെന്ന് അവൻ വിചാരിച്ചു. അമ്മാവന്റെ അടുത്തുനിന്ന് കുറ്റബോധത്താൽ കുനിഞ്ഞശിരസുമായി ഒന്നും പറയാതെ അവൻ ഇറങ്ങിപ്പോന്നു.

സിരേന മകന്റെ തെറ്റുകൾ മനസിലാക്കി പാപപരിഹാരത്തിനുള്ള ഏർപ്പാടുകൾ ചെയ്തുകൊടുത്തു. അങ്ങനെ ബലികർമങ്ങളിലൂടെയും പ്രാർഥനകളിലൂടെയും അവൻ പാപമോചിതനായി.

ഈ പാപപരിഹാരങ്ങളൊക്കെ ചെയ്തപ്പോഴേക്കും നാട്ടിൽ തേനീച്ചകൾ കൂട്ടമായി പറന്നെത്തി. തേനുൽപ്പാദനത്തിന്റെ പ്രധാ

നപ്പെട്ട സ്ഥലമായി ആ നാട് മാറി. പലദേശത്തുനിന്നും ആളുകൾ തേനിനായി അവിടെയെത്തി.

അതിനുശേഷം അരിസ്റ്റാവൂസിനെ എല്ലാവരും പ്രത്യേക ബഹുമാനത്തോടെയാണ് കണ്ടിരുന്നത്. തന്റെ മകന്റെ പ്രശസ്തിയിൽ സിരേന അഭിമാനിച്ചു.

ഏരിയന്റെ സംഗീതസദസ്സ്

സംഗീതത്തിൽ അസാമാന്യ കഴിവുള്ള ആളായിരുന്നു ഏരിയൻ. അദ്ദേഹത്തിന് കുട്ടികളെയും പൂക്കളെയുമൊക്കെ ഇഷ്ടമായിരുന്നു. ജീവിതത്തിന്റെ സൗന്ദര്യത്തെ മാത്രം ഇഷ്ടപ്പെടുന്ന ആ നിഷ്കളങ്കന്റെ സംഗീതം എല്ലാവരെയും ആകർഷിച്ചു.

കോറിന്തിലെ രാജാവായ പെരിയാൻഡറുടെ സുഹൃത്തും കൊട്ടാരത്തിലെ അന്തേവാസിയുമായിരുന്നു ഏരിയൻ. പെരിയാൻഡർ രാജാവ് ഒരു സംഗീതപ്രേമിയായിരുന്നു. ആ രാജ്യത്തെ ജനങ്ങളും സംഗീതത്തെ ഏറെ ഇഷ്ടപ്പെട്ടു.

ഏരിയന്റെ സംഗീതസദസ്സ് രാജകൊട്ടാരത്തിൽ എപ്പോഴുമുണ്ടാകും. അദ്ദേഹത്തിന്റെ ഗാനത്തിൽ മതിമറന്ന് കൊട്ടാരം മുഴുവൻ ആനന്ദസാഗരത്തിൽ ആറാടും.

സിസിലി രാജ്യത്തിൽ ലോകത്തിലെ പ്രശസ്ത സംഗീതജ്ഞരെല്ലാം ഒത്തുകൂടി ഒരു സംഗീതസദസ്സ് നടത്തുന്നുണ്ടെന്ന് ഏരിയൻ അറിഞ്ഞു. ഏറ്റവും നല്ല ഗായകരെ തെരഞ്ഞെടുക്കുന്ന ആ സംഗീത മത്സരത്തിൽ പങ്കെടുക്കണമെന്ന് അദ്ദേഹം ആഗ്രഹിച്ചു. ഏരിയൻ രാജാവിനോട് തന്റെ ആവശ്യം അറിയിച്ചു.

രാജാവ് ഇതറിഞ്ഞ് ദുഃഖിക്കുകയാണ് ചെയ്തത്. കാരണം താൻ ജീവനു തുല്യം സ്നേഹിക്കുന്ന പ്രിയസുഹൃത്തിനെ പിരിഞ്ഞിരിക്കുന്നതിലായിരുന്നു രാജാവിന് സങ്കടം. രാജാവ് പറഞ്ഞു: “ഏരിയൻ താങ്കളെ പിരിഞ്ഞിരിക്കാൻ എനിക്കാവില്ല.

കോറിന്തിലെ ഈ സംഗീതം കുറച്ചുനാളെങ്കിലും നഷ്ടപ്പെടുന്നത് എനിക്ക് സഹിക്കാനാവുന്നില്ല."

ഇതുകേട്ട ഏരിയൻ പറഞ്ഞു: "അങ്ങയെ പിരിഞ്ഞിരിക്കുവാൻ എനിക്കും കഴിയില്ല. പക്ഷേ ലോകത്തിലെ ഏറ്റവും മികച്ച ഗായകർ പങ്കെടുക്കുന്ന ഈ പരിപാടിയിൽ പങ്കെടുക്കുന്നത് നമ്മുടെ രാജ്യത്തിന് തന്നെ അഭിമാനമല്ലേ. സംഗീത പരിപാടി കഴിഞ്ഞാൽ ഞാൻ ഉടൻ തിരിച്ചെത്തും. അതുകൊണ്ട് എന്നെ അങ്ങ് പോകാൻ അനുവദിക്കണം."

അവസാനം ഏരിയന്റെ നിർബന്ധത്തിന് വഴങ്ങി രാജാവ് അദ്ദേഹത്തെ പോകാൻ അനുവദിച്ചു.

സിസിലിയിലെ സംഗീത സദസിൽ ലോകത്തിലെ പ്രഗത്ഭരായ സംഗീതജ്ഞരെല്ലാം എത്തിച്ചേർന്നിട്ടുണ്ടായിരുന്നു. ഒരു രാജ്യവും ഇതുപോലുള്ള സംഗീതസദസ്സ് സംഘടിപ്പിച്ചിട്ടില്ലായിരുന്നു. രാജ്യത്തിന്റെ വിവിധ ഭാഗങ്ങളിൽനിന്നും വിദേശരാജ്യങ്ങളിൽ നിന്നുപോലും അപൂർവമായ ഈ സംഗീതസദസ്സ് ആസ്വദിക്കാൻ നിരവധി പേർ എത്തിച്ചേർന്നിരുന്നു.

സംഗീതമത്സരത്തിൽ നമ്മുടെ ഏരിയനായിരുന്നു ഒന്നാം സമ്മാനം. അഭിനന്ദനങ്ങളും സമ്മാനങ്ങളും കൊണ്ട് ആ ഗായകൻ വല്ലാതെ വീർപ്പുമുട്ടി. സിസിലി രാജാവ് വിലപിടിപ്പുള്ള സമ്മാനങ്ങൾ ഏരിയന് കൊടുത്തു. ജീവിതകാലം മുഴുവൻ തന്റെ രാജസദസിൽ അംഗമായിരിക്കാൻ രാജാവ് അദ്ദേഹത്തെ ക്ഷണിച്ചു. എന്നാൽ ഏരിയൻ സ്നേഹപൂർവം ആ ക്ഷണം നിരസിച്ചു.

ഇനി എത്രയും പെട്ടെന്ന് കോറിന്തിലെത്തി പെരിയാൻഡർ രാജാവിനെ കാണണം. അതുമാത്രമായിരുന്നു ഏരിയന്റെ ചിന്ത. തനിക്ക് ലഭിച്ച സമ്മാനങ്ങൾ കൊണ്ടുപോകുന്നതിനായി ഏരിയൻ പ്രത്യേകം ഒരു കപ്പൽ തന്നെ മേടിക്കേണ്ടിവന്നു.

അങ്ങനെ സമ്മാനമായി കിട്ടിയ സ്വർണങ്ങളും രത്നങ്ങളും മറ്റ് വിലപിടിപ്പുള്ള സാധനങ്ങളുമൊക്കെയായി കപ്പൽ തീരം വിട്ടു. കപ്പലിലിരുന്നുകൊണ്ട് ഏരിയൻ ചിന്തിച്ചു, പെരിയാൻഡർ രാജാവിന് തന്റെ വിജയത്തിൽ എന്തു സന്തോഷമായിരിക്കും. തന്നെ കാണാതെ വിഷമിച്ചിരിക്കുന്ന രാജാവിന് സമ്മാനങ്ങളു

മായി താൻ എത്തുമ്പോൾ രാജാവ് സന്തോഷംകൊണ്ട് മതിമറക്കും.

അദ്ദേഹം തന്റെ സംഗീതോപകരണമെടുത്ത് വായിച്ചു. കർണാനന്ദകരമായ ആ സംഗീതം കേട്ട് കപ്പലിലുള്ളവർ ചുറ്റും കൂടി. അവരുടെ അഭിനന്ദനപ്രവാഹങ്ങളിൽ മയങ്ങിപ്പോയ ഏരിയൻ തനിക്ക് സമ്മാനമായി കിട്ടിയ കപ്പലിലെ വിലപിടിച്ച വസ്തുക്കളെക്കുറിച്ചൊക്കെ പറഞ്ഞു. ഇത് വലിയ അപകടം വരുത്തിവയ്ക്കുമെന്ന് നിഷ്കളങ്കനായ ആ സംഗീതജ്ഞൻ ഓർത്തതേയില്ല.

കപ്പലിലെ ദുഷ്ടബുദ്ധികൾ കൂടിയാലോചിച്ചു.

"ഈ കപ്പലിൽ വിലപിടിച്ച രത്നങ്ങളും സ്വർണവുമൊക്കെയുണ്ട്. നമുക്ക് ഏരിയനെ കൊല്ലാം. ആരറിയാനാണ്. ഒരു പാവം സംഗീതജ്ഞനെ കാണാതായാൽ ആരു ചോദിക്കാനാണ്."

കടൽക്കൊള്ളക്കാരായ അവരുടെ ഗൂഢാലോചനകൾ വല്ലതും ഏരിയൻ അറിയുന്നുണ്ടോ, അദ്ദേഹം സംഗീതത്തിന്റെ മാസ്മരികലോകത്തിൽ മതിമറന്നിരിക്കുകയായിരുന്നു. അപ്പോഴാണ് കൊള്ളക്കാർ ഏരിയനെ സമീപിക്കുന്നത്. അവർ പറഞ്ഞു: "നിന്റെ സംഗീതസപര്യ ഈ നടുക്കടലിൽ തീരാൻ പോവുകയാണ്."

ഇതുകേട്ട് ഏരിയൻ ഞെട്ടിയെഴുന്നേറ്റു. "നിങ്ങൾ എന്നെ എന്തുചെയ്യാൻ പോകുന്നു?"

"മനസിലായില്ലേ... നിന്നെ ഞങ്ങൾ കൊല്ലാൻ പോകുന്നു. എന്താ നിനക്ക് പിടിച്ചില്ലേ. എങ്കിൽ ഒരു ഓപ്ഷൻ തരാം. ഞങ്ങളായിട്ട് നിന്നെ കൊല്ലുന്നില്ല, നീ തന്നെ കടലിലേക്ക് എടുത്തുചാടിക്കോ."

അവരുടെ വാക്കുകൾ കേട്ട് പാവം ഏരിയൻ പേടിച്ചുവിറച്ചുകൊണ്ട് പറഞ്ഞു: "എന്റെ സ്വത്തിനുവേണ്ടിയല്ലേ നിങ്ങൾ എന്നെ കൊല്ലുന്നത്? നിങ്ങൾ ഈ കപ്പലിലുള്ളത് മുഴുവൻ എടുത്തോളൂ. പക്ഷേ, എനിക്ക് എന്റെ ജീവൻ തിരിച്ചുതന്നാൽ മതി."

ഇതുകേട്ട കടൽക്കൊള്ളക്കാർ പൊട്ടിച്ചിരിച്ചു: "ഹ..ഹ...ഹ..ഹ.... ഞങ്ങളുടെ തലയിൽ കളിമണ്ണ് ആണെന്നാണോ നീയൊക്കെ കരുതിയിരിക്കുന്നത്? നീ രക്ഷപ്പെട്ടാൽ പെരി

യാൻഡർ രാജാവിനോട് നീ ഇക്കാര്യം പറയില്ലെന്നാണോ... അങ്ങനെ പറഞ്ഞാൽ പിന്നെ ഞങ്ങളുടെ ഗതിയെന്താവും? അതുകൊണ്ട് നീ മരിച്ചേപറ്റൂ..."

"ഇല്ല ഞാൻ രാജാവിനോട് പറയില്ല..." ഏരിയൻ തന്റെ ജീവനുവേണ്ടി അവരോട് യാചിച്ചു. പക്ഷേ ആ ദുഷ്ടന്മാരുടെ മനസലിഞ്ഞില്ല.

"നിന്നെ ഞങ്ങൾ കൊല്ലണമോ, നീ തന്നെ കടലിലേക്ക് ചാടുമോ അത് പറ.."

"ഞാൻ തന്നെ കടലിലേക്ക് ചാടിക്കൊള്ളാം. പക്ഷേ അതിനു മുമ്പ് അവസാനമായി ഒരു ആഗ്രഹമുണ്ട്."

"എന്താണ് വേഗം പറഞ്ഞ് തുലയ്ക്ക്."

"സിസിലിയിലെ രാജാവ് എനിക്ക് വിജയിയായപ്പോൾ തന്ന ആ വർണക്കുപ്പായം ഇട്ടുകൊണ്ട് എനിക്ക് എന്റെ വീണയിൽ ഒരു ഇഷ്ടഗാനം പാടണം."

കൊള്ളക്കാർ അത് സമ്മതിച്ചു. അങ്ങനെ ലോകം ഇതുവരെ കേൾക്കാത്ത ഒരു ശോകഗാനം ഏരിയൻ ആലപിച്ചു. ആരുടെയും ഹൃദയം അലിഞ്ഞുപോകുന്ന ഗാനമായിരുന്നു അത്. ആകാശത്തു പറന്നു നടന്ന കടൽക്കാക്കകളും കടലിലെ മത്സ്യങ്ങളും ആ ഗാനത്തിൽ ലയിച്ചുനിന്നു.

എന്തിനു പറയുന്നു കടൽക്കൊള്ളക്കാരുടെ ഹൃദയവും ആർദ്രമായി. ഗാനം തീർന്നതും ഏരിയൻ തന്റെ വീണയുമായി കടലിന്റെ ആഴങ്ങളിലേക്ക് എടുത്തുചാടി. സംഗീതലഹരിയിൽ മുഴുകിയിരുന്ന കടൽക്കൊള്ളക്കാർ ശബ്ദം കേട്ട് നോക്കുമ്പോൾ ഏരിയൻ കടലിന്റെ ആഴങ്ങളിലേക്ക് ആണ്ടുപോകുന്നതാണ് കണ്ടത്. അപ്പോഴും തന്റെ പ്രിയപ്പെട്ട വീണ അദ്ദേഹം മുറുകെ പിടിച്ചിരുന്നു.

ഏരിയൻ അവസാനമായി ആലപിച്ച ആ ഗാനം കേൾക്കാനിടയായ ഒരു ഡോൾഫിൻ കപ്പലിനെ പിന്തുടരുന്നുണ്ടായിരുന്നു. കടലിന്റെ ആഴങ്ങളിലേക്ക് മുങ്ങിക്കൊണ്ടിരുന്ന ഏരിയനെ അത് താങ്ങിയെടുത്ത് സ്വന്തം ചുമലിലിരുത്തി. തന്റെ ഗാനം ഡോൾഫിനെ വശീകരിച്ചിരിക്കുന്നതായി അദ്ദേഹത്തിന് മനസിലായി. ഏരിയൻ മത്സ്യത്തിനുവേണ്ടി ഒരു ഗാനം കൂടി ആലപിച്ചു. ആ ഗാനവും ഡോൾഫിന് ഇഷ്ടപ്പെട്ടു.

ഡോൾഫിൻ ഏരിയനെയും ചുമലിലിരുത്തി കോറിന്തിലേക്ക് പാഞ്ഞു. കോറിന്തിന്റെ തീരത്ത് അദ്ദേഹത്തെ ഇറക്കിയതിനു ശേഷം ഡോൾഫിൻ കുറച്ചുനേരം കൂടി അവിടെ ചുറ്റിപ്പറ്റിനിന്നു. പാട്ടുകേൾക്കാനുള്ള കൊതികൊണ്ടാണ് ആ മത്സ്യം പോകാത്തതെന്ന് ഏരിയന് മനസിലായി. കർണാനന്ദകരമായ കുറെ ഗാനം കൂടി അദ്ദേഹം ഡോൾഫിന് വേണ്ടി പാടി. അതിനുശേഷം ആ മത്സ്യം ആഴക്കടലിലേക്ക് തിരിച്ചുപോയി.

ഏരിയൻ ഉടൻതന്നെ കൊട്ടാരത്തിലേക്ക് പോയി. ഏരിയനെ കണ്ട് പെരിയാൻഡർ രാജാവ് സന്തോഷിച്ചു. പക്ഷേ വെറും കൈയോടെയാണ് ഏരിയൻ വന്നിരിക്കുന്നതെന്ന് രാജാവ് മനസിലാക്കി. എന്തോ അപായം സംഭവിച്ചിട്ടുണ്ട്.

"ഏരിയൻ നിനക്ക് എന്താണ് സംഭവിച്ചത്?" രാജാവ് ചോദിച്ചു.

അദ്ദേഹം ഉണ്ടായ സംഭവങ്ങൾ മുഴുവൻ രാജാവിനെ അറിയിച്ചു. രാജാവ് കോപംകൊണ്ട് ജ്വലിച്ചു. "എന്റെ സുഹൃത്തായ ഏരിയനെ കൊള്ളയടിക്കാൻ മാത്രം ധൈര്യമുള്ള കടൽക്കൊള്ളക്കാരോ? ഏരിയൻ നീ തൽക്കാലം പുറത്തേക്ക് വരണ്ട. ഞാൻ അവന്മാരെ ഇവിടെ വിളിച്ചുവരുത്തി ശിക്ഷിക്കാൻ പോവുകയാണ്." രാജാവ് നിർദേശിച്ചു.

സിസിലിയിൽനിന്നു പുറപ്പെട്ട ആ കപ്പൽ കോറിന്തിന്റെ തീരത്തണയുന്നതും കാത്ത് പെരിയാൻഡറുടെ സേനാനികൾ നിൽപ്പുണ്ടായിരുന്നു.

കപ്പൽ വന്നതും പ്രധാനസൈനികൻ പറഞ്ഞു: "ഉം.. കപ്പലിലുള്ള സാധനങ്ങളും കപ്പലിലെ ആൾക്കാരും ഉടൻ കൊട്ടാരത്തിലെത്തണമെന്ന കൽപ്പനയുണ്ട്. ഇതു കേട്ട് കടൽക്കൊള്ളക്കാർക്ക് അപകടം മണത്തു. പക്ഷേ അവർ അതൊന്നും പുറത്തുകാണിച്ചില്ല. കാരണം ഏരിയൻ ജീവനോടെ ഇല്ലല്ലോ. അതുകൊണ്ട് തന്നെ തങ്ങൾ ഇതെല്ലാം തട്ടിയെടുത്തതെന്നതിന് തെളിവുമില്ല. കൊള്ളക്കാർ ഒന്നുമറിയാത്തവരെപ്പോലെ കൊട്ടാരത്തിലെത്തി. രാജാവ് അവരോട് ചോദിച്ചു: "സിസിലിയിൽ സംഗീതമത്സരത്തിനു പോയ എന്റെ കൂട്ടുകാരനായ ഏരിയനെ നിങ്ങൾക്കറിയാമോ?"

"അറിയാം. അവിടെത്തെ സംഗീതപരിപാടിയിൽ ഒന്നാം

സമ്മാനം അദ്ദേഹത്തിനായിരുന്നല്ലേ." അവർ മറുപടി പറഞ്ഞു.

"അദ്ദേഹത്തിനവിടെ സുഖം തന്നെയാണോ? എന്താണ് അദ്ദേഹം ഇങ്ങോട്ട് പോരാൻ വൈകുന്നത്? നിങ്ങൾക്കതിനെക്കുറിച്ച് വല്ലതും അറിയാമോ?" രാജാവ് ചോദിച്ചു.

"അദ്ദേഹത്തിനവിടെ പരമാനന്ദമാണ് പ്രഭോ. ഈ കപ്പലിൽ ഇങ്ങോട്ട് പോരാൻ ഞങ്ങൾ അദ്ദേഹത്തെ നിർബന്ധിച്ചതാണ്. പക്ഷേ അദ്ദേഹം അതിന് തയാറായില്ല. ഇനിയൊരിക്കലും ഇങ്ങോട്ടില്ലെന്നാണ് അദ്ദേഹം പറഞ്ഞത്."

"ഓഹോ... അയാൾ അങ്ങനെ പറഞ്ഞോ.." രാജാവ് ചോദിച്ചു.

ഏരിയനെ കുറിച്ച് ഓരോ നുണക്കഥകൾ അവർ പറഞ്ഞുകൊണ്ടിരുന്നു. രാജാവ് ഇതൊക്കെ വിശ്വസിക്കുന്നതായി അഭിനയിച്ചു.

ഏതായാലും തങ്ങൾ രക്ഷപ്പെട്ടതായി കൊള്ളക്കാർ വിശ്വസിച്ചു. അപ്പോഴാണ് അവരെ ഞെട്ടിച്ചുകൊണ്ട് ഏരിയൻ അവിടെ പ്രത്യക്ഷപ്പെടുന്നത്.

"നിങ്ങൾ സിസിലി കൊട്ടാരത്തിൽ കഴിയുന്നു എന്നുപറഞ്ഞ ഏരിയനാണിത്. നിങ്ങളുടെ സൂത്രങ്ങൾ എവിടെ വരെ പോകും എന്നു ഞാൻ പരീക്ഷിക്കുകയായിരുന്നു. ഏതായാലും നിങ്ങൾ ഇദ്ദേഹത്തിൽനിന്ന് കവർന്നെടുത്ത സാധനങ്ങൾ ഉടൻ ഇവിടെ എത്തിക്കുക. അതിനുശേഷം കഴുമരത്തിലേക്ക് പോകാൻ തയാറാവുക." ഇതും പറഞ്ഞ് രാജാവ് അകത്തേക്ക് മറഞ്ഞു.

കൊള്ളക്കാർ വാവിട്ട് നിലവിളിച്ചു. ഏരിയനിൽനിന്ന് കവർന്നെടുത്തതെല്ലാം കപ്പലിൽനിന്ന് അവർ രാജസന്നിധിയിൽ എത്തിച്ചു. ഇതുകണ്ട രാജാവ് കൽപ്പിച്ചു: "ഉം കഴുമരങ്ങൾ തയാറാവട്ടെ."

കൊള്ളക്കാർ രാജാവിന്റെ കാൽക്കൽ വീണ് പൊട്ടിക്കരഞ്ഞു. തങ്ങളോട് പൊറുക്കണമെന്നും ഇനിയൊരിക്കലും ഇങ്ങനെയൊന്നും ചെയ്യില്ലെന്നും അവർ ആണയിട്ടു.

ഇതൊക്കെ കണ്ടുകൊണ്ട് നിന്ന ഏരിയന്റെ മനസലിഞ്ഞു. ഇപ്രാവശ്യത്തേക്ക് ക്ഷമിക്കണമെന്ന് അദ്ദേഹം രാജാവിനോട് അഭ്യർഥിച്ചു. പക്ഷേ രാജാവ് അത് സമ്മതിച്ചില്ല.

അദ്ദേഹം പറഞ്ഞു: "ഏരിയൻ താങ്കൾ എന്താണീ പറയുന്നത്? താങ്കളെ കൊന്ന് കടലിൽ തള്ളാൻ ശ്രമിച്ച ക്രൂരന്മാരാണിവർ."

"അതെ. പക്ഷേ ഈ പാപികളോട് ഒരു പ്രാവശ്യം അങ്ങ് ക്ഷമിക്കണം. അവരുടെ കരച്ചിൽ കേൾക്കുന്നില്ലേ?"

"താങ്കളും സ്വന്തം ജീവനുവേണ്ടി ഇവരോട് ഇങ്ങനെ കരഞ്ഞു യാചിച്ചതല്ലേ.. എന്നിട്ടും ഇവന്മാരുടെ മനസലിഞ്ഞോ."

"അങ്ങ് എന്തുപറഞ്ഞാലും ഞാൻ പറയുന്നത് ഇവരോട് ക്ഷമിക്കണമെന്നാണ്."

"എന്റെ ഉറ്റ സുഹൃത്തും ലോകപ്രശസ്ത സംഗീതജ്ഞനുമായ ഏരിയനെയാണ് ഇവർ വധിക്കാനും കൊള്ളയടിക്കാനും ശ്രമിച്ചത്. അത് എനിക്ക് പൊറുക്കാൻ കഴിയില്ല." രാജാവ് പറഞ്ഞു.

"ശരിയാണ് അങ്ങ് പറയുന്നത്. പക്ഷേ ഇവരെ കൊന്നതുകൊണ്ട് എന്തുനേട്ടം? ഒരു തെറ്റിന് മറ്റൊരു തെറ്റുകൊണ്ടാണോ മറുപടികൊടുക്കേണ്ടത്? ഇവന്മാരെ ഈ രാജ്യത്ത് കാലുകുത്താതെ എങ്ങോട്ടെങ്കിലും ഓടിച്ചുവിട്ടാൽ പോരെ?"

അവസാനം തന്റെ പ്രിയപ്പെട്ട കൂട്ടുകാരന്റെ നിർബന്ധത്തിന് രാജാവ് വഴങ്ങി. അവരെ വെറുതെ വിട്ടു. ഇനി ഒരിക്കലും ഇവിടെ കണ്ടുപോകരുതെന്ന് പറഞ്ഞ് രാജാവ് അവർ വന്ന കപ്പലിൽ തന്നെ കൊള്ളക്കാരെ നാടുകടത്തി.

പെരിയാൻഡറും ഏരിയനും ഒരിക്കലും പിരിയാത്ത സുഹൃത്തുക്കളായി ദീർഘകാലം ജീവിച്ചു. ഏരിയൻ രാജാവിനായി പുതിയ പാട്ടുകൾ നിർമിച്ച് അദ്ദേഹത്തെ സന്തോഷിച്ചു.

ഹയാസിന്ത് പൂക്കൾ

അതിസുന്ദരനായ ഒരു യുവാവായിരുന്നു ഹയാസിന്ത്. ഭൂമിയിൽ അവന്റെ സൗന്ദര്യത്തെ വെല്ലാൻ ആരുമുണ്ടായിരുന്നില്ല. അപ്പോളോ ദേവന് ഹയാസിന്തിനെ വളരെ ഇഷ്ടമായിരുന്നു. ദേവൻ പലപ്പോഴും ഭൂമിയിലെത്തുന്നത് അവനെ കാണാനായിരുന്നു.

അപ്പോളോ ദേവൻ ഹയാസിന്തിനോടൊപ്പം ഭൂമിയിലെ മനോഹരമായ കാടും മേടും താണ്ടി അങ്ങനെ നടക്കും. തെക്കൻകാറ്റിന്റെ ദേവനായ സെഫിറസിനും ഹയാസിന്തിനെ ഇഷ്ടമായിരുന്നു. സെഫിറസ് ഈ യുവാവിനെ ചങ്ങാതിയായിക്കിട്ടാൻ ആഗ്രഹിച്ചു. പക്ഷേ അപ്പോളോ ദേവന് അതിൽ താൽപ്പര്യമില്ലായിരുന്നു.

ഒരിക്കൽ ഹയാസിന്തും അപ്പോളോയും കളിക്കളത്തിൽ നിൽക്കുമ്പോൾ ദേവൻ പറഞ്ഞു: "ഹയാസിന്ത് നിന്നെ ഞാൻ ചില പുതിയ കളികൾ പഠിപ്പിക്കാം."

"എന്താണത്?" ഹയാസിന്ത് ചോദിച്ചു.

"പരിച എറിഞ്ഞുള്ള കളി."

"ഹായ് അതു കൊള്ളാമല്ലോ. എങ്ങനെയാണത്? എന്നെയത് പഠിപ്പിച്ചുതരൂ ദേവാ."

"അത് പ്രത്യേകിച്ച് പഠിക്കാനൊന്നുമില്ല. പരിച എറിയുക. ഏറ്റവും കൂടുതൽ ദൂരം എറിയുന്നയാൾ ജയിക്കും."

"ശരി ഞാനിതാ കളിക്കാൻ തയാറായിരിക്കുന്നു." ഹയാസിന്തിന് വലിയ ഉത്സാഹമായി.

രണ്ടുപേരും പരിചയേറ് കളിയാരംഭിച്ചു. സെഫിറസ് ദേവൻ ഇതൊക്കെ കാണുന്നുണ്ടായിരുന്നു. അപ്പോളോ ദേവനോട് അസൂയയുള്ള സെഫിറസ് ദേവന് ഈ പരിചയേറിൽ അപ്പോളോയെ തോൽപ്പിക്കണമെന്ന് വിചാരിച്ചു.

ആദ്യം ഹയാസിന്താണ് പരിചയെറിഞ്ഞത്. രണ്ടാമത്തെ ഊഴം അപ്പോളോക്കാണല്ലോ. അദ്ദേഹം പരിച വീശിയെറിഞ്ഞു. പരിച പറക്കും തളികപോലെ ആകാശത്തിലൂടെ പാഞ്ഞുപോവുകയാണ്. ഉടൻ തന്നെ തെക്കൻകാറ്റിന്റെ ദേവനായ സെഫിറസ് പരിചയെ തന്റെ ശക്തിമുഴുവനെടുത്ത് പിന്നോട്ട് പായിച്ചു.

അങ്ങനെ എറിഞ്ഞ ഭാഗത്തേക്ക് തന്നെ പരിച കുതിച്ചു. പക്ഷേ നിർഭാഗ്യവശാൽ പിന്നോട്ട് പാഞ്ഞ പരിച ഹയാസിന്തിന്റെ കഴുത്തിലാണ് പതിച്ചത്. അവൻ തൽക്ഷണം തന്നെ പിടഞ്ഞുമരിച്ചു.

അപ്പോളോ നിലവിളിച്ചുകൊണ്ട് ഓടിയെത്തി. ഹയാസിന്തിന്റെ രക്തം ഭൂമിയിൽ വീണ് ഒഴുകിക്കൊണ്ടിരുന്നു. അവന്റെ മൃതദേഹവും മടിയിൽ വച്ച് അപ്പോളോ ഒരുപാട് നേരം കരഞ്ഞു. അദ്ദേഹം ഇങ്ങനെ വിലപിച്ചുകൊണ്ടിരുന്നു: "ഹയാസിന്ത്.. .എന്റെ പ്രിയപ്പെട്ട കൂട്ടുകാരാ നീ മരിച്ചതിന് ഞാനാണ് കാരണം."

ഹയാസിന്തിന്റെ ഭൂമിയിൽ വീണ രക്തത്തിൽ അപ്പോളോയുടെ കണ്ണുനീർ വീണു. അവിടെനിന്ന് ചെറിയചെടികൾ വളർന്നുവന്നു. അവയിൽനിന്ന് രക്തനിറത്തിലുള്ള പൂക്കൾ വിടർന്നു.

ഇന്നും ഹയാസിന്ത് രക്തവർണമുള്ള പൂക്കൾ വിടർത്തി നിൽക്കുന്നു.

പെർസോഫോണിയ

സ്യൂസ് ദേവന്റെ പുത്രിയായിരുന്നു പെർസോഫോണിയ. അവൾ അതിസുന്ദരിയായിരുന്നു. ഡിമിറ്റർ എന്നാണ് അവളുടെ അമ്മയുടെ പേര്. ഭൂമിയിൽ ധാന്യങ്ങളും കായ്കനികളും വിളയുന്നത് ഡിമിറ്റർ ദേവിയുടെ അനുഗ്രഹം കൊണ്ടാണ്.

കർഷകരെ അനുഗ്രഹിക്കുന്നതിനായി ഡിമിറ്റർ ദേവി ഭൂമിയിലേക്ക് യാത്രയാവും. പെർസോഫോണിയയെ അപ്സരസുകളെ ഏൽപ്പിച്ചാണ് അവർ പോകുന്നത്.

ഒരുദിവസം പാതാളരാജാവായ പ്ലൂട്ടോ അതുവഴി വന്നു. അപ്സരസുകളോടൊപ്പം പൂന്തോട്ടത്തിൽ നിൽക്കുന്ന പെർസോഫോണിയയെ അദ്ദേഹം കണ്ടു. പ്ലൂട്ടോ അവളെ വിവാഹം കഴിക്കാൻ ആഗ്രഹിച്ചു. അദ്ദേഹം അവളെ സമീപിച്ചു.

“നിന്റെ പേരെന്താണ്?”

അപരിചിതനായ ഒരാളോട് സംസാരിക്കുവാൻ അവൾ ഭയപ്പെട്ടു. അപ്സരസുകൾക്കും പ്ലൂട്ടോയെ പേടിയായിരുന്നു.

“ഞാൻ പാതാളരാജാവായ പ്ലൂട്ടോയാണ്. നീ എന്റെ കൂടെ വരൂ. നിന്നെ ഞാൻ വിവാഹം കഴിക്കാൻ ആഗ്രഹിക്കുന്നു.” അവൾ ഒന്നും പറയാതെ പേടിച്ചുവിറച്ചു നിന്നു.

പ്ലൂട്ടോ അവളെ ബലമായി പിടിച്ചുകൊണ്ടുപോയി. അവളുടെ നിലവിളികേട്ട് രക്ഷിക്കാൻ ആരുമുണ്ടായില്ല.

അവളുടെ അമ്മ വരുമ്പോൾ എന്തുപറയുമെന്നറിയാതെ അപ്സരസുകൾ കുഴങ്ങി. അവർ പേടിച്ച് എങ്ങോട്ടോ ഓടിപ്പോയി.

പെർസോഫോണിയ പ്ലൂട്ടോയോട് കെഞ്ചിപ്പറഞ്ഞു: "എന്നെ വിടൂ. വൈകുന്നേരം എന്റെ അമ്മ വരുമ്പോൾ എന്നെ കണ്ടില്ലെങ്കിൽ അവർക്കത് താങ്ങാൻ കഴിയില്ല."

"അതിനേക്കാൾ അധികം നിന്നെ ഞാൻ സ്നേഹിക്കുന്നുണ്ട്." പ്ലൂട്ടോ പറഞ്ഞു: നിന്റെ സാന്നിധ്യം പാതാളത്തിൽ വെളിച്ചം വിതറും. "നദീദേവതകൾ ഇതൊക്കെ കാണുന്നുണ്ടായിരുന്നു. അവരുടെ മനസ്സ് കോപംകൊണ്ട് ജ്വലിച്ചു. കോപത്താൽ നദീജലം തിളച്ചുമറിഞ്ഞു.

വൈകുന്നേരമായപ്പോൾ ഡിമിറ്റർ ദേവി തിരിച്ചെത്തി. പൂന്തോട്ടത്തിൽ മകളെ കാണാനില്ല. അപ്സരസുകളെയും കാണാനില്ല. എന്തോ ആപത്ത് സംഭവിച്ചെന്ന് ദേവിക്ക് മനസിലായി.

പെർസോഫോണിയയുടെ മുടിയിൽ ചൂടിയ പൂക്കൾ പൂന്തോട്ടത്തിൽ വീണുകിടക്കുന്നത് അപ്പോഴാണ് ദേവിയുടെ ശ്രദ്ധയിൽപ്പെട്ടത്. തന്റെ മകളെ ആരോ ബലമായി പിടിച്ചുകൊണ്ടുപോയതാണെന്ന് അവർ മനസിലാക്കി.

മകളെ വിളിച്ച് കരഞ്ഞുകൊണ്ട് ഡിമിറ്റർ ദേവി എങ്ങോട്ടെന്നില്ലാതെ നടന്നു. അങ്ങനെ അവർ നദീദേവതയുടെ കരയിലെത്തി. നദിക്കരയിലിരുന്നുകൊണ്ട് ദേവി കണ്ണീർവാർത്തു. അവരുടെ കണ്ണീർത്തുള്ളി നദീജലത്തിൽ വീണുകൊണ്ടിരുന്നു.

പെട്ടെന്ന് നദീദേവി ഡിമിറ്ററിനു മുമ്പിൽ പ്രത്യക്ഷപ്പെട്ടു. "ദേവീ നിങ്ങളുടെ കണ്ണീരിന്റെ കാരണം എനിക്കറിയാം. നിങ്ങളുടെ മകളെ പാതാളരാജാവായ പ്ലൂട്ടോ തട്ടിക്കൊണ്ടുപോയതാണ്."

"അവൾക്കെന്തുസംഭവിച്ചു എന്നു നീ അറിയുന്നുണ്ടോ?" ഡിമിറ്റർ നദീദേവിയോട് ചോദിച്ചു. "അവൾ പ്ലൂട്ടോയുടെ ഭാര്യയായി കഴിയുകയാണ്. അവൾക്കവിടെ യാതൊരു കുറവുമില്ല. പക്ഷേ അവൾ തന്റെ അമ്മയെയും അപ്സരസുകളെയും ഓർത്ത്

വലിയ സങ്കടത്തിലാണ്." നദീദേവിയുടെ വാക്കുകൾ കേട്ട് ഡിമിറ്റർ ദേവി കണ്ണുതുടച്ചു.

നദീദേവി പറയുകയാണ്, "പാതാളം ഇരുളടഞ്ഞതും മൂകവുമാണ്. പൂക്കളോ ചിത്രശലഭങ്ങളോ വർണത്തുമ്പികളോ അവിടെയില്ല. നമ്മുടെ പെർസോഫോണിയക്ക് അവയെല്ലാം വളരെ ഇഷ്ടമായിരുന്നു. അവൾക്ക് പാതാളവുമായി ഒരിക്കലും പൊരുത്തപ്പെടാൻ കഴിയില്ലെന്നുറപ്പാണ്."

"അവൾക്ക് തിരിച്ചുവരാൻ കഴിയില്ലേ?" ഡിമിറ്റർ ദേവി ചോദിച്ചു.

"പ്ലൂട്ടോ അവളെ തിരിച്ചയക്കാൻ സാധ്യതയില്ല."

നദീദേവിയുടെ വാക്കുകൾ കേട്ട് ഡിമിറ്റർ ദേവി തളർന്നിരുന്നു. കൃഷിക്കാരെ സന്ദർശിക്കാനോ വിളവുകൾ നൽകി അനുഗ്രഹിക്കാനോ ദേവി ഭൂമിയിലേക്ക് പോയില്ല. തന്റെ മകളുടെ അവസ്ഥയോർത്ത് അവർ ഒരു ഗുഹയിൽ ദുഃഖിച്ചുകഴിഞ്ഞു.

ദേവിയുടെ വരവ് നിലച്ചതോടെ ഭൂമിയിൽ കൃഷികളെല്ലാം നശിച്ചു. വൃക്ഷങ്ങളും സസ്യങ്ങളും കരിഞ്ഞുണങ്ങി. ജനങ്ങൾ വലഞ്ഞു. അവർ ഡിമിറ്റർ ദേവിയോട് കരഞ്ഞു പ്രാർഥിച്ചു. യാതൊരു ഫലവുമുണ്ടായില്ല. അവസാനം സ്യൂസ് ദേവനോട് അപേക്ഷിക്കാമെന്ന് അവർ തീരുമാനിച്ചു. അങ്ങനെ സ്യൂസ് ദേവൻ ഭൂമിയിലേക്കിറങ്ങിവന്നു. ഭൂമി ഒരു മരുപ്പറമ്പായി മാറിക്കൊണ്ടിരിക്കുകയാണെന്ന് ദേവൻ മനസിലാക്കി. ഇങ്ങനെ പോയാൽ മനുഷ്യർ ഭൂമിയിലവശേഷിക്കില്ല. ഉടൻതന്നെ എന്തെങ്കിലും ചെയ്യണം. ദേവൻ വിചാരിച്ചു.

എന്തുകൊണ്ടാണ് ഇങ്ങനെയൊക്കെ സംഭവിച്ചതെന്ന് സ്യൂസ് ദേവനറിയാമായിരുന്നു. അദ്ദേഹം ഡിമിറ്റർ ദേവിയുടെ അടുത്തേക്ക് ചെന്നു.

ദേവനെ കണ്ടതും അവർ പൊട്ടിക്കരഞ്ഞു. സ്യൂസ് ദേവൻ പറഞ്ഞു: "വിഷമിക്കേണ്ട, പെർസോഫോണിയയെ നമുക്ക് തിരിച്ചുകൊണ്ടുവരാൻ കഴിയുമോ എന്ന് നോക്കട്ടെ. അവൾ എന്റെ കൂടി മകളാണല്ലോ. പക്ഷേ, നീ ഇതും പറഞ്ഞ് ഭൂമിയിലെ മനുഷ്യരെ ബുദ്ധിമുട്ടിക്കുന്നത് മോശമാണ്."

ഇതുകേട്ട ദേവി പറഞ്ഞു: "സ്വന്തം മകൾ നഷ്ടപ്പെട്ട് അതിന്റെ വേദന തിന്ന് കഴിയുന്ന എനിക്ക് എങ്ങനെയാണ് സന്തോഷത്തോടെ ഭൂമിയിലെ ഫലവൃക്ഷങ്ങളെ അനുഗ്രഹിക്കുവാൻ കഴിയുന്നത്?"

ദേവി പറഞ്ഞതിലും കാര്യമുണ്ടെന്ന് സ്യൂസ് ദേവന് തോന്നി.

ദേവൻ പറഞ്ഞു: "അവൾ പാതാളത്തിൽനിന്ന് എന്തെങ്കിലും കഴിച്ചാൽ നമുക്കവളെ രക്ഷിക്കാൻ കഴിയില്ല. പക്ഷേ കഴിച്ചില്ലെങ്കിൽ നമുക്കവളെ തിരികെ കൊണ്ടുവരാം. ഞാൻ ഹെർമസിനെ പാതാളം വരെ അയക്കുന്നുണ്ട്. ധൈര്യമായിരിക്കൂ."

ഇതുപറഞ്ഞ് സ്യൂസ് ദേവൻ മറഞ്ഞു. അദ്ദേഹത്തിന്റെ നിർദേശപ്രകാരം ഹെർമസ് പാതാളത്തിലെത്തി. പ്ലൂട്ടോയോട് വന്ന കാര്യമുണർത്തിച്ചു: "സ്യൂസ് ദേവൻ പെർസോഫോണിയയെ തിരിച്ചയക്കാൻ കൽപ്പിച്ചിരിക്കുന്നു."

"ദേവൻ മറ്റൊന്നും പറഞ്ഞില്ലേ?"

"അവൾ പതാളത്തിൽനിന്ന് എന്തെങ്കിലും ഭക്ഷിച്ചോ എന്നന്വേഷിക്കണമെന്നും പറഞ്ഞു. അങ്ങനെ ഭക്ഷിച്ചാൽ അവളെ കൊണ്ടുവരാൻ കഴിയില്ലെന്നും അതിന് ശ്രമിക്കേണ്ടെന്നും പറഞ്ഞു."

ഇതുകേട്ടതും പെർസോഫോണിയയുടെ മുഖം വാടി. പ്ലൂട്ടോ പൊട്ടിച്ചിരിച്ചു: "ഹ...ഹ..ഹ.... അപ്പോൾ ഇവളെ കൊണ്ടുപോവുക അസാധ്യം. ഇത്രയും നാൾ ഇവൾ ഇവിടെനിന്ന് ഒന്നും കഴിക്കാതിരിക്കില്ലല്ലോ...."

ഹെർമസ് ദേവൻ പ്രതീക്ഷയോടെ പെർസോഫോണിയയുടെ മുഖത്തേക്ക് നോക്കി. അവൾ പറഞ്ഞു: "ഇന്നലെ വരെ ഞാൻ ഇവിടെനിന്ന് ഒന്നും കഴിച്ചിരുന്നില്ല. പക്ഷേ ഇന്ന് മാതളനാരങ്ങയുടെ ആറ് അല്ലികൾ മാത്രം ഭക്ഷിച്ചു."

പ്ലൂട്ടോ അത് കേട്ട് പൊട്ടിച്ചിരിച്ചു. "ഞാൻ പറഞ്ഞില്ലേ."

ഹെർമസ് ദേവൻ നിരാശയോടെ മടങ്ങാൻ തുടങ്ങി. "ഞാൻ കഴിച്ചത് മാതളനാരങ്ങയുടെ ആറ് അല്ലികൾ മാത്രമാണ്. ഇതിന്റെ പേരിൽ ഈ നരകത്തിൽ കഴിയണമെന്നാണോ നിങ്ങൾ പറയുന്നത്?" പെർസോഫോണിയ ചോദിച്ചു.

"ഇക്കാര്യത്തിൽ ഒരു വിധി പറയാൻ എനിക്ക് കഴിയില്ല. ഏതായാലും സ്യൂസ് ദേവനെ ഇക്കാര്യം ഞാൻ അറിയിക്കാം. അദ്ദേഹമാണ് ഇതിലൊരു തീരുമാനമെടുക്കേണ്ടത്." ഇതും പറഞ്ഞ് ഹെർമസ് ദേവൻ മറഞ്ഞു.

പിറ്റേന്ന് തന്നെ സ്യൂസ് ദേവന്റെ കൽപ്പനയുമായി ഹെർമസ് വീണ്ടും പാതാളത്തിലെത്തി.

പ്ലൂട്ടോയും പെർസോഫോണിയയും ഹെർമസ് ദേവൻ പറയുന്നത് കേൾക്കാൻ ഓടിയെത്തി.

പെർസോഫോണിയ മാതളനാരങ്ങയുടെ ആറ് അല്ലികൾ കഴിച്ചതുകൊണ്ട് ആറുമാസം പാതാളത്തിലും ആറുമാസം അമ്മയുടെ അടുത്തും കഴിയാം. ഈ വാർത്ത പ്ലൂട്ടോയ്ക്കും പെർസോഫോണിയക്കും സംതൃപ്തി നൽകി.

അവൾ വന്നിട്ട് അന്ന് ആറുമാസം തികയുന്ന ദിവസമായിരുന്നു. പ്ലൂട്ടോ പറഞ്ഞു: "നീ പോയ് വരൂ. അമ്മയ്ക്ക് സന്തോഷമാവട്ടെ. ആറുമാസം കഴിയുമ്പോൾ നീ തിരിച്ചെത്തുമല്ലോ. ഇരുൾമൂടിയ എന്റെ ജീവിതത്തിലെ പ്രകാശമാണ് നീ." പ്ലൂട്ടോയുടെ കണ്ണുകൾ നിറഞ്ഞൊഴുകി.

ഹെർമസ് പെർസോഫോണിയയെ അവളുടെ അമ്മയുടെ അരികിലെത്തിച്ചു. ഡിമിറ്റർ ദേവി ആഹ്ലാദംകൊണ്ട് അവളെ വാരിപ്പുണർന്നു.

"ഇനി നീ എങ്ങും പോകണ്ട. ഞാൻ നിന്നെ വിടില്ല." അമ്മ മകളോട് പറഞ്ഞു. പക്ഷേ ആറുമാസം മാത്രമേ തനിക്ക് ഇവിടെ കഴിയാനാവൂ എന്ന് മകൾ അമ്മയോട് പറഞ്ഞു.

ഇതുകേട്ട് അമ്മയുടെ മുഖം വാടി.

"അമ്മേ പ്ലൂട്ടോ നമ്മൾ വിചാരിക്കുന്നതുപോലെ ദുഷ്ടനൊന്നുമല്ല. എന്നെ വലിയ ഇഷ്ടമാണ്."

ഇതുകേട്ട് ഡിമിറ്റർ ദേവിക്ക് സന്തോഷമായി.

അമ്മയോടൊത്തുള്ള ആറുമാസത്തെ താമസം കഴിയാറായി. ഇനി പാതാളത്തിലേക്ക് തിരിച്ചുപോകാൻ സമയമായി.

കൃത്യദിവസം തന്നെ ഹെർമസ് ദേവൻ പെർസോഫോണിയയെ പാതാളത്തിലേക്ക് കൂട്ടിക്കൊണ്ടുപോകാൻ എത്തി. നിറകണ്ണുകളോടെ അമ്മ മകളെ യാത്രയാക്കി.

മകൾ പോയതോടെ ദേവി ദുഃഖത്തിൽ കഴിഞ്ഞു. പാതാളത്തിലുള്ള തന്റെ മകളെ ഓർത്ത് അവർ ആറുമാസം വരെ കണ്ണീരൊഴുക്കിക്കൊണ്ടിരുന്നു. അങ്ങനെ പെർസോഫോണിയ പാതാളത്തിലേക്ക് പോകുന്ന ദിവസം മുതൽ ഭൂമിയിൽ അതിന്റെ വരൾച്ചാകാലം ആരംഭിക്കുന്നു.

മകൾ ആറുമാസം കഴിഞ്ഞ് തിരിച്ചെത്തുന്നതോടെ ഡിമിറ്റർ ദേവി ഉഷാറാവുന്നു. ഭൂമി പുഷ്പങ്ങളും ഫലങ്ങളുംകൊണ്ട് നിറയുന്നു.

ഇന്നും അത് തുടരുകയും ചെയ്യുന്നു.

സ്വന്തം പ്രതിമയെ വിവാഹം ചെയ്ത പിഗ്മാലിയൻ

സൈപ്രസിലെ രാജാവായിരുന്നു പിഗ്മാലിയൻ. ജീവൻ തുടിക്കുന്ന ശിൽപ്പങ്ങൾ നിർമിക്കുന്നതിൽ അസാധാരണമായ കഴിവുള്ള ആളായിരുന്നു പിഗ്മാലിയൻ. അദ്ദേഹം ഉണ്ടാക്കിയ ദേവന്മാരുടെയും ദേവിമാരുടെയും ശിൽപ്പങ്ങൾ കണ്ടാൽ അവർ ഭൂമിയിൽ ജീവനോടെ അവതരിച്ചതാണെന്നേ പറയൂ.

പിഗ്മാലിയൻ രാജാവ് അവിവാഹിതനായിരുന്നു, സ്ത്രീകളോട് അദ്ദേഹത്തിന് വലിയ മതിപ്പൊന്നും ഇല്ലായിരുന്നു. ജീവിതത്തിലൊരിക്കലും ഒരു സ്ത്രീയെയും വിവാഹം കഴിക്കില്ല എന്ന് അദ്ദേഹം പ്രതിജ്ഞ എടുത്തു.

താൻ നിർമിച്ചത് മുഴുവൻ ദേവീദേവന്മാരുടെ ശിൽപ്പങ്ങൾ മാത്രമാണ്. ഇനി ഒരു മനുഷ്യന്റെ ശിൽപ്പം കൂടി നിർമിക്കണം. എങ്കിൽ മാത്രമേ ജനങ്ങൾക്കിടയിൽ കൂടുതൽ മതിപ്പുണ്ടാവൂ എന്ന് രാജാവിന് തോന്നി.

അങ്ങനെ ആനക്കൊമ്പിൽ ഒരു സ്ത്രീരൂപം നിർമിക്കാൻ പിഗ്മാലിയൻ തീരുമാനിച്ചു. ആനക്കൊമ്പിൽ സ്ത്രീയെ മെനഞ്ഞെടുക്കാനുള്ള പ്രയത്നത്തിൽ പിന്നീടുള്ള ദിവസം മുഴുവൻ രാജാവ് മുഴുകി.

അവസാനം ജീവൻ തുളുമ്പുന്ന ഒരു സ്ത്രീരൂപം അതാ ആനക്കൊമ്പിൽ പണിതീർത്തിരിക്കുന്നു. ഇതുവരെ രാജാവ് ചെയ്ത ദേവീദേവന്മാരുടെ ശിൽപ്പത്തേക്കാൾ മനോഹരമാണി

തെന്ന് ജനങ്ങൾ അഭിപ്രായപ്പെട്ടു. ശിൽപ്പികളിൽ രാജാവും രാജാക്കന്മാരിൽ ശിൽപ്പിയുമാണ് പിഗ്മാലിയനെന്ന് എല്ലാവരും അദ്ദേഹത്തെ പുകഴ്ത്തി.

ആ സുന്ദരമായ സ്ത്രീശിൽപ്പത്തിന് ഗല്യാത എന്ന പേരും രാജാവ് നൽകി. രാജാവിന് തന്റെ ശിൽപ്പത്തിന്റെ ഭംഗിയിൽനിന്ന് കണ്ണെടുക്കാൻ തോന്നിയില്ല. ഇങ്ങനെയൊരു സ്ത്രീ യഥാർഥത്തിൽ ഉണ്ടെങ്കിൽ താൻ പ്രതിജ്ഞയെ ലംഘിച്ചുകൊണ്ട് അവളെ വിവാഹം കഴിച്ചുപോയേനെ എന്നുപോലും രാജാവ് ചിന്തിച്ചു.

രാജാവിന് ഊണും ഉറക്കവുമില്ല. എപ്പോഴും പ്രതിമയുടെ അരികിൽ തന്നെ. അതിനെ തൊട്ടും തലോടിയും സമയം കഴിക്കും. ഈ പ്രതിമയ്ക്ക് ജീവനുണ്ടാകണേ എന്ന് അദ്ദേഹം ഉള്ളുരുകി പ്രാർഥിക്കും. ഒരിക്കലും നടക്കാത്ത കാര്യമാണ് എന്നറിഞ്ഞിട്ടുകൂടി ആ സ്ത്രീപ്രതിമയുടെ സൗന്ദര്യത്തിൽ രാജാവ് അത്രയ്ക്ക് ആകൃഷ്ടനായിരുന്നു.

അവസാനം രാജാവിന്റെ പ്രാർഥന ഫലിച്ചു. ഒളിമ്പസിലെ ദേവന്മാർ അദ്ദേഹത്തിന്റെ പ്രാർഥനകളെ സഫലമാക്കി.

പ്രതിമയുടെ പാദങ്ങൾ ചലിച്ചു. കൈകൾ ചലിച്ചു. അത് ജീവനുള്ള ഒരു മനുഷ്യസ്ത്രീയായി രാജാവിനടുത്തേക്ക് നടന്നുവന്നു.

പിഗ്മാലിയൻ ഗല്യാത എന്ന പ്രതിമപ്പെണ്ണിനെ വിവാഹം കഴിച്ചു. കൊട്ടാരത്തിലെ രാജ്ഞിയായി അവൾ അദ്ദേഹത്തോടൊപ്പം ദീർഘകാലം ജീവിച്ചു.

ബെല്ലറോഫോന്റെ ധീരകൃത്യങ്ങൾ

കോറിന്തിലെ രാജാവായ സിസിഫസ് രാജാവിന്റെ ചെറു മകനായിരുന്നു ബെല്ലറോഫോൻ. കായികശക്തിയിലും ബുദ്ധി യിലും അവനെ വെല്ലാൻ ആരുമില്ലായിരുന്നു.

ഒരിക്കൽ അവൻ ബെല്ലറൂസ് എന്ന പോരാളിയുമായി കോറി ന്തിൽ വച്ച് ഒരു പോരാട്ടമത്സരം നടത്തി. ബെല്ലറൂസ് തികഞ്ഞ ഒരു പോരാളിയായിരുന്നു. തനിക്ക് തോൽവി സംഭവിക്കുമെന്ന് ഉറപ്പായപ്പോൾ ബെല്ലറോഫോൻ ബെല്ലറൂസിനെ ചതിച്ചുകൊന്നു.

ബെല്ലറൂസിനെ ചതിച്ച് കൊന്നാണ് ബെല്ലറോഫോൻ വിജയം വരിച്ചതെന്ന് കോറിന്തിലെ നാട്ടുകാർ മുഴുവൻ അറി ഞ്ഞു. ഇവിടെ നിന്നാൽ അപകടമാണെന്ന് മനസിലാക്കിയ അവൻ അവിടെനിന്ന് ഒളിച്ചോടിപ്പോയി. പ്രീത്തൂസ് രാജാവിന്റെ പക്കലേക്കാണ് അവൻ ചെന്നെത്തിയത്. കൊട്ടാരത്തിൽ അവന് നല്ല സ്വീകരണമാണ് ലഭിച്ചത്.

പ്രീത്തൂസ് രാജാവിന്റെ രാജ്ഞി ആൻറിയ ബെല്ലറോഫോ നോട് വിവാഹാഭ്യർഥന നടത്തി. പക്ഷേ രാജാവിന്റെ അതിഥി യായി കഴിയുന്ന അവന് രാജ്ഞിയുടെ വാക്കുകൾ ധിക്കരിക്കേ ണ്ടിവന്നു. തന്റെ വാക്കുകൾ നിഷേധിച്ച ഇവനെ ഒരു പാഠം പഠിപ്പിക്കണമെന്ന് രാജ്ഞി വിചാരിച്ചു.

രാജാവിനോട് ഒരുദിവസം അവർ വലിയൊരു നുണ പറ

ഞ്ഞു. ബെല്ലറോഫോൺ തന്നോട് വിവാഹാഭ്യർഥന നടത്തിയെന്നതായിരുന്നു കല്ലുവച്ച ആ നുണ.

രാജാവ് കോപംകൊണ്ട് വിറച്ചു. താൻ അഭയം കൊടുത്തവൻ തനിക്കെതിരെ തിരിയുന്നോ. അവനെ ശരിപ്പെടുത്തിയിട്ടുതന്നെ കാര്യം.

കോപമൊന്നടങ്ങിയപ്പോൾ രാജാവിന് അവനെ കൊല്ലുന്നതിൽ മനഃപ്രയാസമുണ്ടായി. തന്റെ മുന്നിൽ അഭയവുമായെത്തിയ അവനെ താനാണ് രക്ഷിച്ചത്. രക്ഷിച്ച കൈകൊണ്ട് ശിക്ഷിക്കുകയെന്നാൽ വലിയ പ്രയാസം തന്നെ. പുറമെ അവനോട് യാതൊരു അനിഷ്ടവും രാജാവ് കാണിച്ചിരുന്നില്ല.

ഒരുദിവസം പ്രീത്തൂസ് രാജാവ് ബെല്ലറോഫോനെ അടുത്തുവിളിച്ചു, ഒരു കത്ത് അവനെ ഏൽപ്പിച്ചു. ആ കത്ത് ആൻറിയയുടെ പിതാവിനുള്ളതായിരുന്നു. ലിസിയാ രാജ്യത്തെ രാജാവായ ഇയോബേറ്റസ് ആയിരുന്നു രാജ്ഞിയുടെ പിതാവ്. കത്ത് തുറന്നുനോക്കാതെ ഇയോബേറ്റസിനെ ഏൽപ്പിക്കണമെന്ന് രാജാവ് അവനോട് പറഞ്ഞു.

“അങ്ങയുടെ പുത്രിയോട് വിവാഹാഭ്യർഥന നടത്തിയവനാണ് ഈ എഴുത്തുമായി വരുന്നത്. ഉചിതമായ ശിക്ഷ ഇവന് നൽകുക.” ഇതായിരുന്നു കത്തിന്റെ ഉള്ളടക്കം.

ബെല്ലറോഫോൺ ഇതൊന്നുമറിയാതെ ലിസിയാ രാജ്യത്തെത്തി കത്ത് ഇയോബേറ്റസിന് കൊടുത്തു. അദ്ദേഹം കത്തു വായിച്ച് അവനെ അടിമുടിയൊന്നു നോക്കി. ഉള്ളിലുയർന്ന കോപം രാജാവ് പുറമെ കാണിച്ചില്ല. ദൂതനായി വന്നവനെ കൊല്ലുന്നത് രാജനീതിയല്ല. മാത്രമല്ല, അവനെ കൊല്ലുന്നതിനുള്ള കാരണം പുറത്തുപറയാൻ കഴിയില്ല. ഒരു കാരണവുമില്ലാതെ അപരിചിതനായ ഒരു യുവാവിനെ കൊന്നു എന്നത് തന്റെ ഭരണത്തിന് എക്കാലവും ചീത്തപ്പേരായിരിക്കും.

ഇയോബേറ്റസ് ഇങ്ങനെ ആലോചിച്ചതിനുശേഷം ബെല്ലറോഫോനോട് പറഞ്ഞു: “നീ കരുത്തനായ ഒരു പോരാളിയാണെന്നാണ് കത്തിൽ എഴുതിയിരിക്കുന്നത്. ഞാൻ നിന്നെയൊരു ജോലി ഏൽപ്പിക്കുകയാണ്. എന്റെ രാജ്യത്തെയും പ്രജകളെയും നിരന്തരം ശല്യം ചെയ്തുകൊണ്ടിരിക്കുന്ന കിമറോ എന്ന

ഭീകരസത്വത്തെ നീ നശിപ്പിക്കണം. എന്താ നിനക്ക് സമ്മതമാണോ?" രാജാവ് ചോദിച്ചു.

ഇത് ഒരു വെല്ലുവിളിപോലെയാണ് ബെല്ലറോഫോന് തോന്നിയത്. ഈ വെല്ലുവിളി ഏറ്റെടുക്കുകതന്നെ.

"എനിക്ക് സമ്മതമാണ്."

രാജാവിന് സന്തോഷമായി. ഇവൻ വിജയിച്ചാൽ കിമറോയുടെ ശല്യം തീരും. പരാജയപ്പെട്ടാൽ തന്റെ മകളോട് വിവാഹാഭ്യർഥന നടത്തിയ ഇവനുള്ള ശിക്ഷയുമാകും. എങ്ങനെയായാണെങ്കിലും ലാഭം തനിക്കുതന്നെ.

സ്വന്തം ജീവൻ തന്നെ നഷ്ടപ്പെടാവുന്ന അത്യന്തം അപകടകരമായ ഒരു ദൗത്യമാണ് താൻ ഏറ്റെടുത്തിരിക്കുന്നതെന്ന് അവൻ മനസിലാക്കി. എന്തുവന്നാലും പിന്നോട്ടില്ലെന്ന് അവൻ ദൃഢനിശ്ചയം ചെയ്തു.

ഉടൻതന്നെ കിമറോയെ അന്വേഷിച്ച് അവൻ കൊട്ടാരത്തിൽനിന്ന് ഇറങ്ങി.

ഒരു മലഞ്ചെരുവിലെ വലിയൊരു ഗുഹയിലാണ് ആ ഭീകരജീവി കിടക്കുന്നത്. മൂന്നുതലകൾ അതിനുണ്ടായിരുന്നു. ഒരു തല സിംഹത്തിന്റേതും മറ്റൊരുതല ആടിന്റെയും. മൂന്നാമത്തെ തല സർപ്പത്തിന്റേതുമായിരുന്നു. അതിന്റെ വായിൽനിന്ന് എപ്പോഴും തീനാളങ്ങൾ പുറത്തേക്കുവരും. കിമറോ എന്ന ഭീകരസത്വത്തെ ദൂരെനിന്നുപോലും കണ്ടാൽ പേടിതോന്നും. അത്രയ്ക്ക് അക്രമകാരിയായ അതിനെ കീഴ്പ്പെടുത്താൻ സാധിക്കുമോ? തന്റെ ശക്തി മുഴുവൻ ചോർന്നുപോകുന്നതായി അവന് തോന്നി.

ഈ ജന്തുവിനെ തറപറ്റിക്കാൻ പറ്റിയ ഉപദേശങ്ങൾ തരാൻ കഴിയുന്നവർ ആരുണ്ട്? പെട്ടെന്നാണ് അവൻ പോളിയിദൂസിനെ ഓർമിച്ചത്. പ്രവാചകനാണ് അദ്ദേഹം. നേരെ അങ്ങോട്ട് പോവുകതന്നെ.

കാര്യമൊക്കെ കേട്ടുകഴിഞ്ഞ് പോളിയിദൂസ് കുറെ നേരം മൗനമായി ഇരുന്നു. എന്നിട്ട് പറഞ്ഞു: "ബെല്ലറോഫോൻ, നീ വലിയൊരു സാഹസത്തിനാണ് മുതിരുന്നത്. ജീവൻ തന്നെ നഷ്ടപ്പെടാൻ സാധ്യതയുള്ള ഒരു സാഹസം."

"അതെ, അതെനിക്കറിയാം. പക്ഷേ ഞാൻ എന്റെ തീരുമാ

നത്തിൽനിന്ന് പിന്നോട്ടില്ല. എന്റെ പാത സുഗമമാക്കാനുള്ള വഴി വല്ലതും അങ്ങേക്ക് പറഞ്ഞുതരാൻ കഴിയുമോ എന്നറിയാൻ മാത്രമാണ് ഞാനിവിടെ വന്നത്."

പ്രവാചകന് അവന്റെ ആത്മവിശ്വാസത്തിൽ മതിപ്പു തോന്നി. അദ്ദേഹം പറഞ്ഞു: "കിമറോയെ കീഴടക്കണമെങ്കിൽ നീ ഒരു കുതിരയെ വാങ്ങണം. മിന്നൽവേഗത്തിൽ പായുന്ന ഒരു കുതിര. ആ കുതിര എവിടെയുണ്ടെന്നും ഞാൻ പറഞ്ഞുതരാം. ഭൂമിയിലുള്ള കുതിരകൾക്കൊന്നും മിന്നൽവേഗതയില്ലെന്ന് നിന്നോട് പ്രത്യേകം പറയേണ്ടതില്ലല്ലോ. പക്ഷേ ഹെലിക്കോൺ മലയിൽ ഒരു കുതിരയുണ്ട്. ചിറകുള്ള കുതിര."

"ചിറകുള്ള കുതിരയോ?" അവനത് വിശ്വസിക്കാൻ കഴിഞ്ഞില്ല.

അതെ ചിറകുള്ള കുതിര തന്നെ. ആ കുതിരയ്ക്ക് മിന്നൽവേഗത്തിൽ പായാൻ കഴിയും. മാത്രമല്ല, അവൻ പക്ഷികളെപ്പോലെ വേഗത്തിൽ പറക്കുകയും ചെയ്യും. പെഗാസസ് എന്നാണ് ആ കുതിരയുടെ പേര്. "പക്ഷേ ഒരു പ്രശ്നമുണ്ട്, പെഗാസസിനെ മെരുക്കിയെടുക്കണം."

"അതൊക്കെ ഞാനേറ്റു." ബെല്ലറോഫോൻ പറഞ്ഞു.

"അതെ. പക്ഷേ ഹെലിക്കോൺ പർവതനിരകളിൽ എവിടെയാണ് പൈഗാസസ് എന്ന് കണ്ടുപിടിക്കണ്ടേ, എന്നിട്ടല്ലേ മെരുക്കിയെടുക്കുന്ന കാര്യം. നീ വിഷമിക്കേണ്ട അതും ഞാൻ പറഞ്ഞുതരാം."

"പെഗാസസ് കുതിര പിരണീസ് പർവതത്തിൽനിന്ന് ഉത്ഭവിക്കുന്ന അരുവിയിൽനിന്ന് വെള്ളം കുടിക്കാൻ പലപ്പോഴും എത്തുന്നുണ്ട്. പക്ഷേ മനുഷ്യരെ കണ്ടാൽ മിന്നൽവേഗത്തിൽ അത് അപ്രത്യക്ഷമാവും. പക്ഷേ മാന്ത്രികശക്തിയുള്ള കടിഞ്ഞാണും വാളും നിനക്ക് ഞാൻ നൽകുന്നു."

പോളിയിദൂസിൽനിന്ന് വാളും കടിഞ്ഞാണും വാങ്ങി അവൻ കുതിരയെ മെരുക്കുവാൻ യാത്രയായി. പിരണീസ് മലയിൽനിന്ന് ഒഴുകുന്ന അരുവിയുടെ കരയിൽ പറക്കും കുതിര വെള്ളം കുടിക്കാൻ വരുന്നതും നോക്കി ബെല്ലറോഫോൻ കാത്തു നിന്നു.

അപ്പോഴാണ് അരുവിയിൽനിന്ന് വെള്ളമെടുക്കാൻ കുടവുമേന്തി ഒരു പെൺകുട്ടി അവിടെയെത്തിയത്. അവൻ അവളോട്

ചോദിച്ചു: "ഇതു തന്നെയല്ലേ പിരണീസ് മലയിൽനിന്നുത്ഭവിക്കുന്ന അരുവി?"

"അതെ," അവൾ മറുപടി പറഞ്ഞു. അവന്റെ കൈയിലിരുന്ന കടിഞ്ഞാൺ കണ്ടിട്ട് ആ പെൺകുട്ടി ചോദിച്ചു: "താങ്കളുടെ കുതിര നഷ്ടപ്പെട്ടുപോയെന്നു തോന്നുന്നല്ലോ?"

"കുതിരയെ നഷ്ടപ്പെട്ടതല്ല, നേടാൻ വന്നതാണ്. പെഗാസസ് എന്നുപേരുള്ള ഒരു പറക്കും കുതിരയെ കുറിച്ച് നീ കേട്ടിട്ടില്ലേ?"

"ഉണ്ട്, വെളുത്ത ചിറകുകളുള്ള ഒരു കുതിര ഈ അരുവിയിൽ വെള്ളം കുടിക്കാൻ വരുമെന്ന് പറഞ്ഞുകേട്ടിട്ടുണ്ട്. പക്ഷേ ഞാനിതുവരെ കണ്ടിട്ടില്ല." പെൺകുട്ടി പറഞ്ഞു.

അപ്പോൾ അത് വഴി ഒരു വൃദ്ധൻ വരുന്നുണ്ടായിരുന്നു. അദ്ദേഹത്തോട് അവൻ പറക്കും കുതിരയെക്കുറിച്ച് ചോദിച്ചു. വൃദ്ധൻ പറഞ്ഞു: "അതൊക്കെ ആരോ പറഞ്ഞു പരത്തിയ കെട്ടുകഥകളല്ലേ കുട്ടീ. എനിക്ക് ഇതിലൊന്നും വലിയ വിശ്വാസമില്ല."

പെൺകുട്ടിയും വൃദ്ധനും അവരുടെ വഴിക്ക് പോയി. ബെല്ലറോഫോൻ പ്രതീക്ഷ കൈവിടാതെ അവിടെത്തന്നെ നിന്നു. കുറച്ചുകഴിഞ്ഞപ്പോൾ ഒരു യുവാവ് അരുവിയിൽ കുളിക്കാൻ വന്നു. അവനോടും ബെല്ലറോഫോൻ തന്റെ ചോദ്യം ആവർത്തിച്ചു.

യുവാവ് പറഞ്ഞു: "നിങ്ങൾ പറഞ്ഞ ഈ പറക്കും കുതിരയെ ഒരിക്കൽ ഞാൻ കണ്ടുവെന്നാണ് തോന്നുന്നത്. വളരെ ഉയരത്തിൽ ഒരു മിന്നായംപോലെ പറന്നു പോകുന്നത് കണ്ടുവെന്നാണ് എന്റെ ഓർമ."

അവനിൽ പ്രതീക്ഷയുടെ ഒരു മിന്നലാട്ടമുണ്ടായി. അൽപ്പനേരം കൂടി കാത്തിരിക്കുകതന്നെ, അവൻ വിചാരിച്ചു.

യുവാവ് കുളികഴിഞ്ഞ് പോയതിനുശേഷം കുറച്ചുകഴിഞ്ഞപ്പോൾ ഒരു കുട്ടി അരുവിയുടെ തീരത്തുവന്നിരുന്ന് കടലാസ് തോണിയുണ്ടാക്കി ഒഴുക്കാൻ തുടങ്ങി. അവൻ ആ കുട്ടിയുടെ അരികിലെത്തി. കുട്ടിയെ വാത്സല്യപൂർവം തലോടിക്കൊണ്ട് അവൻ ചോദിച്ചു: "മോനേ.. നീ വെളുത്തചിറകുകളുള്ള വെള്ളക്കുതിരയെ കണ്ടിട്ടുണ്ടോ?"

"ഉണ്ട് മാമാ.. ഞാൻ കണ്ടിട്ടുണ്ട്. ഇവിടെ വന്ന് അത് വെള്ളം കുടിക്കും. എന്നിട്ട് ആ കാണുന്ന പുൽമേട്ടിൽ കുറെനേരം മേഞ്ഞുനടക്കും. എന്നിട്ട് ഉടൻതന്നെ ചിറകുവിടർത്തി ആകാശ

ത്തിലൂടെ പറന്നുമറയുന്നത് കാണാം."

ഈ കുട്ടിപറയുന്നതാണ് സത്യമെന്ന് ബെല്ലറോഫോന് തോന്നി. ഇനിയും കാത്തിരിക്കുക തന്നെ. ആ കുട്ടിയും അവനോടൊപ്പം പറക്കും കുതിരയെ കാത്തിരുന്നു. ദിവസങ്ങൾ കടന്നുപോയി. പെഗാസസ് വരുന്നതിന്റെ ഒരു ലക്ഷണവും കണ്ടില്ല. കുട്ടി കടലാസ് തോണി ഒഴുക്കി കളിച്ചുകൊണ്ടിരുന്നു. പെട്ടെന്ന് ആ കുട്ടി വിളിച്ചുപറഞ്ഞു: "മാമാ അതാ പറക്കും കുതിര ആ ആഴമുള്ള ജലാശയത്തിൽ."

ബെല്ലറോഫോന് തന്റെ കണ്ണുകളെ വിശ്വസിക്കാൻ കഴിഞ്ഞില്ല. കുട്ടി പറഞ്ഞത് ശരിയാണ്. പെഗാസസ് അരുവിയിലെ ആഴമുള്ള ജലാശയത്തിലേക്ക് നീങ്ങുകയാണ്.

വാളും മാന്ത്രിക കടിഞ്ഞാണുമെടുത്തുകൊണ്ട് ബെല്ലറോഫോനും കുട്ടിയും കരയിലൂടെ പതുങ്ങിപ്പതുങ്ങി നീങ്ങി.

വെള്ളം കുടിച്ചതിനുശേഷം കുതിര കിടന്നുറങ്ങാൻ സാധ്യതയുള്ള മരം കുട്ടി കാണിച്ചുകൊടുത്തു. അവർ ആ മരത്തിൽ കയറി ഒളിച്ചിരുന്നു.

പെഗാസസ് തന്റെ വെള്ളച്ചിറകൊതുക്കി വെള്ളം കുടിച്ചു. അതിനുശേഷം ചുറ്റും നോക്കി. ആരുമില്ലെന്ന് ഉറപ്പായതിനുശേഷം ആ വൃക്ഷത്തിനടുത്തെത്തി. മനുഷ്യസാന്നിധ്യമില്ല എന്നുറപ്പുവരുത്താൻ ചുറ്റിലും നോക്കിയതിനുശേഷം മരച്ചുവട്ടിൽ കിടന്നുറങ്ങാൻ തുടങ്ങി.

കുതിര ഉറക്കം പിടിച്ചെന്ന് മനസിലാക്കിയ ബെല്ലറോഫോൻ ശബ്ദമുണ്ടാക്കാതെ മരത്തിൽനിന്നിറങ്ങി കുതിരയുടെ പുറത്തു കയറി ഇരിപ്പുറപ്പിച്ചു. എന്നിട്ട് മാന്ത്രിക കടിഞ്ഞാൺ അണിയിച്ചു.

പെട്ടെന്ന് കുതിര ഞെട്ടിയുണർന്നു. തന്റെ പുറത്ത് എന്തോ ഭാരമിരിക്കുന്നതായി കുതിരയ്ക്ക് തോന്നി. അത് വെള്ളിച്ചിറകുകൾ വിടർത്തി പറക്കാൻ തുടങ്ങി. ബെല്ലറോഫോൻ കുതിരയുടെ പുറത്ത് അള്ളിപ്പിടിച്ചിരുന്നു. ഇതിനിടയിൽ കുട്ടിയോട് യാത്ര പറയാൻ അവൻ മറന്നില്ല.

ആകാശത്ത് ഒരു പൊട്ടുപോലെ കുതിരയും ബെല്ലറോഫോനും മറഞ്ഞുപോകുന്നതും നോക്കി കുട്ടി നിന്നു.

പെഗാസസിനെ വളരെ പെട്ടെന്നു തന്നെ ബെല്ലറോഫോൻ

മെരുക്കിയെടുത്തു. ഈ മനുഷ്യന് തന്നോട് വളരെ ഇഷ്ടമാണെന്ന് കുതിര മനസിലാക്കി. വിട്ടുപിരിയാനാവാത്തവിധം അവർ തമ്മിൽ ഹൃദയബന്ധം ഉടലെടുത്തു.

ഇനി തന്റെ ദൗത്യം ആരംഭിക്കാൻ സമയമായെന്ന് ബെല്ലറോഫോൻ മനസിലാക്കി. അവൻ കുതിരപ്പുറത്തുകയറി കിമറോയെ ലക്ഷ്യമാക്കി നീങ്ങി.

കിമറോയുടെ തലയ്ക്ക് മുകളിലൂടെ കുതിര പാഞ്ഞു. കുതിരപ്പുറത്തിരുന്ന ബെല്ലറോഫോൻ തന്റെ വാളെടുത്ത് കിമറോയുടെ തല ലക്ഷ്യമാക്കി വീശി. മൂന്നുതലയുള്ള ആ സത്വത്തിന്റെ ഒരു തല അവന്റെ വാൾ പ്രയോഗത്തിൽ അറ്റുവീണു. ആടിന്റെ തലയാണ് വെട്ടേറ്റു വീണത്.

കുതിരയെ അവൻ വീണ്ടും കിമറോയുടെ തലയ്ക്ക് മുകളിലൂടെ പായിച്ചു. അവൻ വാൾ വീശി. പാമ്പിൻ തലയാണ് ഇത്തവണ അറ്റുവീണത്. അടുത്തത് സിംഹത്തല, അതും അവന്റെ വാൾപ്രയോഗത്തിൽ അറ്റുവീണു.

അങ്ങനെ എല്ലാവരുടെയും പേടിസ്വപ്നമായ കിമറോ എന്ന സത്വം കാലപുരിപൂകി. ഉടൻതന്നെ അവർ പഴയ അരുവിയുടെ കരയിലേക്കാണ് പറന്നത്. പെഗാസസിനെയും ബെല്ലറോഫോനെയും കാത്ത് കുട്ടി അവിടെ നിൽപ്പുണ്ടായിരുന്നു. അവൻ പറക്കും കുതിരയുടെ പുറത്തിരുന്ന് കുറെ ദൂരം സഞ്ചരിച്ചു. ആ കുട്ടി പിൽക്കാലത്ത് ഗ്രീസിലെ അറിയപ്പെടുന്ന കവിയായിത്തീർന്നു. അങ്ങനെ ഭൂമിയിലും സ്വർഗത്തിലും അവന്റെ കീർത്തി പരന്നു.

തന്റെ ദൗത്യം പൂർത്തീകരിച്ചത് ഇയാബേറ്റസിനെ അറിയിക്കുന്നതിനായി പെഗാസസിന്റെ പുറത്തുകയറി ബെല്ലറോഫോൻ കൊട്ടാരത്തിലേക്കു തിരിച്ചു. കിമറോയെ വകവരുത്തിയെന്നറിഞ്ഞ രാജാവ് ഉള്ളാലെ സന്തോഷിച്ചു. അപകടം നിറഞ്ഞ അടുത്ത ദൗത്യം ഏൽപ്പിക്കുവാനുള്ള ആലോചനയിലായിരുന്നു രാജാവ്.

ബെല്ലറോഫോനും കടൽക്കൊള്ളക്കാരും

ഇയോബേറ്റസ് രാജാവ് ബെല്ലറോഫോന് അടുത്ത പണി കൊടുത്തു.

"നീ കിമറോയെ വധിച്ചത് നല്ലകാര്യംതന്നെ. പക്ഷേ ഇനിയും ചില ദൗത്യങ്ങൾ കൂടി നിന്നെ ഏൽപ്പിക്കുകയാണ്."

ഇതുകേട്ടതും അവന് നല്ല ദേഷ്യമാണ് വന്നത്. പക്ഷേ പുറത്തുകാണിച്ചില്ല. "പറയൂ മഹാരാജൻ ഞാനെന്താണ് അങ്ങേയ്ക്കായി ചെയ്യേണ്ടത്?" എന്നാണ് അവൻ ചോദിച്ചത്.

രാജാവിന് സന്തോഷമായി. "എന്റെ രാജ്യത്തുവന്ന് നിരന്തരം ആക്രമണം നടത്തുന്ന സോളിമിയന്മാരെയും അവരുടെ സഹായികളായ ആമസോൺകാരെയും നീ തുരത്തണം."

രാജാവിന്റെ വാക്കുകൾ ഒരു വെല്ലുവിളിപോലെയാണ് അവന് തോന്നിയത്. ഉടൻതന്നെ പറക്കുംകുതിരയുടെ പുറത്തുകയറി ബെല്ലറോഫോൻ മിന്നൽപോലെ മറഞ്ഞു.

അവൻ നേരെപോയത് സോളിമിയൻ സൈന്യത്തിനടുത്തേക്കാണ്. പോയത്. സോളിമിയന്മാർ നോക്കുമ്പോൾ ആയുധധാരിയായി ഒറ്റയ്ക്ക് ഒരാൾ കുതിരപ്പുറത്ത് തങ്ങൾക്കുനേരെ വരുന്നു. അവർ അത് കാര്യമാക്കാൻ പോയില്ല. എന്നാൽ ബെല്ലറോഫോൻ അവരെ വെല്ലുവിളിച്ചപ്പോഴാണ് ഇത് വെറും കളിയല്ല എന്നവർക്ക് മനസിലായത്.

"സോളിമിയൻ പടയാളികളേ.... അവരുടെ മൂടുതാങ്ങികളായ

ആമസോൺകാരേ നിങ്ങൾ എത്രയും വേഗം ഈ രാജ്യത്തിന്റെ അതിർത്തിവിട്ടു പോകുന്നതാണ് നല്ലത്. എനിക്ക് വെറുതെ പണി യുണ്ടാക്കരുത്.

ഒരാൾ ഒറ്റയ്ക്ക് വന്ന് വെല്ലുവിളിച്ചത് സൈനികർക്ക് വലിയ നാണക്കേടായി. സൈന്യത്തലവൻ പരിഹാസത്തോടെ പറഞ്ഞു: “നീ എന്തു വിചാരിച്ചു ഞങ്ങളെക്കുറിച്ച്. നിന്നെപ്പോലുള്ള ഭ്രാന്തന്മാർ വന്ന് എന്തെങ്കിലും പറയുന്നത് കേട്ട് ഞങ്ങൾ തിരി ച്ചുപോകുമെന്നോ. ജീവൻ വേണമെങ്കിൽ വന്നവഴിയേ തിരിച്ചു വിട്ടോ....”

ഇതു കേട്ട് ബെല്ലറോഫോൻ പറഞ്ഞു: “നിങ്ങളുടെ ഭീഷ ണിയൊന്നും എന്റെയടുത്ത് ചെലവാകില്ല. നിങ്ങൾ കുറെപ്പേരു ണ്ടായിരിക്കും പക്ഷേ എന്റെ വാളിനുമുമ്പിൽ അതൊന്നുമെനിക്ക് പ്രശ്നമല്ല.”

സൈന്യത്തലവൻ ഇതുകേട്ടതും കോപംകൊണ്ട് വിറച്ചു. സൈന്യത്തോട് അവന്റെ തലയെടുക്കാൻ അയാൾ ആജ്ഞാപി ച്ചു. വാളും പരിചയുമായി സോളിമിയൻ സൈന്യം മുന്നോട്ടടു ത്തു. പറക്കും കുതിര തൽക്ഷണം ബെല്ലറോഫോനെയും കൊണ്ട് മുകളിലേക്ക് പറന്നു.

പെഗാസസ് കുതിരയുടെ മിന്നൽവേഗത്തിലുള്ള നീക്കങ്ങ ളിൽ എന്തുചെയ്യണമെന്നറിയാതെ സൈന്യം കുഴങ്ങി. നിലത്തു നിന്നിട്ടല്ലല്ലോ ബെല്ലറോഫോൻ പൊരുതുന്നത്. അവന്റെ വാൾത്തിളക്കം മാത്രമേ കാണാനുള്ളൂ. സോളിമിയിൻ സൈന്യം നിലംപരിശായി.

ഇയാബേറ്റസ് രാജാവിനുമുമ്പിൽ ബെല്ലറോഫോൻ അഭി മാനത്തോടെ ചെന്നുനിന്നു. രാജാവ് പറഞ്ഞു: “ഈ ദൗത്യ ത്തിലും നീ വിജയം കൈവരിച്ചിരിക്കുന്നു. അതുകൊണ്ടുതന്നെ മറ്റൊരു കാര്യം കൂടി ഞാൻ നിന്നെ ഏൽപ്പിക്കുകയാണ്.”

ഇതുകേട്ടതും അവന് ദേഷ്യം നിയന്ത്രിക്കാൻ കഴിഞ്ഞില്ല. “അങ്ങ് ഇങ്ങനെ ഓരോ ദൗത്യമെന്നും പറഞ്ഞ് സ്വന്തം ജീവൻ അപായത്തിലാകുന്ന ഓരോ കാര്യങ്ങളാണ് നൽകുന്നത്. എന്താണ് ഇതിന്റെ പിന്നിലെന്ന് അറിഞ്ഞാൽ കൊള്ളാം.”

“നീ ധീരനാണെന്ന് എനിക്ക് ബോധ്യം വരണമെങ്കിൽ ഒരു കാര്യം കൂടി നീ ചെയ്യണം.” രാജാവ് പറഞ്ഞു: “നിന്റെ ധീര

തയെ അളന്നുകൊണ്ടിരിക്കുകയാണ് ഞാൻ."

"ഇനി എന്താണ് ഞാൻ അങ്ങേക്കായി ചെയ്യേണ്ടത്?" ബെല്ല റോഫോൻ ചോദിച്ചു.

"ലിസിയാ രാജ്യത്ത് കുറെ കടൽക്കൊള്ളക്കാർ കഴിയുന്നുണ്ട്. സാന്തൂസ് പ്രദേശം മുഴുവൻ ഇപ്പോൾ അവരുടെ അധീനതയിലാണ്. അവരെ നീ നശിപ്പിക്കണം. കൈമറൂസ് എന്ന ക്രൂരനായ കൊള്ളക്കാരനാണ് അവരുടെ നേതാവ്."

"ശരി ഞാനിതാ അവരെ തുരത്താൻ പുറപ്പെടുകയായി." എന്നുപറഞ്ഞുകൊണ്ട് അവൻ കൊട്ടാരത്തിൽനിന്ന് ഇറങ്ങി. കടൽക്കൊള്ളക്കാർ അധിവസിക്കുന്ന സാന്തൂസിലേക്കാണ് അവൻ പോയത്. കൂടെ പറക്കുംകുതിരയും ഉണ്ടായിരുന്നു. കുതിരയുടെ പുറത്തുകയറി ഒരു ആകാശസഞ്ചാരം നടത്തിയപ്പോൾ കൊള്ളക്കാരുടെ സങ്കേതങ്ങളെല്ലാം അവന് മനസിലായി. കടൽക്കൊള്ളക്കാരുടെ നേതാവായ കൈമറൂസ് താമസിക്കുന്ന രഹസ്യ സങ്കേതവും അവൻ കണ്ടെത്തി. ഒരു രാജാവിനെപ്പോലെയാണ് കൈമറൂസ് അവിടെ കഴിഞ്ഞിരുന്നത്. ഇവനെ കീഴ്പ്പെടുത്തിയാൽ കടൽക്കൊള്ളക്കാരെ മുഴുവൻ നശിപ്പിക്കുവാൻ എളുപ്പമാണ്. പക്ഷേ കൈമറൂസ് കരുത്തനും കായികാഭ്യാസിയുമാണ്. വളരെ സൂക്ഷിച്ച് പെരുമാറിയില്ലെങ്കിൽ തന്റെ ജീവൻപോലും അപായത്തിലാകുമെന്ന് ബെല്ലറോഫോൻ മനസിലാക്കി.

കൈമറൂസ് വലിയൊരു കപ്പലിലാണ് കഴിയുന്നത്. പെഗാസസിന്റെ പുറത്തുകയറി അവൻ കൈമറൂസിന്റെ അടുത്തെത്തി. ക്ഷണനേരം കൊണ്ട് തന്റെ മാന്ത്രികവാളാൽ ബെല്ലറോഫോൻ കൈമറൂസിന്റെ തലയറുത്തിട്ടു.

പെട്ടെന്ന് കടൽക്കൊള്ളക്കാർ ആയുധങ്ങളുമായി പാഞ്ഞടുത്തു. പക്ഷേ പറക്കുംകുതിരയുടെ പുറത്തിരുന്ന് ആകാശത്തുനിന്ന് യുദ്ധം ചെയ്യുന്ന ബെല്ലറോഫോനെ തൊടാൻപോലും അവർക്ക് കഴിഞ്ഞില്ല. മുഴുവൻ കടൽക്കൊള്ളക്കാരെയും അവൻ തന്റെ വാളിനിരയാക്കി.

വിജയശ്രീലാളിതനായി ബെല്ലറോഫോൻ തിരിച്ചെത്തിയതറിഞ്ഞ് ഇയോബേറ്റസ് അത്ഭുതപ്പെട്ടു. കടൽക്കൊള്ളക്കാരുടെ ഇരയായിത്തീരുമെന്ന് താൻ പ്രതീക്ഷിച്ചവൻ തനിക്കുമുമ്പിൽ

തലയുയർത്തിനിൽക്കുകയാണ്.

രാജാവ് പറഞ്ഞു: "നിന്റെ ദൗത്യങ്ങളെല്ലാം അവസാനിച്ചിരിക്കുന്നു. പക്ഷേ സമ്മാനങ്ങളോ ബഹുമതികളോ നീ എന്നിൽ നിന്ന് പ്രതീക്ഷിക്കരുത്. കാരണം നീ എന്റെ അടിമയാണ്."

രാജാവിന്റെ വാക്കുകൾ കേട്ട് അവൻ അമ്പരന്നു. "അടിമയോ.. അങ്ങ് എന്താണീ പറയുന്നത്."

"അതെ, നീ അടിമമാത്രമല്ല കുറ്റാവാളികൂടിയാണ്. എന്റെ പുത്രി ആൻറിയയോട് വിവാഹാഭ്യർഥന നടത്തിയവനല്ലേ നീ. നിനക്ക് ശിക്ഷനൽകുന്നതിനാണ് പ്രീത്തൂസ് രാജാവ് നിന്നെ ഇങ്ങോട്ട് അയച്ചത്. ഏതായാലും നീ വന്നതുകൊണ്ട് എന്നെ അലട്ടിക്കൊണ്ടിരുന്ന ചില പ്രശ്നങ്ങൾ ഒഴിഞ്ഞുകിട്ടി. എന്നാലും ശിക്ഷയിൽനിന്ന് നിന്നെ ഞാൻ ഒഴിവാക്കില്ല. ആരവിടെ, ഇവനെ പിടിച്ചുകെട്ടുക."

ഇതുകേട്ടതും മിന്നൽവേഗത്തിൽ ബെല്ലറോഫോൻ പുറത്തേക്ക് പാഞ്ഞു. പടയാളികൾ പാഞ്ഞെത്തിയപ്പോൾ കണ്ട കാഴ്ച അവൻ പറക്കും കുതിരയുടെ പുറത്തുകയറി ആകാശത്തിലൂടെ പറന്നുപോകുന്നതാണ്.

ബെല്ലറോഫോൻ നേരെ പോയത് സമുദ്രദേവനായ പോസിഡോണിന്റെ അടുത്തേക്കാണ്. അവൻ പോസിഡോണിനോട് ഇപ്രകാരം പ്രാർഥിച്ചു: "സമുദ്രദേവാ ഞാൻ ചെയ്യാത്ത കുറ്റത്തിന് ശിക്ഷ വിധിക്കപ്പെട്ടവനാണ്. ഇയാബേറ്റസ് രാജാവാണ് എനിക്ക് ശിക്ഷ വിധിച്ചത്. ഞാൻ തെറ്റുകാരനല്ലെന്ന് ആരും വിശ്വസിക്കുന്നില്ല. അങ്ങേക്കറിയാമല്ലോ ഞാൻ നിരപരാധിയാണെന്ന്. അങ്ങ് ഈ പ്രശ്നത്തിലിടപെട്ട് എന്നെ രക്ഷിക്കേണമേ."

സമുദ്രദേവൻ അവന്റെ പ്രാർഥനകേട്ടു. ധീരനായ ആ യുവാവിനെ രക്ഷിക്കാൻ തന്നെ പോസിഡോൺ തീരുമാനിച്ചു. യഥാർഥ തെറ്റുകാരി ആൻറിയയാണെന്ന് ദേവൻ മനസിലാക്കി.

സമുദ്രദേവന്റെ നിർദേശപ്രകാരം പെഗാസസിന്റെ പുറത്തുകയറി ബെല്ലറോഫോൻ കരയിലേക്ക് നടന്നു. പിറകേ തിരമാലകൾ അവനെ പിന്തുടർന്നു. അവന്റെ പിന്നിൽ കടൽ കയറിക്കയറി വന്നുകൊണ്ടിരുന്നു. ഗ്രാമങ്ങൾ വെള്ളത്തിനടിയിലായി. ജനങ്ങൾ പ്രാണരക്ഷാർഥം മലമുകളിലേക്ക് ഓടിപ്പോയി.

അവൻ നഗരത്തിലേക്ക് കുതിരയെ ഓടിച്ചു. പിന്നാലെ കടൽ

ആർത്തിരമ്പിവന്നുകൊണ്ടിരുന്നു. ലിസിയാ രാജ്യത്തിന്റെ ഭൂരിഭാഗം സ്ഥലവും വെള്ളത്തിനടിയിലായി. ഇയാബേറ്റസിന്റെ കൊട്ടാരത്തിലേക്കാണ് ബെല്ലറോഫോൻ നടന്നു നീങ്ങിയത്.

രാജാവ് നോക്കുമ്പോൾ അവനു പിന്നിൽ കടൽ ഇരമ്പിവരുന്നു. താനും തന്റെ കൊട്ടാരവും ഇപ്പോൾ മുങ്ങിച്ചാവുമെന്ന് രാജാവിന് മനസിലായി. കാര്യങ്ങൾ താൻ വിചാരിച്ചതുപോലെയല്ലെന്ന് ഇയാബേറ്റസിന് മനസിലായി. അദ്ദേഹം തന്റെ തെറ്റുകൾക്കെല്ലാം ബെല്ലറോഫോനോട് മാപ്പുചോദിച്ചു.

ബെല്ലറോഫോൻ രാജാവിനോട് ക്ഷമിച്ചു. കടലിനെ തിരിച്ചയച്ചു. പിന്നീട് ഇയാബേറ്റസിന്റെ കൊട്ടാരത്തിൽ അവൻ സസുഖം വാണു.

ഇയാബേറ്റസിന്റെ കാലശേഷം അവൻ ലിസിയാ രാജ്യത്തെ രാജാവായി. പറക്കുംകുതിരയായിരുന്നു, അവന്റെ പ്രിയപ്പെട്ട കൂട്ടുകാരൻ. ജനങ്ങളുടെ പ്രിയപ്പെട്ട രാജാവായി ബെല്ലറോഫോൻ ദീർഘകാലം രാജ്യം ഭരിച്ചു.

ദേവന്മാരും ടൈറ്റാന്മാരും

ക്രോണോസിന്റെ പുത്രന്മാരായിരുന്നു, സ്യൂസ്ദേവനും പോസിഡോണും ഹെയ്ഡ്സും. ക്രോണോസ് സ്വന്തം മക്കളെപ്പോലും സ്നേഹിക്കാത്തവനും അഹങ്കാരിയുമായിരുന്നു. തന്റെ അഭിപ്രായത്തിന് എതിര് നിൽക്കുന്ന ആരെയും അദ്ദേഹം ജീവനോടെ വയ്ക്കില്ല.

സ്യൂസ് ദേവൻ അടക്കമുള്ള മക്കൾ പിതാവിന്റെ ഈ സ്വേച്ഛാധിപത്യത്തെ എതിർക്കാൻ തന്നെ തീരുമാനിച്ചു. പക്ഷേ ഭൂമീദേവിയുടെ മക്കളായ ടൈറ്റാന്മാർ എന്നറിയപ്പെടുന്ന രാക്ഷസന്മാർ ക്രോണോസിന്റെ സഹായത്തിനുണ്ടായിരുന്നു.

ക്രോണോസുമായുള്ള മക്കളുടെ യുദ്ധം പത്തുവർഷം നീണ്ടുനിന്നു. അവസാനം ക്രോണോസ് അടിയറവു പറഞ്ഞു. അദ്ദേഹത്തോടൊപ്പം നിന്ന രാക്ഷസന്മാരെ സ്യൂസ് ദേവൻ ശിക്ഷിച്ചു. ദേവൻ അവരെ പാതാളത്തിലെ തടവറയിലേക്കയച്ചു.

അതിശക്തന്മാരായ ടൈറ്റാന്മാർ പാതാളത്തിലെ തടവറപൊളിച്ച് പുറത്തുവന്നു. തങ്ങളെ തടവറയിലാക്കിയ ദേവന്മാർക്കു നേരെ അവർ ശക്തമായ ആക്രമണം അഴിച്ചുവിട്ടു. ദേവന്മാർ പാർത്തിരുന്ന ഒളിമ്പസ് പർവതത്തിനുനേരെ വലിയ പാറകളും തീപ്പന്തങ്ങളുമെടുത്ത് അവർ എറിയാൻ തുടങ്ങി. എറിയാനായി കൊണ്ടുവന്ന കല്ലുകൾ കൂട്ടിയിട്ടപ്പോൾ ഒളിമ്പസ് പർവതത്തോളമുണ്ടായിരുന്നു.

ഏതായാലും ഒരു യുദ്ധം കൂടി വേണ്ടിവന്നേക്കുമെന്ന് സ്യൂസ് ദേവനു മനസിലായി. ടൈറ്റാന്മാർ രണ്ടും കൽപ്പിച്ചാണ്. അവരെ കീഴ്പ്പെടുത്തുക എളുപ്പമല്ല. അപ്പോഴാണ്, ഹീരാദേവിയുടെ പഴയ ഒരു പ്രവചനം അദ്ദേഹം ഓർത്തത്. പ്രവചനം ഇതായിരുന്നു: "സിംഹത്തിന്റെ തോലുടുത്ത ഒരുവന് മാത്രമേ ടൈറ്റാന്മാരെ കീഴ്പ്പെടുത്താനാകൂ."

ഹെർക്കുലീസിനെക്കുറിച്ചാണ് ദേവി പറഞ്ഞത്. ഈ പ്രവചനത്തെക്കുറിച്ച് ടൈറ്റാന്മാർക്കും അറിയാമായിരുന്നു. അതാണ് അവരെ കൂടുതൽ പ്രകോപിതരാക്കിയത്.

സ്യൂസ് ദേവൻ ദേവന്മാരെ മുഴുവൻ വിളിച്ചുചേർത്തു. അദ്ദേഹം പറഞ്ഞു: "യുദ്ധമല്ലാതെ മറ്റ് വഴികളൊന്നും നമ്മുടെ മുമ്പിലില്ല. ചെറുത്തുനിന്നില്ലെങ്കിൽ ടൈറ്റാന്മാർ ഒളിമ്പസ് മല കീഴടക്കും. യുദ്ധത്തിനുമുമ്പ് നമുക്ക് ചില മുൻകരുതലെടുക്കേണ്ടതുണ്ട്. മുറിവുപറ്റിയാൽ പെട്ടെന്ന് ഉണങ്ങുന്നതിനുള്ള മൃതസഞ്ജീവനിപ്പുല്ല് ധാരാളം കരുതണം. പുല്ല് കൊണ്ടുവരാൻ അഥീനിയെ ഏൽപ്പിക്കുന്നു."

അഥീനിദേവി ഉടൻതന്നെ മൃതസഞ്ജീവനിപ്പുല്ല് കൊണ്ടുവരാനായി പോയി. ഹെർക്കുലീസിനെയും ദേവി കൂടെക്കൂട്ടി.

ഇയോസ്, സെലീനി, ഹീലിയൂസ് തുടങ്ങിയവർ പ്രകാശം പരത്തരുതെന്ന് സ്യൂസ് ദേവൻ നിർദേശിച്ചു.

അങ്ങനെ സ്വർഗവും ഭൂമിയും അന്ധകാരത്തിലായി. അഥീനിദേവിയും ഹെർക്കുലീസും കുറെ അന്വേഷിച്ചതിനുശേഷമാണ് മൃതസഞ്ജീവനിപ്പുല്ല് കിട്ടിയത്.

യുദ്ധം ആരംഭിച്ചു. ടൈറ്റാന്മാരുടെ നേതാവ് ആൽസിയോനെവൂസ് ആയിരുന്നു. മലപോലുള്ള ശരീരവും മരംപോലുള്ള കൈകാലുകളുമുള്ള ഭീരകരനായ രാക്ഷസൻ. ആൽസിയോനെവൂസ് ഹെർക്കുലീസിനെ വെല്ലുവിളിച്ചു. ധൈര്യമുണ്ടെങ്കിൽ എന്നോട് ഏറ്റുമുട്ടാൻ വരിനെടാ... എന്റെ കരുത്ത് ഞാൻ കാട്ടിത്തരാം.

ഹെർക്കുലീസ് അലറിക്കൊണ്ട് ആ രാക്ഷസനുനേർക്ക് പാഞ്ഞടുത്തു. പിന്നീട് നടന്നത് തീപാറുന്ന പോരാട്ടമായിരുന്നു. രാക്ഷസനെ ഹെർക്കുലീസ് ഇടിച്ചുവീഴ്ത്തി. പക്ഷേ പൂർവാ

ധികം ശക്തിയോടെ അവൻ എഴുന്നേറ്റുവന്നു. കാരണം, അവന് ഒരു വരം ലഭിച്ചിരുന്നു. ജനിച്ച ഭൂമിയിൽ വീണാൽ അവന് കൂടുതൽ ശക്തിലഭിക്കും. അഥീനി ദേവി അപ്പോഴാണ് രാക്ഷസന്റെ ഈ വരത്തെക്കുറിച്ചോർത്തത്. അവർ ഉടൻ തന്നെ ഹെർക്കുലീസിനെ മാറ്റിനിർത്തി പറഞ്ഞു: ‘‘ഇവിടെ വച്ച് അവനെ വീഴ്ത്താൻ കഴിയില്ല. മറ്റൊരിടത്തേക്ക് അവനെ വലിച്ചിഴച്ചുകൊണ്ടുപോണം.”

ഹെർക്കുലീസ് അവനെ വലിച്ചിഴച്ച് മറ്റൊരിടത്തേക്ക് കൊണ്ടുപോയി. അവന്റെ ശക്തി ക്ഷയിച്ചുവരുന്നത് ഹെർക്കുലീസ് അറിഞ്ഞു.

അധികം താമസിയാതെ ടൈറ്റാന്മാരുടെ നേതാവായ ആ ഭീകരരാക്ഷസനെ ഹെർക്കുലീസ് വധിച്ചു.

പൊർഫിരിയോൻ എന്ന രാക്ഷസനാണ് ആക്രമിക്കാൻ പിന്നീടെത്തിയത്. അവൻ അലറിക്കൊണ്ട് ഒളിമ്പസ് മലയിലേക്ക് പാഞ്ഞുവന്നു. ഒളിമ്പസ് മല അവന്റെ കാലടികളേറ്റ് കുലുങ്ങി. ദേവന്മാർ ഭയത്തോടെ നാലുപാടും ചിതറിയോടി. അപ്പോഴാണ് രാക്ഷസൻ ഹീരാദേവിയെ കണ്ടത്. അവൻ ദേവിയുടെ പിന്നാലെ പാഞ്ഞു. ഈറോസ് ദേവൻ ഒരു മരത്തിന് മറഞ്ഞിരുന്ന് ഇതു കാണുന്നുണ്ടായിരുന്നു. കോപാഗ്നിയിൽ ജ്വലിച്ചുനിൽക്കുന്ന രാക്ഷസന്റെ മനസു മാറ്റുക മാത്രമേ ഇനി വഴിയുള്ളൂ. ഈറോസ് ദേവന്റെ കൈയിൽ അതിനുള്ള ഒറ്റമൂലിയുണ്ട്. സ്വർണത്തിൽ നിർമിച്ച തന്റെ അമ്പ് ഈറോസ് ദേവൻ രാക്ഷസനു നേരെ എയ്തുവിട്ടു.

അമ്പ് തറച്ച പൊർഫിരിയോന് ഹീരാദേവിയോട് സ്നേഹമാണ് തോന്നിയത്. തന്റെ സ്നേഹം പ്രകടിപ്പിക്കുന്നതിനായി അവൻ ദേവിയുടെ പിന്നാലെ വീണ്ടും ഓടാൻ തുടങ്ങി. ഇതുകണ്ടുനിന്ന സ്യൂസ് ദേവന് സഹിച്ചില്ല. തന്റെ ഭാര്യയോട് ഒരു രാക്ഷസൻ സ്നേഹാഭ്യർഥനയുമായി നടക്കുന്നത് കണ്ട അദ്ദേഹം അവനുനേരെ ഇടിമിന്നൽ പ്രയോഗിച്ചു. ഇടിമിന്നലേറ്റ് തെറിച്ചുപോയ അവൻ ഭൂമിയിലാണ് ചെന്നുവീണത്.

പക്ഷേ രാക്ഷസൻ പൂർവാധികം ശക്തിയായി വീണ്ടും ഒളിമ്പസ് മലയിലെത്തി. ഹെർക്കുലീസ് ഉടൻതന്നെ തന്റെ

അസ്ത്രങ്ങൾ അവന്റെ നെഞ്ചിലേക്ക് പായിച്ചു.

ഹൃദയത്തിൽ അമ്പുകളേറ്റ് ആ ഭീകരനായ രാക്ഷസൻ കാല പുരിപൂകി. പിന്നീട് നിരവധി ടൈറ്റാന്മാർ ദേവന്മാരെ ആക്രമിക്കാൻ ഒളിമ്പസ് മലയിലേക്ക് പാഞ്ഞടുത്തുവെങ്കിലും എല്ലാവരും ഹെർക്കുലീസിന്റെ ഗദപ്രയോഗത്തിലും അമ്പിൻ മുനയിലും ചത്തൊടുങ്ങി.

ക്രോണോസിന്റെ അരിവാൾ

സമുദ്രത്തിന്റെ മക്കൾ എന്നുവിളിക്കപ്പെടുന്ന ഒമ്പത് ജീവികളാണ് ടെൽക്കിനസുകൾ. വിചിത്രമായ രൂപമായിരുന്നു അവർക്ക്. പട്ടിയുടെ തലയും ഒടിഞ്ഞതുപോലുള്ള കൈകളുമാണ് ടെൽക്കിനസുകൾക്കുള്ളത്.

യുറാനസ് ദേവന്റെ ഏകാധിപത്യകാലം. അദ്ദേഹത്തെ എതിർക്കുവാൻ അന്ന് ആരും ഉണ്ടായിരുന്നില്ല. പക്ഷേ യുറാനസിന്റെ മകൻ ക്രോണോസ് പിതാവിനെതിരെ കരുനീക്കങ്ങൾ നടത്തി. എങ്ങനെയും അധികാരം പിടിച്ചെടുക്കുവാൻ ക്രോണോസ് തീരുമാനിച്ചു. അതിന് യുറാനസിനെ വധിക്കുകയല്ലാതെ മറ്റ് മാർഗങ്ങളൊന്നുമില്ലെന്ന് ക്രോണോസ് മനസിലാക്കി. പക്ഷേ അത് എളുപ്പമല്ല. തനിക്ക് ഇങ്ങനെയൊരു ചിന്ത ഉണ്ടെന്ന് യുറാനസ് മനസിലാക്കിയാൽ ആ നിമിഷം താൻ വധിക്കപ്പെടുമെന്ന് ക്രോണോസിനറിയാമായിരുന്നു.

അങ്ങനെയിരിക്കേ ഒരുദിവസം വിചിത്രജീവികളായ ടെൽക്കിനസുകൾ ക്രോണോസിനെ കണ്ടുമുട്ടി. യുറാനസിനെ എങ്ങനെയും നശിപ്പിക്കണമെന്ന് വിചാരിച്ചുനടക്കുന്നവരാണ് ഈ വിചിത്രജീവികൾ.

ക്രോണോസിന്റെ മനസിൽ ഒരു അഗ്നിപർവതം പുകയുന്നത് ടെൽക്കിനസുകൾ മനസിലാക്കി. അവർ ചോദിച്ചു: “എന്താണ് ക്രോണോസ് ദേവാ, കുറച്ചുനാളായി നിങ്ങളെ

എന്തോ അലട്ടുന്നുണ്ടല്ലോ. ഞങ്ങളുടെ സഹായം വല്ലതും വേണമെങ്കിൽ പറയാൻ മടിക്കണ്ട."

"എന്റെ പിതാവ് പരമദുഷ്ടനാണ്. ആരോടും ദയകാണിക്കാത്ത ദുഷ്ടൻ. ഈ ഭരണം ജനങ്ങൾ ഇഷ്ടപ്പെടുന്നില്ല." ക്രോണോസ് പറഞ്ഞു.

"ശരിയാണ്. ഭരണാധികാരി ചീത്തയായാൽ അയാളെ വധിക്കുക. അതാണ് ധർമം." ഇതുതന്നെ പറ്റിയ അവസരം എന്നുകണ്ട ടെൽക്കിനസുകൾ തട്ടിവിട്ടു.

"അതിനെക്കുറിച്ചാണ് ഞാനും ആലോചിക്കുന്നത്. പക്ഷേ എങ്ങനെ സാധിക്കും? അദ്ദേഹം വലിയശക്തനല്ലേ. മാത്രമല്ല എന്തിനും പോന്ന സൈന്യവും അദ്ദേഹത്തിനുണ്ട്."

രോഗി ഇച്ഛിച്ചതും പാല്, വൈദ്യൻ കൽപ്പിച്ചതും പാല്, എന്ന അവസ്ഥയാണെന്ന് മനസിലാക്കിയ ടെൽക്കിനസുകൾ പറഞ്ഞു:

"താങ്കൾ ധീരനാണ്. ധൈര്യമായി മുന്നോട്ട് പോവുക, കൂടെ ഞങ്ങൾ ഉണ്ട്."

ടെൽക്കിനസുകൾ ക്രോണോസ് ദേവന് മൂർച്ചയേറിയ ഒരു അരിവാൾ കൊടുത്തു. "ഈ ആയുധം മതിയാവും യുറാനസിനെ കൊല്ലുവാൻ, അതിനുള്ള അവസരത്തിനായി താങ്കൾ കാത്തിരിക്കുക" എന്നുപറഞ്ഞുകൊണ്ട് വിചിത്രജീവികൾ മറഞ്ഞു.

അരിവാൾ പ്രയോഗിക്കുന്നതിനുള്ള തക്ക അവസരത്തിനായി ക്രോണോസ് ദേവൻ കാത്തിരുന്നു. ഒരുദിവസം യുറാനസ് ഉറക്കത്തിലായെന്ന് മനസിലാക്കിയ ദേവൻ അരിവാളുമായി ഉറക്കറയിലെത്തി. യുറാനസ് ഒന്നുമറിയാതെ കൂർക്കം വലിച്ചുറങ്ങുകയാണ്. പിന്നെ ഒട്ടും താമസിയാതെ ക്രോണോസ് ദേവൻ അരിവാളുപയോഗിച്ച് യുറാനസിനെ വധിച്ചു.

ടെൽക്കിനസുകളുടെ പിന്തുണയോടെ ക്രോണോസ് ദേവൻ അധികാരം ഏറ്റെടുത്തു.

അഹങ്കാരിയായ ആൽസിയോണി

ഇയോളൂസ് രാജാവിന്റെ പുത്രിയാണ് ആൽസിയോണി. തികഞ്ഞ അഹങ്കാരിയായിരുന്നു അവൾ. രാജാവ് മകളുടെ ഈ സ്വഭാവത്തിൽ വളരെയധികം ദുഃഖിച്ചു. അദ്ദേഹം മകളെ എപ്പോഴും ഉപദേശിക്കാറുണ്ട്. "മകളേ.. നിന്റെ അഹങ്കാരം നമ്മെ ദുഃഖിപ്പിക്കുന്നു. അഹങ്കാരം കൊണ്ട് നാശമേ വരൂ. നീ അത് മനസിലാക്കണം.

അവളുടെ ആർഭാടവും പൊങ്ങച്ചവും ഓരോ ദിവസവും വർധിക്കുകമാത്രമേ ചെയ്തുള്ളൂ. പിതാവിന്റെ വാക്കുകൾക്ക് അവൾ പുല്ലുവില പോലും നൽകിയില്ല.

പലരാജ്യത്തുനിന്നും രാജകുമാരന്മാർ ആൽസിയോണിയെ വിവാഹം കഴിക്കാൻ വന്നെത്തി, പക്ഷേ, അഹങ്കാരിയായ അവൾക്ക് അതൊന്നും ഇഷ്ടമായില്ല. ഓരോ കാരണം പറഞ്ഞ് അവൾ അവരെ മടക്കിഅയക്കുക മാത്രമല്ല അവരെ പരിഹസിക്കുകയും ചെയ്യും.

പ്രഭാതനക്ഷത്രത്തിന്റെ മകനായ സിയിക്സിനെയാണ് ആൽസിയോണി വരനായി കണ്ടെത്തിയത്. ചക്കിക്കൊത്ത ചങ്കരൻ. അതായിരുന്നു, സിയിക്സ്. തികഞ്ഞ അഹങ്കാരിയും പൊങ്ങച്ചക്കാരനും.

ഇയോളൂസ് രാജാവ് ആ വിവാഹത്തെ എതിർത്തു. കാരണം മകൾ തികഞ്ഞ അഹങ്കാരി. അവൾക്ക് കിട്ടുന്ന ഭർത്താവും

അങ്ങനെയുള്ളവനായാലോ. പിന്നത്തെ കഥ പറയാനുണ്ടോ.

പിതാവിന്റെ വാക്കുകളും അഭിപ്രായമൊന്നും ആൽസിയോണി സ്വീകരിക്കില്ലെന്ന് പ്രത്യേകം പറയേണ്ടതില്ലല്ലോ. അങ്ങനെ അവർ വിവാഹിതരായി. ഈ ദമ്പതികൾ തങ്ങളുടെ ആർഭാടവും അഹങ്കാരവും നിറഞ്ഞ ജീവിതം തുടർന്നു.

ആൽസിയോണും സിയിക്സും ദേവന്മാരെ അനുസരിക്കില്ലായിരുന്നു. അവർ ദേവനും ദേവിയുമായി സ്വയമങ്ങ് പ്രഖ്യാപിച്ചു. താൻ ഭൂമിയിലെ സ്യൂസ് ദേവനാണെന്ന് സിയിക്സും ഭൂമിയിലെ ഹീരാദേവിയാണ് താനെന്ന് ആൽസിയോണും പ്രഖ്യാപിച്ചു. ആളുകൾ തങ്ങളെയാണ് ആരാധിക്കേണ്ടതെന്ന് അവർ കൽപ്പിച്ചു.

ജനങ്ങൾ അവരുടെ അഹങ്കാരം കേട്ട് അമ്പരന്നു. ഇവരുടെ ദേവനിന്ദ ഈ രാജ്യത്തിന് തന്നെ ആപത്തുവരുത്തുമെന്ന് ഇയോളൂസ് രാജാവ് ഭയപ്പെട്ടു.

ദിവസങ്ങളും മാസങ്ങളും കഴിഞ്ഞുപോയി. ആൽസിയോണിനും സിയിക്സിനും നാൾക്കുനാൾ അഹങ്കാരം വർധിച്ചുകൊണ്ടിരുന്നു. ഒരിക്കൽ സിയിക്സ് കപ്പൽ യാത്രചെയ്യുകയായിരുന്നു. കപ്പലിലെ മുകൾത്തട്ടിൽ കയറിനിന്ന് അയാൾ ഉറക്കെ പ്രഖ്യാപിച്ചു: “ഞാനാണ് സ്യൂസ്ദേവൻ. നിങ്ങൾ എന്നെ ആരാധിക്കുക. ഞാനാണ് നിങ്ങളെ രക്ഷിക്കുകയും ശിക്ഷിക്കുകയും ചെയ്യുന്നത്.” കപ്പലിലുള്ളവർ പരസ്പരം നോക്കി. മൂപ്പർക്ക് വട്ടു പിടിച്ചെന്നുവരെ അവർക്കുതോന്നി.

ഇതെല്ലാം ഒളിമ്പസ് മലമുകളിലിരുന്ന് സാക്ഷാൽ സ്യൂസ് ദേവൻ കാണുകയും കേൾക്കുകയും ചെയ്യുന്നുണ്ടായിരുന്നു. തന്നെപ്പോലെ വേഷഭൂഷാദികളണിഞ്ഞ് തന്നെപ്പോലെ സംസാരിക്കുകയും ആംഗ്യങ്ങൾ കാണിക്കുകയും ചെയ്യുന്ന ഇവനെ മര്യാദ പഠിപ്പിക്കണമെന്ന് ദേവൻ തീരുമാനിച്ചു.

സ്യൂസ് ദേവൻ തന്റെ ഇടിമിന്നൽ എടുത്ത് കപ്പലിനെ ലക്ഷ്യമാക്കി താഴേക്ക് വീശി. തൽക്ഷണംകൊണ്ട് ഡ്യൂപ്ലിക്കേറ്റ് സ്യൂസ് ദേവൻ സിയിക്സ് ചാരമായി മാറി. കപ്പലിലുള്ളവർക്ക് കാര്യം മനസിലായി. അവർ സ്യൂസ്ദേവനെ വിളിച്ച് പ്രാർഥിച്ചു. അവർക്കാകട്ടെ ഒരു പോറലുമേറ്റതില്ല.

സിയിക്സിന്റെ ആത്മാവ് തന്റെ പത്നിയുടെ അടുത്തുചെ

ന്നു. നടന്നകാര്യങ്ങളെല്ലാം അവൻ അവളോട് പറഞ്ഞു. നിരാശയും ദുഃഖവും സഹിക്കവയ്യാതെ ആൽസിയോണി കടലിൽ ചാടി മരിച്ചു.

ഇതെല്ലാം കണ്ടുനിന്ന ദേവന്മാർക്ക് മനസലിവ് തോന്നി. അവർ ആ ദമ്പതികളെ പൊന്മാനുകളായി രൂപാന്തരപ്പെടുത്തി.

അങ്ങനെയാണ് പൊന്മാനിലെ പെൺപക്ഷി തന്റെ ഇണ മരിച്ചാലുടനെ അതിന്റെ ജഡം കടലിന്റെയും നദിയുടെയും തീരത്തുള്ള കൂട്ടിൽ വയ്ക്കാൻ തുടങ്ങിയതെന്നാണ് ഗ്രീക്കുകാരുടെ വിശ്വാസം. അവിടെ പെൺപക്ഷി മുട്ടയിടുകയും അത് വിരിയുന്നതുവരെ ആൺപക്ഷിയുടെ ജഡം കൂട്ടിൽ ഇരിക്കുകയും ചെയ്യുന്നു.

മകളുടെ മരണ വാർത്തയറിഞ്ഞ പിതാവ് ഏറെ ദുഃഖിച്ചു. എല്ലാം അവളുടെ പൊങ്ങച്ചവും അഹങ്കാരവും കൊണ്ട് ഉണ്ടാ

യതാണെന്ന് അദ്ദേഹത്തിനറിയാം. എങ്കിലും സ്വന്തം മകളല്ലേ. കാറ്റിന്റെ ദേവൻ അദ്ദേഹത്തിന്റെ കൂട്ടുകാരനായിരുന്നു. ദേവന്മാർ തന്റെ മകളെയും അവളുടെ ഭർത്താവിനെയും പൊന്മാനുകളായി മാറ്റിയത് ആ പിതാവിനറിയാമായിരുന്നു. അതുകൊണ്ട് പൊന്മാൻ മുട്ടയിടുന്ന കാലത്ത് കാറ്റിനോട് അടങ്ങിയിരിക്കണമെന്ന് ഇയോളൂസ് രാജാവ് അഭ്യർഥിച്ചു.

കാറ്റിന്റെ ദേവൻ ഏകപുത്രിയെ നഷ്ടമായ തന്റെ സുഹൃത്തിന്റെ അഭ്യർഥനയെ മാനിച്ചു. ഇപ്പോഴും പൊന്മാനുകൾക്ക് മുട്ടയിടുന്ന വേളയിൽ കാറ്റിന്റെ ശല്യമുണ്ടാകാത്തത് ഇതുകൊണ്ടാണത്രേ.

ആന്റിഗണിയുടെ ദുരന്തം

ആർഗോസിലെ രാജാവായ അദ്രാസ്ത്തുസിന് സുന്ദരികളായ രണ്ടുപുത്രിമാരുണ്ടായിരുന്നു. ഡെയിഫീലിയ, ഈജിയ എന്നായിരുന്നു അവരുടെ പേര്. അദ്രാസ്ത്തുസ് ബലവാനായ രാജാവാണ്. അതുകൊണ്ട് തന്നെ രാജാവിന്റെ പുത്രിമാരുമായി വിവാഹബന്ധം സ്ഥാപിക്കുവാൻ പല രാജാക്കന്മാരും ആഗ്രഹിച്ചു. പക്ഷേ മക്കളുടെ ഭാവിയിൽ രാജാവിന് വലിയ ഉൽക്കണ്ഠയുണ്ടായിരുന്നു.

തന്റെ പുത്രിമാരുടെ ഭാവി എന്താണെന്നറിയാൻ രാജാവ് ഡെൽഫിയിലെ പ്രവചനകേന്ദ്രത്തിലെത്തി. സിംഹത്തെയും പന്നിയെയും ഒരുനുകത്തിൽ വച്ച് കെട്ടി രഥമോടിക്കുന്നവർക്ക് പുത്രിമാരെ വിവാഹം കഴിച്ചുകൊടുക്കുക. ഇതായിരുന്നു ഡെൽഫിയിലെ പ്രവചനം.

പോളിനീസസ്, ഇനേവൂസ് എന്നീകുമാരന്മാർ രാജസദസിലെത്തി കുമാരിമാരെ വിവാഹം കഴിക്കാൻ താൽപ്പര്യമുണ്ടെന്ന് അറിയിച്ചു.

അദ്രാസ്ത്തുസ് രാജാവ് അവരെ അടിമുടിയൊന്ന് നോക്കി. എന്നിട്ടുചോദിച്ചു: "എന്റെ പുത്രിമാരെ വിവാഹം കഴിക്കാനുള്ള എന്തുയോഗ്യതയാണ് നിങ്ങൾക്കുള്ളത്?"

"ഡെൽഫിയിലെ പ്രവചനം അങ്ങ് ഓർക്കുന്നില്ലേ." പോളിനീസസ് ചോദിച്ചു.

"ഉവ്വ്, അതും നിങ്ങളുമായി എന്തുബന്ധം?"

പോളിനീസസ് പറഞ്ഞു: "എന്റെ രാജ്യത്തിന്റെ ചിഹ്നം സിംഹമാണ്. ഇനേവൂസിന്റെ രാജ്യത്തിന്റ ചിഹ്നം പന്നിയും. പ്രവചനത്തിന്റെ സൂചനകൾ ഇതല്ലാതെ മറ്റെന്താണ്."

"നിങ്ങൾ പറഞ്ഞതിൽ കാര്യമുണ്ട്. ഞാൻ എന്റെ പുത്രിമാരെ വിവാഹം ചെയ്തു തരാം. പക്ഷേ ഒരു കാര്യം, നിങ്ങൾ നിങ്ങളുടെ സ്വന്തം രാജ്യത്തേക്ക് പടനയിക്കണം."

"തീർച്ചയായും." പോളിനീസസും ഇനേവൂസും ഒറ്റസ്വരത്തിൽ പറഞ്ഞു. കാരണം ഇരുവരും സ്വന്തം രാജ്യത്തുനിന്നും പുറത്താക്കപ്പെട്ടവരായിരുന്നു. ഇക്കാര്യം രാജാവിനും അറിയാമായിരുന്നു. അദ്ദേഹം ഇവരെ ഉപയോഗിച്ച് ആ രണ്ട് രാജ്യങ്ങളും സ്വന്തമാക്കാൻ ആഗ്രഹിച്ചു. അദ്രാസ്ത്തുസ് രാജാവിന്റെ ബുദ്ധി എങ്ങനെയുണ്ട്.

വിവാഹം ഗംഭീരമായി നടന്നു. പോളിനീസസ് ഈജിയയെയും ഇനേവൂസ് ഡെയിഫീലിയെയും വിവാഹം കഴിച്ചു.

ഇനി യുദ്ധത്തിനുള്ള ഒരുക്കങ്ങളാണ്. ആദ്യം പടനയിക്കേ

ണ്ടത് പോളിനീസസിന്റെ മാതൃരാജ്യമായ തീബസിലേക്കാണെന്ന് തീരുമാനിക്കപ്പെട്ടു. അദ്രാസ്ത്തുസിന്റെ സഹോദരിയുടെ ഭർത്താവായ ആംഫിയാസ് യുദ്ധത്തിൽ പങ്കെടുക്കുമെന്നാണ് രാജാവും മരുമക്കളും കരുതിയിരുന്നത്. അദ്ദേഹം ഒരു പ്രവാചകൻകൂടിയാണ്. രാജാവ് യുദ്ധത്തിൽ തോൽക്കുമെന്ന് മുൻകൂട്ടി മനസിലായതുകൊണ്ടാണോ തന്റെ അളിയൻ യുദ്ധത്തിൽ പങ്കെടുക്കാതെ മാറിനിൽക്കുന്നതെന്ന് അവർക്ക് ആശങ്ക തോന്നി.

രാജാവും അളിയൻ ആംഫിയാസും തമ്മിൽ നല്ല രസത്തിലല്ല. പലപ്പോഴും അവർ തർക്കത്തിലേർപ്പെടാറുണ്ട്. അപ്പോഴൊക്കെ രാജാവിന്റെ സഹോദരിയും ആംഫിയാസിന്റെ ഭാര്യയുമായ എറിഫൈലയാണ് തടസം പിടിക്കാനെത്തുന്നത്. അവസാനം അവരുടെ തീരുമാനം ഇരുവരും അംഗീകരിക്കാറാണ് പതിവ്. പോളിനീസസും ഇനേവൂസും ഈ വിഷയത്തിൽ എറിഫൈലയുടെ തീരുമാനം ആരായാൻ തീരുമാനിച്ചു. അവർ "യെസ്" പറഞ്ഞാൽപ്പിന്നെ ആംഫിയാസിന് മറുവാക്കില്ല.

അങ്ങനെ ഒരു മാന്ത്രികമാല സമ്മാനമായി കൊടുത്തുകൊണ്ട് ആംഫിയാസ് യുദ്ധത്തിൽ പങ്കെടുക്കണമെന്ന് പറയിക്കാൻ പോളിനീസസിനും ഇനേവൂസിനും കഴിഞ്ഞു.

അദ്രാസ്ത്തുസ് രാജാവിന്റെ നേതൃത്വത്തിൽ സൈന്യം തീബസിലെത്തി. കൂടെ ആംഫിയാസും പോളിനീസസും ഇനേവൂസുമൊക്കെ ഉണ്ടെന്ന് പ്രത്യേകം പറയേണ്ടതില്ലല്ലോ.

അദ്രാസ്ത്തുസ് ഇനേവൂസിനെ തീബസ് കൊട്ടാരത്തിലേക്കയച്ചു. അവിടെ തീബസ് രാജാവ് ഇറ്റിയോക്ലസ് ഉണ്ടായിരുന്നു.

"ഇറ്റിയോക്ലസ് രാജാധികാരം പോളിനീസസിനുകൊടുക്കണം." ഇനേവൂസ് അറിയിച്ചു.

"കൊള്ളാമല്ലോ നിന്റെ ആഗ്രഹം. നീ എവിടുന്ന് വരുന്നെടാ..." ഇറ്റിയോക്ലസ് രാജാവ് പരിഹാസ സ്വരത്തിൽ ചോദിച്ചു.

നിങ്ങൾക്ക് കാര്യം മനസിലായില്ല. ശരി എങ്കിൽ ദ്വന്ദ്വയുദ്ധത്തിനൊരുങ്ങിക്കൊള്ളുക. എന്നുപറഞ്ഞ് ഇനേവൂസ് കൊട്ടാരത്തിൽനിന്ന് മടങ്ങി.

കാര്യം നിസ്സാരമല്ലെന്ന് അൽപ്പസമയത്തിനുള്ളിൽ ഇറ്റിയോക്ലസ് രാജാവിന് മനസിലായി.

ആർഗോസ് രാജ്യത്തിലെ പോരാളികളും തീബസ്

രാജ്യത്തെ പോരാളികളും തമ്മിലുള്ള തീപാറുന്ന ദ്വന്ദ്വയുദ്ധമാണ് പിന്നീട് നടന്നത്.

തീബസിന് പരാജയം ഉറപ്പായിത്തുടങ്ങി. തീബസിന്റെ പതനം മനസിലാക്കിയ പ്രവാചകൻ ടൈറേസിയാസ് ഒരു പ്രവചനം നടത്തി: യുദ്ധദേവനായ ആരെസിന് ആരെങ്കിലും സ്വയം ബലിയർപ്പിച്ചാൽമാത്രമേ നമുക്ക് ജയിക്കാനാവൂ. ആർഗോസുകാർ ശക്തരാണ്. ഇതുകേട്ടതും കൊട്ടാരത്തിലുണ്ടായിരുന്ന മെനേസെയൂസ് എന്ന ഒരാൾ താഴേക്കുചാടി ജീവൻ വെടിഞ്ഞു.

ടൈറേസിയാസിന്റെ പ്രവചനം ഫലിക്കാൻ തുടങ്ങി. യുദ്ധത്തിൽ മുന്നേറിക്കൊണ്ടിരുന്ന ആർഗോസ്കാർക്ക് തിരിച്ചടിയായി തീബസുകാർ മുന്നേറാൻ തുടങ്ങി. ബലിയർപ്പണം കഴിഞ്ഞതും ദേവന്മാർ തീബസുകാരെ സഹായിക്കാൻ തുടങ്ങി, അതാണ് കാര്യം.

ഇനേവൂസ് നല്ലൊരു പോരാളിയായിരുന്നു. അഥീനിദേവിയുടെ ഭക്തനായിരുന്നു അയാൾ. അതുകൊണ്ട് ഇനേവൂസിനെ രക്ഷിക്കണമെന്ന് ദേവി ആഗ്രഹിച്ചു. പക്ഷേ ദൗർഭാഗ്യം അയാളെ ചതിച്ചു.

ശത്രുവിന്റെ തലവെട്ടിയെടുത്തുകൊണ്ട് ആംഫിയൻ ഇനേവൂസിനോട് പറഞ്ഞു: “ശത്രുവിന്റെ തലച്ചോറ് ഭക്ഷിക്കുക, പ്രതികാരം പൂർത്തിയാകട്ടെ. ഇനേവൂസിന്റെ ജീവൻ രക്ഷിക്കാൻ മൃതസഞ്ജീവനി കൊണ്ടുവരാൻ പോയ ദേവി മടങ്ങിവരുമ്പോൾ പ്രതികാരത്താൽ വിവേകം നഷ്ടപ്പെട്ട ഇനേവൂസ് ശത്രുവിന്റെ തലച്ചോറ് തിന്നുന്നതാണ്.”

എന്തൊരു അധർമ പ്രവൃത്തി എന്ന് പറഞ്ഞുകൊണ്ട് മൃതസഞ്ജീവനി ദൂരെക്കളഞ്ഞ് ദേവി കോപത്തോടെ തിരിച്ചുപോയി. പോകുന്ന വഴിക്ക് ഇനേവൂസും അവന്റെ കൂട്ടാളികളും തോറ്റുതുന്നംപാടട്ടെ എന്ന് അഥീനി ദേവി അവരെയൊന്നാകെ ശപിക്കുകയും ചെയ്തു.

ദേവിയുടെ ശാപം ഫലിച്ചു. ആർഗോസിൽനിന്നുവന്ന പോരാളികളിൽ മൂന്നുപേർ മാത്രമാണ് അവശേഷിച്ചത്. അഡ്രാസ്ത്തുസ്, പോളിനീസസ്, ആംഫിയാസ് എന്നിവരാണവർ. യുദ്ധം എത്രയും പെട്ടെന്ന് തീർക്കുവാൻ ഇരുകൂട്ടരും ആഗ്രഹിച്ചു. തീബസുകാർക്കും കുറെ നഷ്ടങ്ങളുണ്ടായിട്ടുണ്ട്.

ആർഗോസിൽ അവശേഷിക്കുന്ന മൂന്നുപേർ ചില്ലറക്കാരല്ല. അവരെ ജയിക്കണമെങ്കിൽ പെട്ടെന്ന് കഴിയില്ലെന്ന് തീബസ് രാജാവ് ഇറ്റിയോക്ലസിനറിയാമായിരുന്നു.

അങ്ങനെ പോളിനീസസും ഇറ്റിയോക്ലസിസും തമ്മിൽ ദ്വന്ദ്വയുദ്ധം നടത്തട്ടെ എന്ന് എല്ലാവരും തീരുമാനിച്ചു. ജയിക്കുന്ന ആളായിരിക്കും തീബസിന്റെ രാജാവ്.

നിർണായകമായ ദ്വന്ദ്വയുദ്ധം തുടങ്ങി. തീപാറുന്നപോരാട്ടം. ആർക്കും ആരെയും തോൽപ്പിക്കുവാൻ കഴിയുന്നില്ല. രണ്ടുപേരും തളർന്നുവീണെങ്കിലും ഇറ്റിയോക്ലസിൽ നാമമാത്രമായ ജീവൻ അവശേഷിച്ചു. എന്നാൽ പോളിനീസസ് പിന്നീട് എഴുന്നേറ്റില്ല. അവൻ വീരമൃത്യു വരിച്ചു. അയാളുടെ മൃതദേഹം അനാഥമായി യുദ്ധഭൂമിയിൽ കിടന്നു.

തീബസിനുവേണ്ടി പോരാടാൻ ഇറ്റിയോക്ലസിന്റെ അമ്മാവനായ ക്രെയോൺ വന്നു. ഇനി രണ്ടുപേർമാത്രമാണ് അവശേഷിക്കുന്നത്. അദ്രാസ്ത്തുസും ആംഫിയാസും. ക്രെയോണിന്റെ വരവ് കണ്ട് ആംഫിയാസ് തന്റെ രഥത്തിൽ കയറി ഓടിച്ചുപോയി. അയാൾ നേരെ പോയത് പ്രേതലോകത്തേക്കാണ്. ഇനി ഇവിടെ നിന്നാൽ തന്റെ കാര്യം പോക്കാണെന്ന് മനസിലാക്കിയ അദ്രാസ്ത്തുസ് രാജാവും പ്രേതലോകത്തേക്ക് രക്ഷപ്പെട്ടു. തന്റെ പറക്കും കുതിരയിലാണ് അദ്ദേഹം പ്രേതലോകത്തേക്ക് പോയത്.

തീബസിൽ വച്ച് വീരചരമം പ്രാപിച്ച ആർഗോ പോരാളികളെ യഥാവിധി തീബസിൽ സംസ്കരിക്കാൻ ക്രെയോൺ സമ്മതിച്ചില്ല. യുദ്ധനിയമത്തിന്റെ വലിയ ലംഘനമായിരുന്നു അത്.

ഈഡിപ്പസ് രാജാവിന്റെ പുത്രിയും പോളിനീസസിന്റെ സഹോദരിയുമായ ആന്റിഗണി ഈ വിവരങ്ങളെല്ലാം അറിഞ്ഞു. പോളിനീസസിന്റെ അനാഥമായി കിടക്കുന്ന മൃതദേഹം സംസ്കരിക്കണമെന്ന് അവൾ ക്രെയോണിനോട് ആവശ്യപ്പെട്ടു. പക്ഷേ ആന്റിഗണിയുടെ ആവശ്യം അയാൾ പുച്ഛിച്ച് തള്ളി.

ക്രെയോണിന്റെ വാക്കുകൾ അവളെ വേദനിപ്പിച്ചു. പോരാട്ടഭൂമിയിൽ അനാഥപ്രേതം പോലെ കിടക്കുന്ന തന്റെ സഹോദരന്റെ മൃതശരീരത്തെ നോക്കി അവൾ കരഞ്ഞു.

ആന്റിഗണി ഒരു തീരുമാനത്തിലെത്തി. പോളിനീസസിന്റെ മൃതദേഹം സംസ്കരിക്കുക. ക്രെയോൺ ദുഷ്ടനാണ്.

അയാളുടെ ആജ്ഞ ധിക്കരിച്ചാൽ ഉണ്ടാകുന്ന ഭവിഷ്യത്തുകളെക്കുറിച്ചൊക്കെ അവൾക്കറിയാം. പക്ഷേ വരുന്നത് വരട്ടെ. എന്തും നേരിടാൻ താൻ ഒരുക്കമാണ്.

ആന്റിഗണി പോളിനീസസിനെ ദഹിപ്പിക്കുന്ന വാർത്ത ക്രെയോൺ അറിഞ്ഞു. അയാൾ കോപം കൊണ്ട് വിറച്ചു. ക്രെയോൺ തന്റെ പുത്രൻ ഹീമോനെ വിളിച്ച് പറഞ്ഞു: "എന്റെ ആജ്ഞ ധിക്കരിച്ചുകൊണ്ട് ആന്റിഗണി പോളിനീസസിനെ ദഹിപ്പിക്കുകയാണ്. നീ ചെന്ന് അവളെക്കൂടെ ആ ചിതയിൽ ദഹിപ്പിക്കുക."

പിതാവിന്റെ വാക്കുകൾ കേട്ടതും അയാൾ ആന്റിഗണിയുടെ അടുത്തേക്ക് പാഞ്ഞു. അത് അവളെ കൊല്ലാനായിരുന്നില്ല. ക്രെയോണറിയാതെ അവൻ ആന്റിഗണിയെ സ്നേഹിക്കുന്നുണ്ടായിരുന്നു. താൻ ജീവനുതുല്യം സ്നേഹിക്കുന്ന ആന്റിഗണി അപകടത്തിലാണെന്ന് എത്രയും വേഗം അവളെ അറിയിച്ചേ മതിയാകൂ.

ഹീമോൻ ഓടിയെത്തുമ്പോൾ ആന്റിഗണി ചിതയ്ക്ക് തീകൊളുത്തിക്കഴിഞ്ഞിരുന്നു. അവൻ അവളോട് തന്റെ പിതാവിന്റെ ആജ്ഞ അറിയിച്ചു. "നിന്നെ നഷ്ടപ്പെടാൻ എനിക്കാവില്ല. നമുക്ക് എങ്ങോട്ടെങ്കിലും ഓടിപ്പോകാം." ഹീമോൻ പറഞ്ഞു. "ഇനി ഇവിടെ നിൽക്കുന്നത് ആപത്താണ്."

അങ്ങനെ ആ രാജ്യത്തുനിന്നും അവർ ഓടി രക്ഷപ്പെട്ടു. ക്രെയോൺ കുറെ വൈകിയാണ് ഈ വിവരങ്ങൾ അറിയുന്നത്. അയാളുടെ പടയാളികൾ ഹീമോനെയും ആന്റിഗണിയെയും തിരഞ്ഞ് നാനാദിക്കിലേക്കും പാഞ്ഞു. പക്ഷേ അവർ ഇതിനകം രാജ്യം കടന്നിരുന്നു.

ഹീമോൻ ആന്റിഗണിയെ വിവാഹം കഴിച്ചു. പക്ഷേ കുറെ വർഷത്തിനുശേഷം ക്രെയോൺ അവരെ കണ്ടെത്തി. അയാളുടെ പ്രതികാരം ശമിച്ചിരുന്നില്ല. ക്രെയോണിന്റെ കൈകൊണ്ട് മരിക്കുന്നതിനേക്കാൾ ഭേദം സ്വയം മരണം വരിക്കുന്നതാണ് നല്ലതെന്ന് ഹീമോനും ആന്റിഗണിയും തീരുമാനിച്ചു. അങ്ങനെ അവർ ആത്മഹത്യചെയ്തു.

സ്നേഹത്തിന്റെ ഉദാത്ത മാതൃകകളായി, അവരുടെ ജീവിതം ഇന്നും പ്രകീർത്തിക്കപ്പെടുന്നു.

പുലിവാലായ വീണ

തൊടുന്നതെല്ലാം സ്വർണമാകണമെന്ന് വരം മേടിച്ച് പുലിവാലു പിടിച്ച രാജാവായിരുന്നു മെഡാസ്. ഒരിക്കൽ മെഡാസ് രാജാവിനൊരു വീണ കിട്ടി. സംഗീതത്തോട് താൽപ്പര്യമുണ്ടായിരുന്ന രാജാവ് വീണ ലഭിച്ചതുമുതൽ മുഴുവൻ സമയവും സംഗീതമാലപിച്ച് അങ്ങനെയിരിക്കും. മറ്റൊരു കാര്യത്തിലും മൂപ്പർക്ക് ശ്രദ്ധയില്ല. കൊട്ടാരം സംഗീതമയമായി.

തന്റെ സംഗീതപാടവം കൊട്ടാരം മാത്രമറിഞ്ഞാൽ പോരല്ലോ. ലോകം മുഴുവൻ അറിയണ്ടേ. അതിനായി രാജാവ് നാടുതോറും സംഗീതകച്ചേരി നടത്തി. മറ്റുള്ള സംഗീതജ്ഞരെ പരിഹസിക്കാനും അദ്ദേഹം മടികാണിച്ചില്ല. രാജാവല്ലേ വല്ലതും എതിർത്ത് പറഞ്ഞാൽപ്പിന്നെ തലകാണില്ലല്ലോ. അതുകൊണ്ട് ആരും ഒന്നും പറഞ്ഞില്ല.

മെഡാസിന്റെ വെല്ലുവിളി സംഗീതചക്രവർത്തിയായ അപ്പോളോ ദേവനോടുപോലും ഉണ്ടായി. തന്നോട് മത്സരിക്കാൻ അപ്പോളോ ദേവന് ധൈര്യമുണ്ടോ?

അപ്പോളോ ദേവൻ ഈ വീരവാദം കേട്ടു. രാജ്യകാര്യങ്ങളിൽ താൽപ്പര്യമില്ലാതെ സംഗീതത്തിന്റെ പേരിൽ അഹങ്കരിച്ചു നടക്കുന്ന മെഡാസിനെ ഒരു പാഠം പഠിപ്പിക്കണമെന്നുതന്നെ അപ്പോളോ ദേവൻ തീരുമാനിച്ചു.

ഒരുദിവസം അപ്പോളോ ദേവൻ മെഡാസിന്റെ കൊട്ടാര

ത്തിൽ പ്രത്യക്ഷപ്പെട്ടു. രാജാവ് തന്റെ വീണമീട്ടി സ്വയം മറന്നിരിക്കുകയായിരുന്നു.

"മെഡാസേ ഇത് ഞാനാണ്, നീ എന്നെ വെല്ലുവിളിച്ചകാര്യമൊക്കെ ഞാനറിഞ്ഞു. നമുക്കൊരു മത്സരം നടത്തിയാലോ?"

അപ്പോളോ ദേവൻ ചോദിച്ചു.

സാക്ഷാൽ അപ്പോളോ ദേവനാണ് തനിക്കുമുമ്പിൽ പ്രത്യക്ഷപ്പെട്ടതെന്നറിഞ്ഞ മെഡാസ് രാജാവ് നടുങ്ങി. പക്ഷേ ഭയം പുറത്തുകാണിച്ചില്ല. തന്റെ വെല്ലുവിളി വിനയായിത്തീർന്നതായി രാജാവ് മനസിലാക്കി. ഇനി ഒഴിഞ്ഞുമാറാൻ കഴിയില്ല. വരുന്നത് വരുന്നിടത്തുവച്ചുകാണുകതന്നെ.

"ശരി ഞാൻ സമ്മതിച്ചിരിക്കുന്നു." മെഡാസ് പറഞ്ഞു.

ഉടൻതന്നെ മത്സരവേദിയൊരുങ്ങി. നദീദേവനായിരുന്ന ടമോളൂസ് ആയിരുന്നു വിധികർത്താവ്. ആദ്യം മെഡാസാണ് വീണ മീട്ടിയത്. മനോഹരമായ ഒരു ഗാനം മെഡാസിന്റെ വീണയിൽ നിന്നൊഴുകിവന്നു. ആളുകൾ കൈയടികളോടെ രാജാവിന്റെ ഗാനത്തെ സ്വീകരിച്ചു.

അടുത്ത ഊഴം അപ്പോളോ ദേവന്റേതായിരുന്നു. ദേവന്റെ സംഗീതത്തിൽ ഭൂമിയിലെ ജീവജാലങ്ങൾ മുഴുവൻ കാതോർത്തു നിന്നു. അത്രയ്ക്ക് മനോഹരമായിരുന്നു ആ ഗാനം.

നദീദേവൻ വിധിപറഞ്ഞു. വിജയി അപ്പോളോ ദേവനാണെന്ന് പ്രത്യേകം പറയേണ്ടതില്ലല്ലോ. വിധികേട്ടതും മെഡാസ് രാജാവ് കോപം കൊണ്ട് വിറച്ചു. അദ്ദേഹം വിധികർത്താവായ നദീദേവനെതിരെ ചീറിയടുത്തു. "ഈ വിധി ഞാൻ അംഗീകരിക്കുന്നില്ല. എന്റെ വീണയ്ക്ക് നാലു കമ്പികളേ ഉണ്ടായിരുന്നുള്ളൂ. അപ്പോളോ ദേവന്റെ വീണയ്ക്ക് ഏഴു കമ്പികളുണ്ടായിരുന്നു. ഇത് അന്യായമാണ്."

"വീണയുടെ കമ്പിയെ സംബന്ധിച്ച് യാതൊരു നിബന്ധനയും പറഞ്ഞിട്ടില്ല." നദീദേവൻ പറഞ്ഞു.

ഇതുകേട്ട മെഡാസ് നദീദേവനെ അടിക്കാനായി കൈയോങ്ങി. ഇതുകണ്ട അപ്പോളോ ദേവൻ പറഞ്ഞു: "മെഡാസെ അവിവേകം കാണിക്കരുത്. താങ്കൾ തന്നെയാണ് വിധികർത്താവായി നദീദേവനെ തെരഞ്ഞെടുത്തത്. എന്നിട്ട് അദ്ദേഹത്തെ തല്ലാൻ തുടങ്ങുന്നോ."

"ഇത് എന്റെ കൊട്ടാരമാണ്. ഞാൻ ഇവിടെ എന്തും ചെയ്യും. താങ്കളുടെ ഭരണമൊക്കെ അങ്ങ് ദേവലോകത്തു മതി."

രാജാവിന്റെ ഈ വാക്കുകൾ കേട്ട ജനങ്ങൾ ഭയന്നു. രാജാവിന്റെ ഈ ധിക്കാരത്തിന് നല്ല ശിക്ഷകിട്ടുമെന്ന് ഉറപ്പായി.

അപ്പോളോ ദേവന് ദേഷ്യം ഇരച്ചുകയറി. ദേവൻ പറഞ്ഞു: "മെഡാസ് നിന്റെ രാഗം കഴുതകൾക്കു തുല്യമാണ്. ഇന്നുമുതൽ നിനക്ക് കഴുതച്ചെവിയായിരിക്കും."

ഇതു പറഞ്ഞുതീർന്നതും രാജാവിന്റെ ചെവി നീളാൻ തുടങ്ങി. അപ്പോളോ ദേവൻ അപ്രത്യക്ഷനായി. മാപ്പിരക്കാനുള്ള സമയംപോലും കിട്ടിയില്ല. അഹങ്കാരത്തിന്റെ ഫലം.

രാജാവിന്റെ കഴുതച്ചെവി കണ്ട് എല്ലാവരും അദ്ദേഹത്തെ പരിഹസിക്കാൻ തുടങ്ങി. മെഡാസ് രാജാവ് അതിനുശേഷം ആരെയും പരിഹസിക്കുകയോ വെല്ലുവിളിക്കുകയോ ചെയ്തിട്ടില്ല.

കാളവണ്ടിയിലെത്തിയ രാജാവ്

സുന്ദരനായ ഒരു യുവ കർഷകനായിരുന്നു ഗോർഡിയൂസ്. സ്വന്തമായി ധാരാളം കൃഷിസ്ഥലം അദ്ദേഹത്തിനുണ്ടായിരുന്നു. അവിടെ കൃഷിചെയ്യുന്ന എല്ലാ വിളകളും നൂറുമേനിയായിരുന്നു. കാരണം ഗോർഡിയൂസിന്റെ മനസ്സ് ശുദ്ധമായിരുന്നു. അയാളെപ്പോലെ ഒരു ദയാലു ആ ഗ്രാമത്തിലില്ലായിരുന്നു.

അയാൾ തന്റെ കൃഷിഭൂമിയിലെ വിളകൾ ആവശ്യത്തിൽ കഴിഞ്ഞുള്ളതെല്ലാം പാവങ്ങൾക്ക് വിതരണം ചെയ്യും. ഒരുദിവസം ഗോർഡിയൂസ് ഒരു കാളയെ പൂട്ടിയ വണ്ടിയിൽ യാത്ര ചെയ്യുകയായിരുന്നു. കുറച്ചുദൂരം ചെന്നപ്പോൾ എവിടെനിന്നാണെന്ന് അറിയില്ല, ഒരു കഴുകൻ അദ്ദേഹത്തിന്റെ തലയ്ക്കുമുകളിൽ വട്ടമിട്ട് പറക്കാൻ തുടങ്ങി. പിന്നീട് കഴുകൻ കാളവണ്ടിയിൽ പറന്നുവന്നിരുന്നു. ഇതുകണ്ട ഗോർഡിയൂസിന്റെ ചങ്ങാതിമാർ അതിനെ അമ്പെയ്തു കൊല്ലാൻ ശ്രമിച്ചു.

ഗോർഡിയൂസ് അവരുടെ പ്രവൃത്തിയെ തടഞ്ഞുകൊണ്ട് പറഞ്ഞു: “എന്തിനാണ് ആ പാവം ജീവിയെ വെറുതെ ഉപദ്രവിക്കുന്നത്? അതവിടെ ഇരുന്നോട്ടെ.”

കാളവണ്ടിയിൽ കഴുകൻ ഇരുപ്പുറപ്പിച്ചു. ഇത് കണ്ട ഗോർഡിയൂസിന് കൗതുകമായി. ഈ കഴുകൻ എന്തിനാണ് തന്റെ കാളവണ്ടിയിൽ ഇങ്ങനെ ഇരിക്കുന്നത്. കഴുകന്റെ ഈ ഇരിപ്പിൽ

എന്തോ രഹസ്യം ഒളിഞ്ഞിരിക്കുന്നതായി ആ യുവകർഷകന് തോന്നി.

ഇതിന്റെ രഹസ്യം ഒന്നറിഞ്ഞിട്ടുതന്നെ കാര്യം. അയാൾ തീരുമാനിച്ചു. ഉടൻതന്നെ അടുത്തുള്ള പ്രവചനകേന്ദ്രത്തിലേക്ക് അയാൾ കാളവണ്ടി പായിച്ചു.

പ്രവചനകേന്ദ്രത്തിലെ യുവതിയായ പ്രവാചക അയാളെ സ്വീകരിച്ചു. വിവരങ്ങളെല്ലാം അറിഞ്ഞപ്പോൾ പ്രവാചക പറഞ്ഞു: "അങ്ങ് സ്യൂസ് ദേവന് ഉടൻതന്നെ ഒരു ബലിയർപ്പിക്കണം. സമ്മതമാണോ?"

"ചെയ്യാം." ഗോർഡിയൂസ് മറുപടിപറഞ്ഞു.

"ശരി അങ്ങനെയെങ്കിൽ സ്യൂസിന്റെ ക്ഷേത്രത്തിലേക്ക് ഞാനും വരാം. ബലിയർപ്പിക്കേണ്ടതെങ്ങനെയെന്ന് എനിക്ക് പറഞ്ഞുതരാൻ കഴിയും."

"തീർച്ചയായും." ഗോർഡിയൂസ് സന്തോഷത്തോടെ പറഞ്ഞു.

"ശരി, പക്ഷേ ഒരു കാര്യം, ബലിയർപ്പണം കഴിഞ്ഞാൽ അങ്ങ് എന്നെ വിവാഹം കഴിക്കണം." പ്രവാചകയുടെ വാക്കുകൾ കേട്ട് ഗോർഡിയൂസ് ആദ്യമൊന്നമ്പരന്നു. പക്ഷേ സുന്ദരിയായ പ്രവാചയുടെ വാക്കുകൾ തള്ളിക്കളയാൻ അയാൾക്ക് കഴിഞ്ഞില്ല.

"സമ്മതിച്ചരിക്കുന്നു, നമുക്കുടൻ പുറപ്പെടാം." ഗോർഡിയൂസ് പറഞ്ഞു.

അങ്ങനെ അവർ കാളവണ്ടിയിൽ സ്യൂസ് ദേവന്റെ ദേവാലയത്തിലേക്ക് യാത്രതിരിച്ചു. അപ്പോഴും കഴുകൻ കാളവണ്ടിയിൽ നിശ്ചലനായി ഇരിക്കുകയായിരുന്നു. സ്യൂസ് ദേവന്റെ ദേവാലയത്തിലെത്തി യഥാവിധിപ്രകാരം അവർ ബലികർമങ്ങൾ കഴിച്ചു. പ്രവാചക എല്ലാത്തിനും നേതൃത്വം നൽകി.

ആ രാജ്യത്തെ രാജാവ് മരണമടയുകയും ജനങ്ങൾ പുതിയ രാജാവിനായി കാത്തിരിക്കുകയും ചെയ്യുന്നകാലമായിരുന്നു അത്. രാജാവ് മരിച്ചതോടെ ജനങ്ങൾ ഒരശരീരി കേട്ടു. "നിങ്ങളുടെ രാജാവും രാജ്ഞിയും ഒരു കാളവണ്ടിയിൽ നിങ്ങളുടെ അടുത്തേക്ക് ഉടൻ വന്നെത്തും." ഇതായിരുന്നു ആ അശരീരി.

ഓരോ ദിവസവും ജനങ്ങൾ തെരുവിൽ തങ്ങളുടെ രാജാവും

രാജ്ഞിയും കാളവണ്ടിയിൽ വരുന്നതും കാത്ത് നിന്നിരുന്നു. ഈ സന്ദർത്തിലാണ് ഗോർഡിയൂസും പ്രവാചകയും കാളവണ്ടിയിൽ ആ തെരുവില്ലൂടെ വരുന്നത്.

ജനങ്ങൾ അവരെ കണ്ടു. ഇതുതന്നെ തങ്ങളുടെ രാജാവും രാജ്ഞിയുമെന്ന് അവർക്ക് മനസിലായി. അതുവരെ നിശ്ചലനായിരുന്ന കഴുകൻ പറന്നുയർന്ന് ഗോർഡിയൂസിന്റെ ചുമലിൽ വന്നിരുന്നു. അതുതന്നെ തങ്ങളുടെ രാജാവെന്ന് അവർക്ക് ഉറപ്പായി.

അങ്ങനെ ആ രാജ്യത്തിന്റെ രാജാവും രാജ്ഞിയുമായി ഗോർഡിയൂസും പ്രവാചകയും സസുഖം വാണു. അവരുടെ ഭരണത്തിൽ ജനങ്ങൾ സന്തുഷ്ടരായിരുന്നു.

പാതാള വിശേഷങ്ങൾ

മരിച്ചുകഴിഞ്ഞാൽ ആത്മാവ് പാതാളത്തിലേക്കു പോകുന്നു. ഇതായിരുന്നു പുരാതന ഗ്രീക്കുകാരുടെ വിശ്വാസം. തർത്താരസ് എന്നാണ് പാതാളലോകത്തെ അവർ വിളിച്ചിരുന്നത്. മരിച്ചവരുടെ ആവാസസ്ഥലമാണ് തർത്താരസ്.

മരിച്ചുകഴിഞ്ഞാൽ ഉടൻതന്നെ അവരുടെ ബന്ധുക്കൾ ജഡത്തിന്റെ നാവിനടിയിൽ ഒരു നാണയം വയ്ക്കും. കാരണം തർത്താരസിലേക്ക് പോകുന്നവഴി മരണനദികടത്തിവിടുന്നതിന് കാരോണിന് ഈ നാണയം കൊടുക്കണം. പ്രതിഫലം കൊടുക്കാതെ കാരോൺ ആരെയും കടത്തിവിടില്ല. കാരോൺ തന്റെ തോണിയിൽ ആത്മാക്കളെ അക്കരെക്കടത്തും.

വഞ്ചിനിയന്ത്രിക്കുന്നത് ഹെർമിസ് ദേവനാണ്. അതുകൊണ്ട് നാണയമില്ലാതെ ദേവന്റെ കണ്ണുവെട്ടിച്ച് കടക്കാൻ ആത്മാക്കൾക്ക് പ്രയാസമാണ്. തർത്താരസിൽ കടക്കുമ്പോഴേ കാണുക വെളുത്ത ലില്ലിച്ചെടികളാണ്. ഭയാനകമായ ഒരു നിശ്ശബ്ദതയായിരിക്കും അവിടെ. വീരന്മാരുടെ ആത്മാക്കൾ അവിടെയൊക്കെ കാവൽക്കാരെപ്പോലെ റോന്തുചുറ്റുന്നുണ്ടാവും. സാധാരണക്കാരുടെ ആത്മാവുകൾ വാവ്വാലുകളെപോലെ പറന്നു നടക്കുന്നുണ്ടാവും.

ഒരാത്മാവിന്റെയും മുഖത്ത് സന്തോഷമുണ്ടാവില്ല. പുഞ്ചിരിയോ പൊട്ടിച്ചിരിയോ പാതാളത്തിൽ നിന്നുയരില്ല. നിശ്ശബ്ദവും

വിഷാദാത്മകവുമായ അന്തരീക്ഷമാണ് തർത്താരസിൽ. ഭൂമിയിൽ ജീവിച്ചിരിക്കുന്ന മനുഷ്യർ അവർക്കുവേണ്ടി ബലിയർപ്പിക്കുമ്പോൾ മാത്രമാണ് ആത്മാക്കൾക്ക് ആശ്വാസമുണ്ടാകുന്നത്. ബലികഴിക്കപ്പെടുന്ന മൃഗങ്ങളുടെ ചോര കുടിക്കുമ്പോൾ അവർ ജീവിച്ചിരിക്കുന്ന മനുഷ്യരെപ്പോലെയാവും.

പാതാളത്തിൽ ഒരു മൈതാനമുണ്ട്. അവിടെയാണ് എറേബൂസ്, പ്ലൂട്ടോ, പെർസെഫോണിയ എന്നിവരുടെ കൊട്ടാരങ്ങൾ. കൊട്ടാരത്തിന്റെ പടിഞ്ഞാറുവശത്ത് ലേത്തേ എന്ന പേരിൽ ഒരു തടാകമുണ്ട്. എല്ലാ ആത്മാക്കളും അവിടെവന്ന് വെള്ളം കുടിക്കും. അതിനടുത്ത് ഓർമപ്പുഴയുണ്ട്. ഓർമപ്പുഴയിൽനിന്ന് വെള്ളം കുടിച്ചാൽ ജീവിച്ചിരിക്കുമ്പോൾ നടന്ന സംഭവങ്ങളെല്ലാം ഓർമിക്കാൻ കഴിയും. ഓർമപ്പുഴയുടെ ഇരു കരകളിലുമായി പോപ്ലാർ മരങ്ങൾ നിൽക്കുന്നു.

ആത്മാക്കൾക്ക് കോടതിയുമുണ്ട്. റദമാന്തിസ്, എയാക്കൂസ്, മിനോസ് എന്നിവരാണ് ന്യായാധിപന്മാർ. ഇതിൽ മിനോസാണ് പ്രധാന ന്യായാധിപൻ. മരിച്ചെത്തുന്ന ആത്മാവ് ദുഷ്ടനാണെങ്കിൽ തർത്താരസിലെ പീഡനസ്ഥലത്തേക്കയക്കും. നന്മചെയ്ത ആത്മാവാണെങ്കിൽ എലീസിയം എന്നുപേരുള്ള ആപ്പിൾത്തോട്ടത്തിലേക്കും.

എലീസിയം ഭരിക്കുന്നത് ക്രോനൂസ് എന്ന പാതാള ദേവനാണ്. അവിടെ എന്നും പാട്ടും നൃത്തവുമൊക്കെയുണ്ടാവും. സന്തോഷത്തിന്റെ നിമിഷങ്ങളാണ് എലീസിയം നൽകുന്നത്.

നരകത്തിന്റെ ഭരണാധികാരി പ്ലൂട്ടോയാണ്. അദ്ദേഹം പുറംലോകത്തുനടക്കുന്ന കാര്യങ്ങളൊന്നും അറിയാറില്ല. ഭൂമിയിലുള്ള ആരെങ്കിലും തന്നോട് പ്രാർഥിക്കുമ്പോൾ മാത്രമേ അദ്ദേഹം ലോകത്ത് എന്തുനടക്കുന്നുവെന്ന് അന്വേഷിക്കാറുള്ളൂ. ഭൂമിക്കടിയിലുള്ള വിലപിടിച്ച രത്നങ്ങളുടെയും സ്വർണങ്ങളുടെയുമെല്ലാം അവകാശി പ്ലൂട്ടോയാണ്.

ഗ്രീക്കുകാരുടെ മരണസങ്കൽപ്പവും പാതാളലോകവും ഇന്ന് കഥകളിൽ മാത്രമാണ് നിലനിൽക്കുന്നത്. ഭാവനയുടെ വലിയ ലോകത്തെ സൃഷ്ടിക്കാൻ പുരാതന ഗ്രീക്കുകാർക്ക് കഴിഞ്ഞിരുന്നു എന്നാണ് ഈ കഥകളൊക്കെ സൂചിപ്പിക്കുന്നത്.

www.ingramcontent.com/pod-product-compliance
Lightning Source LLC
LaVergne TN
LVHW042303051026
849519LV00012B/2240
* 9 7 8 9 3 8 5 0 4 5 2 9 5 *